# திருக்குறள்
# Thirukkural

உரையாசிரியர்
## முருகராஜ் தாமோதரன்

டிஸ்கவரி பப்ளிகேஷன்ஸ்

எண்: 9, பிளாட் எண்: 1080A, ரோஹிணி பிளாட்ஸ்
முனுசாமி சாலை, கே.கே.நகர் மேற்கு,
சென்னை - 600 078. பேச: 99404 46650

வெளியீட்டு எண்: 0397

திருக்குறள் (உரை)
உரை ஆசிரியர்: முருகராஜ் தாமோதரன்©
Thirukkural (**Urai**)
**Author: Murugaraj Dhamodaran**©
Printed in India

**1st Edition : December - 2024**

ISBN: 978-81-19541-49-2

Pages - 283

Price: 300

நன்றி: ஓவியர் சந்திரன்

---

*Publisher* • *Sales Rights*

| **Discovery Publications** | **Discovery Book Palace (P) Ltd** |
|---|---|
| No. 9, Plot,1080A, Rohini Flats, Munusamy Salai, K.K.Nagar West, Chennai - 78. Tamilnadu, India. Mobile: +91 99404 46650 | No. 1055-B, Munusamy Salai, K.K.Nagar West, Chennai-600 078. Mobile: +91 87545 07070 |

discoverybookpalace@gmail.com / www.discoverybookpalace.com

---

இந்த நூலில் பிரசுரமாகியுள்ள எந்த ஒரு பகுதியையும் எழுத்துபூர்வமான முன்அனுமதி பெறாமல் எடுத்தாள்வதோ, மறுபிரசுரம் செய்வதோ, மொழியாக்கம் செய்வதோ, ஊடகங்களில் மறுபதிப்புச் செய்வதோ, காப்புரிமைச் சட்டப்படி தடை செய்யப்பட்டுள்ளது. இந்த நூலிலிருந்து சில பகுதிகளை மேற்கோள்காட்டி நூல்அறிமுகம் செய்யலாம்.

உங்கள் மொபைல் போனிலிருந்து ஸ்கேன் செய்து 'டிஸ்கவரி புக் பேலஸ்' மொபைல் ஆப்பை டவுன்லோடு செய்து, புத்தகங்களை வாங்குங்கள்.

நன்றி!
பெற்றோர் **தேவகி - தாமோதரன்**
துணைவி **ஸ்ரீபிரியதர்ஷினி**;
பிள்ளைகள் **சங்கீத் வர்ஷினி, பாரத் நரேன்**

# முன்னுரை

தமிழ்நாட்டின் ஏனைய சராசரி மனிதர்களைப்போலவே என்னுடைய குழந்தைப் பருவமும் இளமைப் பருவமும், திருக்குறளை உள்வாங்கியும், வியந்து நோக்கியும் வளர்ந்தன. பள்ளிப் பாடநூட்கள், அரசுப் பேருந்துகள், அரசுக் கட்டடச் சுற்றுச்சுவர்கள் மற்றும் பெரியவர்களின் வழிநடத்தல்கள், பெற்றோர்களின் குறிப்பாக அம்மாவின் அறிவுரைகள் ஆகியவற்றின் மூலம் திருக்குறள் எனக்கு நன்கு அறிமுகமாகிவிட்டது. அந்தத் திருக்குறளை வாழ்வில் ஒருமுறையேனும் முழுமையாகப் படித்துவிட வேண்டும் என்ற அளப்பறிய ஆவலும் கூடவே வளர்ந்தது.

ஐந்தாம் வகுப்பு வரை மட்டுமே தமிழ்வழியில் கல்வி கற்க முடிந்தாலும், பள்ளி இறுதியாண்டு வரையிலும் தமிழை குறைந்தபட்சம் ஒரு பாடமாகவாவது படிக்க முடிந்தது. தமிழ் படிக்கும் தீராத ஆவலினால், குடிமையியல் தேர்வுக்கு தமிழ் இலக்கியத்தை ஒரு விருப்பப் பாடமாகத் தேர்ந்தெடுத்துப் படித்தேன். பிறகு, இந்திய அயலகப் பணியில் சேர்ந்து, பல்வேறு பொறுப்புகளை ஏற்று நாடுகள் பல பயணித்து ஆண்டுகள் பல கரைந்துவிட, ஒருவழியாக 2020ல் புது தில்லியில் பணியாற்றியபோது தினம் ஒரு திருக்குறள் படிக்கும் திட்டம் இனிதே தொடங்கியது. தொடர்ந்த நாட்களில் சமூக வலைதளங்களில் அவற்றைப் பகிரத் தொடங்க, அனேக உறவினர்கள் மற்றும் நண்பர்கள் அவற்றை வரவேற்றதோடு தங்களுக்கும் பயனுள்ளதாக இருப்பதாகக் கூறி என்னை ஊக்குவித்தனர். கொரோனா கால குறுகிய இடைவெளி தவிர முடிந்தவரை தினமும் ஒரு குறளைப் படிப்பதையும், அதன் பொருளை தமிழிலும் ஆங்கிலத்திலும் எளிமையான முறையில் எழுதுவதையும் வழக்கமாக்கிக் கொண்டேன்.

ஏற்கெனவே, பலர் திருக்குறளுக்கு உரை தந்திருந்தாலும், என்னுடைய முயற்சி சிலவகைகளில் வேறுபட்டிருப்பதாகவே கருதுகிறேன்.

முதலாவதாக, இருபாலருக்கும் பொருந்துவதாகவும் முடிந்தவரை பால்வேற்றுமைகளைக் களைந்தும் எழுதியிருக்கிறேன். எடுத்துக்காட்டாக, ‘வாழ்க்கைத் துணைநலம்’ என்னும் அதிகாரத்தில் கற்பு, கடமை, பண்பு, குணநலம் ஆகிய சிறப்புகள் மனைவிக்கு மட்டுமே உரியதாகப் பிறர் உரை எழுதுவதை, கணவன்-மனைவி இருவருக்கும் உரியதாக எழுதியிருக்கிறேன்.

**அதிகாரம்: 6; வாழ்க்கைத் துணைநலம்; குறள்: 56**

தற்காத்துத் தற்கொண்டாற் பேணித் தகைசான்ற
சொற்காத்துச் சோர்விலாள் பெண்

*(கற்புநெறியில் தன்னையும் தன் துணையையும் காத்துக்கொண்டு, குடும்பத்துக்குப் பெருமை சேர்க்கும் புகழையும் அறவழியில் காப்பாற்றிக் கொள்ளும் உறுதி கொண்டவரே உண்மையான வாழ்க்கைத் துணை)*

போலவே, முற்போக்கு சிந்தனையுடனும், தற்காலத்துக்குப் பொருந்தும் வகையிலும் தர முயன்றிருக்கிறேன். ‘ஏழுபிறப்பு’ என்பதை ஏழு தலைமுறை என்றும் ‘அவ்வுலகம்’ என்பதை அடுத்தத் தலைமுறை என்றும் ‘மறுமை’ என்பதை சந்ததியினர் என்றும் பொருள் கொண்டு உரை எழுதியிருக்கிறேன்.

**அதிகாரம்: 11; செய்நன்றி அறிதல்; குறள்: 107**

எழுமை எழுபிறப்பும் உள்ளுவர் தங்கண்
விழுமந் துடைத்தவர் நட்பு.

*(பெரியோர் தமது துன்பத்தைப் போக்கியவரின் நட்பை ஏழேழு தலைமுறைக்கும் போற்றுவர்)*

**மேலும், அதிகாரம்: 25; அருளுடைமை; குறள்: 247**

அருளில்லார்க்கு அவ்வுலகம் இல்லை பொருளில்லார்க்கு
இவ்வுலகம் இல்லாகி யாங்கு

*(பொருட்செல்வம் இல்லாதவர்க்கு இவ்வுலகத்து வாழ்க்கை சிறப்பாக அமையாததைப்போல, பிற உயிர்களிடத்தில் அருள் இல்லாதவரின் அடுத்த தலைமுறைக்கு சிறப்பான வாழ்க்கை அமையாது)*

காட்சிக்கு எளியன் கடுஞ்சொல்லன் அல்லனேல் போன்று அரசர்களுக்கு உரிய பண்புகளை தற்காலத்துக்குப் பொருந்தும் வகையில் ஆட்சியாளர்கள் மற்றும் அதிகாரிகளுக்கும் உரியவையாக கையாண்டிருக்கிறேன்.

**அதிகாரம்: 39; இறைமாட்சி; குறள்: 386**

காட்சிக் கெளியன் கடுஞ்சொல்லன் அல்லனேல்
மீக்கூறும் மன்னன் நிலம்

(மக்கள் வந்து காண்பதற்கு எளியவராகவும், கடுஞ்சொல் கூறாத இனியவராகவும் இருப்பவரின் ஆட்சியை உலகம் புகழும்)

**அதிகாரம்: 70; மன்னரைச் சேர்ந்தொழுகல்; குறள்: 700**

பழையம் எனக்கருதிப் பண்பல்ல செய்யும்
கெழுதகைமை கேடு தரும்.

(தனக்கு ஆட்சியாளருடன் உள்ள நீண்ட நாள் பழக்கத்தின் காரணமாக தகாதச் செயல்களைச் செய்யத் துணிவது ஒருவருக்கு அழிவை ஏற்படுத்தும்)

மேலும், குழந்தைகளுக்கும், அதிகம் மொழிப் புலமை அற்றவர்களுக்கும் விளங்கும் வகையில் எளிய மொழிநடையில் தமிழ், ஆங்கிலம் ஆகிய இருமொழிகளில் விளக்கத்தைத் தந்திருக்கிறேன்.

இப்படியாக, கடந்த நான்காண்டுகளில் எழுதியவற்றைத் தொகுத்து ஒரு நூலாக வெளியிடும் முயற்சியை சாத்தியமாக்கிய 'டிஸ்கவரி பதிப்பகம்' நிறுவனர் திரு.மு.வேடியப்பன் அவர்களுக்கும், அவரை அறிமுகம் செய்து உதவிய நண்பர் தமிழ் மைந்தன் திரு. ஜான் ரிச்சர்டு அவர்களுக்கும், அறிவுரை வழங்கிய பேராசிரியர் திரு. இளங்கோ அவர்களுக்கும், வாழ்த்துரை வழங்கிய இந்தியத் தூதர் திரு. ஸ்ரீதரன் மதுசூதனன் (எழுத்தாளர் பயணி தரன்) அவர்களுக்கும் இந்தியத் தூதர் திரு. அகிலேஷ் மிஷ்ரா அவர்களுக்கும் எனது நன்றிகளை உரித்தாக்குகிறேன்.

- முருகராஜ் தாமோதரன்
அயர்லாந்து
01-12-2024

# Introduction

It is not uncommon in Tamil Nadu that one's young generation is heavily influenced by the thoughts of Thirukkural. Besides the text books, one can notice the couplets of Thirukkural being written over the compound walls of government buildings, in the government buses and even in the day to day conversations of family members and teachers; especially my parents have never missed to quote the couplets in their advices.

Though I was able to get school education in Tamil medium up to my fifth grade, I was lucky to have Tamil as one of the subjects till my final years of school. By opting Tamil Literature as one of my optional subjects in the Civil Services Exam, I was able to satiate my unquenching interest on Tamil language to some extent. However, my desire to read all the 1330 couplets of Thirukkural at least once in my lifetime continued unaddressed, as I had to travel across globe on postings for a decade. Finally, during my recent Delhi posting in 2020, my desire came true, as I could start my plan of reading one Thirukkural per day.

While reading one Thirukkural a day, I started sharing my simple bilingual explanations in social media, wherein, many of the relatives and friends encouraged to continue as they found it useful to them as well. Except a brief COVID break, I hardly missed to read and post one couplet a day.

Although there are many versions of explanations available for Thirukkural, I believe my attempt is unique in few aspects.

Firstly, I have tried to remove the gender bias and made it gender neutral as much as possible. For example, in the chapter 'Worthy of Spouse', while other authors have attributed the traits of chastity, duty and other traits only to the wife, I have made it common for both husband and wife.

**Chapter : 6 ; Worth of a spouse; Couplet: 56**

தற்காத்துத் தற்கொண்டார் பேணித் தகைசான்ற
சொற்காத்துச் சோர்விலாள் பெண்

(An ideal life partner is one who is determined to guard self, spouse and the family's honor virtuously)

Likewise, I have tried to give the explanations based on a contemporary and progressive approach. For example, I have interpreted 'seven births' as 'seven generations' and 'next birth' as 'next generation'.

### Chapter: 11 ; Gratitude; Couplet : 107

எழுமை எழுபிறப்பும் உள்ளுவர் தங்கண்
விழுமந் துடைத்தவர் நட்பு.

(The wise people cherish the friendship of their timely helpers even for generations)

### Chapter : 25 ; Compassion; Couplet : 247

அருளில்லார்க்கு அவ்வுலகம் இல்லை பொருளில்லார்க்கு
இவ்வுலகம் இல்லாகி யாங்கு

(Just as the life of this world is not better for the wealth-less people, the life of next generation will not be better for the unkind people)

Also the traits ascribed to the king including, 'being easily approachable' and 'uttering kind words' have been suitably modified in order to suit the current administrators of any fields.

### Chapter : 39 ; Regal Dignity; Couplet : 386

காட்சிக் கெளியன் கடுஞ்சொல்லன் அல்லனேல்
மீக்கூறும் மன்னன் நிலம்

(The world will praise the ruler who is easily accessible to his subjects and avoiding utterance of harsh words)

### Chapter : 70 ; Associating with ruler; Couplet: 700

பழையம் எனக்கருதிப் பண்பல்ல செய்யும்
கெழுதகைமை கேடு தரும்

(Involving in unworthy deeds by the name of one's long time acquaintance with the rulers will lead to utter destruction)

In addition, I have tried to use simple language as much as possible, so that the readers who do not possess literary knowledge or linguistic proficiency are able to understand the crux of Thirukkural easily.

My gratitude to the publisher Mr. M.Vediyappan, Discovery Publications; friend and author Mr. John Thamizh Maindhan, Guru Prof Elango, Tamil Department, Madras Christian College Mentor and Author, Ambassador Sridharan Madhusudhanan (Payani Dharan) and Mentor and linguistic scholar Ambassador Akhilesh Mishra.

## புதிதாய் ஒளிரும் முத்துகள்

திருக்குறள் ஒரு முத்துச்சரம். அதன் இரண்டு வரி முத்துகள், காலத்தை வெல்லும் ஞானத்தை அழகு குன்றாமல் அளிக்கின்றன.

இனிய நண்பரும், இந்திய அயலுறவுப் பணியில் என்னுடன் பயணிப்பவருமான திருமிகு முருகராஜ், இந்த ஆழமான படைப்பை நவீனப் பார்வையாளர்களுக்காக புதிய வடிவத்தில், நவீன விளக்கங்களுடன் தந்திருப்பது ஊக்கமளிக்கிறது. அவருடைய இந்த நூல், பல நூற்றாண்டுகளைக் கடந்து பயணிக்கும் திருக்குறளை இன்னும் விரிவான வட்டத்துக்கு, சமகாலப் பார்வையாளர்களுக்கு அணுகத் தக்கதாக மாற்றுகிறது.

திருக்குறள் முழுமையும் தமிழ் மற்றும் ஆங்கிலத்தில் எளிய முறையில் விளக்கம் தரப்பட்டு படைக்கப்பட்டுள்ளது.

இந்த நூல் பல வழிகளில் தனித்தன்மை வாய்ந்தது. இது பண்டைய காலத்து மலர்களை இன்றைய காலத்துக்கான நறுமணம் வீசும் மாலையாகக் கோர்க்கிறது. அடிப்படை உண்மைகளை மாற்றாமல், புதுச் சூழலுக்கான விளக்கொளியில் திருக்குறளை நமக்கு வழங்குகிறது. பல கருத்துகளைப் பாலினப் பேதங்களைக் களைந்து மனிதர்களுக்குப் பொதுவான உண்மைகளாக முன்வைக்கிறது. இது குறள்களின் வழியே ஒரு புதிய சுவாசத்தை உருவாக்கி, இன்றைய வாசகர்களுக்கு மேலும் பொருத்தமாகிறது.

இந்த நூலின் இன்னொரு கவனிக்கத்தக்கக் கூறு, திருக்குறள் பேசும் நிர்வாகம் தொடர்பான கருத்துகளை, அன்றைய மன்னர் நிலப் பிரபுத்துவக் கட்டமைப்பைக் கடந்து, நம்முடைய இன்றைய பணிச் சூழலுக்கு ஏற்ப புதிய விளக்கங்களின் ஒளியில் தருவதாகும். நவீனப் பணியிடத்தின் சவால்களை, வாய்ப்புகளைப் புதிய கண்ணோட்டத்தில் காண வைக்கும் இந்த நூல், இன்றைய தொழில் வல்லுநர்களுக்கும் கல்வியாளர்களுக்கும் முக்கியமாகிறது.

இத்தகைய முயற்சிக்கு அர்ப்பணிப்பும், பார்வைத் தெளிவும், அறிவுபூர்வமான தேடலும் தேவை. நண்பர் முருகராஜின் முதல் படைப்பான இந்த நூல், அவருடைய இலக்கியப் பயணத்துக்கு ஒரு நல்ல தொடக்கம். நண்பருக்கு என்னுடைய மனமார்ந்த வாழ்த்துகள். இலக்கிய உலகுக்கு இன்னும் அவருடைய பங்களிப்புகள் தொடரும் என்று உறுதியாக நம்புகிறேன்.

இந்த நூலை வாசிக்கும் நண்பர்களுக்கு ஒரு செறிவான வாசிப்பு அனுபவம் காத்திருக்கிறது. இது திருக்குறள் பற்றிய உங்கள் புரிதலை ஆழமாக்குவதோடு உங்கள் அன்றாட வாழ்க்கைக்கு உற்சாகத்தையும் அளிக்கும்.

*அனைவருக்கும் இனிய வாசிப்பு அனுபவமாக அமையட்டும்!*


*அன்புடன்,*<br>
***பயணி தரன்***<br>
www.payani.com<br>
Amb. Sridharan Madhusudhanan<br>
Indian Foreign Service<br>
2, Dec 2024<br>
Baku, Azerbaijan

# உள்ளே

**அதிகாரம் : 1**
கடவுள்தன்மை 18
Glory of Godness

**அதிகாரம் : 2**
வான்சிறப்பு 20
The blessing of rain

**அதிகாரம் - 3**
நீத்தார் பெருமை 22
Greatness of ascetics

**அதிகாரம் : 04**
அறன் வலியுறுத்தல் 24
Strength of Virtue

**அதிகாரம் : 05**
இல்வாழ்க்கை 26
Household

**அதிகாரம் : 06**
வாழ்க்கைத் துணைநலம் 28
Worth of a spouse

**அதிகாரம் : 07**
மக்கட்பேறு 30
Wealth of children

**அதிகாரம் : 08**
அன்புடைமை 32
Possession of love

**அதிகாரம் : 05**
விருந்தோம்பல் 34
Hospitality

**அதிகாரம் : 10**
இனியவை கூறல் 37
Speaking sweetly

**அதிகாரம் : 11**
செய்நன்றி அறிதல் 38
Gratitude

**அதிகாரம்: 12**
நடுவுநிலைமை 40
Impartiality

**அதிகாரம் : 13**
அடக்கமுடைமை 42
Self - control

**அதிகாரம்: 14**
ஒழுக்கமுடைமை 44
Discipline

**அதிகாரம் : 15**
பிறனில் விழையாமை 46
Not coveting another's spouse

**அதிகாரம் : 16**
பொறையுடைமை 48
Tolerance

**அதிகாரம் : 17**
அழுக்காறாமை 50
Not Envying

**அதிகாரம்: 18**
வெஃகாமை 52
Not coveting other's wealth

**அதிகாரம் : 19**
புறங்கூறாமை 54
Not Backbiting

**அதிகாரம் : 20**
பயனில சொல்லாமை 56
Not Speaking Vain Words

| | | | |
|---|---|---|---|
| அதிகாரம் : 21 தீவினையச்சம் Fear of doing evil | 58 | அதிகாரம் : 32 இன்னா செய்யாமை Inflicting no pain | 80 |
| அதிகாரம் : 22 ஒப்பரவறிதல் Duty to Society | 60 | அதிகாரம் : 33 கொல்லாமை Non-killing | 82 |
| அதிகாரம் : 23 ஈகை Charity | 62 | அதிகாரம் : 34 நிலையாமை Impermanence | 84 |
| அதிகாரம் : 24 புகழ் Fame | 64 | அதிகாரம் : 35 துறவு Renunciation | 86 |
| அதிகாரம் : 25 அருளுடைமை Compassion | 66 | அதிகாரம் : 36 மெய்யுணர்தல் Realizing the Truth | 88 |
| அதிகாரம் : 26 புலால் மறுத்தல் Avoiding Meat | 68 | அதிகாரம் : 37 அவா அறுத்தல் Curbing desires | 90 |
| அதிகாரம் : 27 தவம் Penance | 70 | அதிகாரம் : 38 ஊழியல் Destiny | 92 |
| அதிகாரம் :28 கூடா ஒழுக்கம் Improper Conduct | 72 | அதிகாரம் : 39 இறைமாட்சி Greatness of King | 94 |
| அதிகாரம் : 29 கள்ளாமை Not Stealing | 74 | அதிகாரம் : 40 கல்வி Learning | 96 |
| அதிகாரம் : 30 வாய்மை Truthfulness | 76 | அதிகாரம் : 41 கல்லாமை Ignorance | 98 |
| அதிகாரம் : 31 வெகுளாமை Restraining anger | 78 | அதிகாரம் : 42 கேள்வி Listening | 100 |
| | | அதிகாரம் : 43 அறிவுடைமை Wisdom | 102 |

| அதிகாரம் : 44 குற்றங்கடிதல் Avoiding faults | 104 | அதிகாரம் : 56 கொடுங்கோன்மை Tyrannical Rule | 128 |
|---|---|---|---|
| அதிகாரம் : 45 பெரியாரைத் துணைக்கோடல் Seeking the aid of great men | 106 | அதிகாரம் : 57 வெருவந்த செய்யாமை Avoiding Oppression | 130 |
| அதிகாரம் : 46 சிற்றினம் சேராமை Avoiding Mean Company | 108 | அதிகாரம் : 58 கண்ணோட்டம் Benign Look | 132 |
| அதிகாரம் : 47 தெரிந்து செயல்வகை | 110 | அதிகாரம் : 59 ஒற்றாடல் Espionage | 134 |
| அதிகாரம் : 48 வலியறிதல் Assessing the strength | 112 | அதிகாரம் : 60 ஊக்கம் உடைமை Zeal | 136 |
| அதிகாரம் : 49 காலம் அறிதல் Choosing Proper Time | 114 | அதிகாரம் : 61 மடியின்மை Avoiding Laziness | 138 |
| அதிகாரம் : 50 இடன் அறிதல் Assessing the place | 116 | அதிகாரம் : 62 ஆள்வினை உடைமை Perseverance | 140 |
| அதிகாரம் : 51 தெரிந்து தெளிதல் Testing and Trusting | 118 | அதிகாரம் : 63 இடுக்கண் அழியாமை Fortitude | 142 |
| அதிகாரம் : 52 தெரிந்து வினையாடல் Evaluating and Employing | 120 | அதிகாரம் : 64 அமைச்சு Ministry | 144 |
| அதிகாரம் : 53 சுற்றந்தழால் Cherishing Relatives | 122 | அதிகாரம் : 65 சொல்வன்மை Power of Speech | 146 |
| அதிகாரம் : 54 பொச்சாவாமை Not forgetting one's duty | 124 | அதிகாரம் : 66 வினைத்தூய்மை Purity in action | 148 |
| அதிகாரம் : 55 செங்கோன்மை Just Rule | 126 | | |

அதிகாரம் : 67
வினைத்திட்பம் 150
Firmness in action

அதிகாரம் : 68
வினைசெயல்வகை 152
Mode of action

அதிகாரம் : 69
தூது 154
Envoy

அதிகாரம் : 70
மன்னரைச் சேர்ந்தொழுகல் 156
Associating with ruler

அதிகாரம் : 71
குறிப்பறிதல் 158
reading Mind

அதிகாரம் : 72
அவையறிதல் 160
Knowing the assembly

அதிகாரம் : 73
அவையஞ்சாமை 162
Not fearing the assembly

அதிகாரம் : 74
நாடு 164
Country

அதிகாரம் : 75
அரண் 166
Fort

அதிகாரம் : 76
பொருள் செயல்வகை 168
Earning Wealth

அதிகாரம் : 77
படைமாட்சி 170
Greatness of an army

அதிகாரம் : 78
படைச்செருக்கு 172
Military Might

அதிகாரம் : 79
நட்பு 174
Friendship

அதிகாரம் : 80
நட்பாராய்தல் 176
Choosing Friendship

அதிகாரம் : 81
பழைமை 178
Long-standing intimacy

அதிகாரம் : 82
தீ நட்பு 180
Bad Friendship

அதிகாரம் : 83
கூடா நட்பு 182
Undesirable Friendship

அதிகாரம் : 84
பேதைமை 184
Folly

அதிகாரம் : 85
புல்லறிவான்மை 186
Silly-mindedness

அதிகாரம் : 86
இகல் 188
Discordance

அதிகாரம் : 87
பகைமட்சி 190
Majesty of enmity

அதிகாரம் : 88
பகைத்திறம் தெரிதல் 192
Assessing power of enmity

| அதிகாரம் : 89  உட்பகை  Hidden enmity | 194 | அதிகாரம் : 100  பண்புடைமை  Courtesy | 216 |
|---|---|---|---|
| அதிகாரம் : 90  பெரியாரைப் பிழையாமை  Not offending the great | 196 | அதிகாரம் : 101  நன்றியில் செல்வம்  Futile wealth | 218 |
| அதிகாரம் : 91  பெண்வழிச் சேறல்  Being henpecked | 198 | அதிகாரம் : 102  நாணுடைமை  Sense of shame | 220 |
| அதிகாரம் : 92  வரைவின் மகளிர்  Wanton person | 200 | அதிகாரம் : 103  குடிசெயல்வகை  Promoting family welfare | 222 |
| அதிகாரம் : 93  கள்ளுண்ணாமை  Abstain from drugs | 202 | அதிகாரம் : 104  உழவு  Farming | 224 |
| அதிகாரம் : 94  சூது  Gambling | 204 | அதிகாரம் : 105  நல்குரவு  Poverty | 226 |
| அதிகாரம் : 95  மருந்து  Medicine | 206 | அதிகாரம் : 106  இரவு  Begging | 228 |
| அதிகாரம் : 96  குடிமை  Noble birth | 208 | அதிகாரம் : 107  இரவச்சம்  Fear of begging | 230 |
| அதிகாரம் : 97  மானம்  Honor | 210 | அதிகாரம் : 108  கயமை  Meanness | 232 |
| அதிகாரம் : 98  பெருமை  Greatness | 212 | அதிகாரம் : 109  தகையணங்குறுத்தல்  Pre-marital love | 234 |
| அதிகாரம் : 99  சான்றாண்மை  Perfectness | 214 | அதிகாரம் : 110  குறிப்பறிதல்  Divining the heart | 236 |

| | | | | |
|---|---|---|---|---|
| அதிகாரம் : 111<br>புணர்ச்சி மகிழ்தல்<br>Joy of making love | 238 | அதிகாரம் : 123<br>பொழுது கண்டிரங்கல்<br>Miseries of evening | 262 |
| அதிகாரம் : 112<br>நலம் புனைந்துரைத்தல்<br>Praising the beauty | 240 | அதிகாரம் : 124<br>உறுப்புநலன் அழிதல்<br>Losing physical beauty | 264 |
| அதிகாரம் : 113<br>காதற் சிறப்புரைத்தல்<br>Glorification of love | 242 | அதிகாரம் : 125<br>நெஞ்சொடு கிளத்தல்<br>Speaking to the heart | 266 |
| அதிகாரம் : 114<br>நாணுத்துறவுரைத்தல்<br>Decorum defied | 244 | அதிகாரம் : 126<br>நிறை அழிதல்<br>Losing self-restraint | 268 |
| அதிகாரம் : 115<br>அலர் அறிவுறுத்தல்<br>Announcement of rumor | 246 | அதிகாரம் : 124<br>அவர்வயின் விதும்பல்<br>Longing for the lover | 270 |
| அதிகாரம் : 116<br>பிரிவாற்றாமை<br>Pain of separation | 248 | அதிகாரம் : 128<br>குறிப்பு அறிவுறுத்தல்<br>Revealing the mind | 272 |
| அதிகாரம் : 117<br>படர்மெலிந்திரங்கல்<br>Pining | 250 | அதிகாரம் : 129<br>புணர்ச்சி விதும்பல்<br>Longing for the lover | 274 |
| அதிகாரம் : 118<br>கண்விதுப்பழிதல்<br>Grieving Eyes | 252 | அதிகாரம் : 130<br>நெஞ்சோடு புலத்தல்<br>Rebuking the heart | 276 |
| அதிகாரம் : 119<br>பசப்புறு பருவரல்<br>Pity of pallor | 254 | அதிகாரம் : 131<br>புலவி<br>Sulking | 278 |
| அதிகாரம் : 120<br>தனிப்படர் மிகுதி<br>Pining alone | 256 | அதிகாரம் : 132<br>புலவி நுணுக்கம்<br>Nuances of Sulking | 280 |
| அதிகாரம் : 121<br>நினைந்தவர் புலம்பல்<br>Sad memories of love | 258 | அதிகாரம் : 133<br>ஊடல் உவகை<br>Joy of sulking | 282 |
| அதிகாரம் : 122<br>கனவுநிலை உரைத்தல்<br>Relating the dreams | 260 | | |

## அதிகாரம் : 1
## கடவுள்தன்மை

1. அகர முதல எழுத்தெல்லாம் ஆதி
   பகவன் முதற்றே உலகு.

   அகரம் எழுத்துக்கெல்லாம் முதலாவது போல, ஆதிசக்தி இவ்வுலகிற்கு முதல் ஆகும்

   As A the first among alphabets, the Primal Energy is the first in the world

2. கற்றதனால் ஆய பயனென்கொல் வாலறிவன்
   நற்றாள் தொழாஅர் எனின்.

   அறிவில் மூத்தோரைப் போற்றத் தவறியோர்க்கு தான் கற்ற கல்வியினால் பயனில்லை

   There is no use of learning, if one fails to honour the wise people

3. மலர்மிசை ஏகினான் மாணடி சேர்ந்தார்
   நிலமிசை நீடுவாழ் வார்.

   மக்கள் மனதில் வாழும் நீங்கா புகழுடைய ஆன்றோரைப் பின்பற்றி வாழ்பவரின் புகழ்வாழ்வு இவ்வுலகில் நீடித்து நிற்கும்

   One who follows great people will have eternal fame in this world

4. வேண்டுதல் வேண்டாமை இலானடி சேர்ந்தார்க்கு
   யாண்டும் இடும்பை இல.

   விருப்பு வெருப்புகளற்ற ஞானவழி செல்பவரின் வாழ்வில் துன்பங்களுக்கு இடமில்லை

   The life of one who is indifferent for desire and aversion will be free from sufferings

5. இருள்சேர் இருவினையும் சேரா இறைவன்
   பொருள்சேர் புகழ்புரிந்தார் மாட்டு.

   உன்னத வாழ்வின் வழி புகழ்தேடுவோர் தம் வாழ்வில் நன்மை தீமைகளை சமமாக பாவிப்பர்

   Those who lead a holy life, treat good and evil as equal

## Chapter : 1
## Glory of Godness

6. பொறிவாயில் ஐந்தவித்தான் பொய்தீர் ஒழுக்க
   நெறிநின்றார் நீடுவாழ் வார்.

   மெய், வாய், கண், மூக்கு, செவி ஆகிய ஐம்பொறிகளை நெறிப்படுத் தியோரின் தூய வாழ்வைப் பின்பற்றுபவர் நீண்ட புகழுடன் வாழ்வர்

   One who follows a disciplined life by controlling five senses will attain eternal fame

7. தனக்குவமை இல்லாதான் தாள்சேர்ந்தார்க் கல்லால்
   மனக்கவலை மாற்றல் அரிது.

   தனக்கு ஒப்புமை இல்லாத தன்மையையுடைய பெரியோரைப் பின்பற்றி நடப்போர்க்கு மனக்கவலை ஏற்படாது

   There is no chance for anxiety if one follows great people with incomparable qualities

8. அறவாழி அந்தணன் தாள்சேர்ந்தார்க் கல்லால்
   பிறவாழி நீந்தல் அரிது.

   அறக்கடலான சான்றோர் வழி நடப்பவர்க்கு பிற துன்பக் கடல்களைக் கடப்பது எளிது

   One who follows the path of great people could easily overcome the inevitable sufferings of life

9. கோளில் பொறியில் குணமிலவே எண்குணத்தான்
   தாளை வணங்காத் தலை.

   ஒப்பற்ற நற்பண்புகள் கொண்ட பெரியோரைப் பணிந்து போற்றாதோரின் தலைகள் பயனற்றவைகளாகும்

   Life of one who fails to follow great people with incomparable virtues stands incomplete

10. பிறவிப் பெருங்கடல் நீந்துவர் நீந்தார்
    இறைவன் அடிசேரா தார்.

    ஆன்றோரின் சீரிய வழியில் நடப்போரால் வாழ்க்கையின் பெருஞ் சவால்களை எளிதாகக் கடக்க முடியும்

    One who follows the principles of great people could easily manage the challenges of life

## அதிகாரம் - 2
## வான்சிறப்பு

11. வான்நின்று உலகம் வழங்கி வருதலால்
    தான்அமிழ்தம் என்றுணரற் பாற்று.

    இவ்வுலகத்தை வாழ வைப்பதால் மழை அமிழ்தம் எனப்படுகிறது

    As rain preserves the world it is called as ambrosia of all lives

12. துப்பார்க்குத் துப்பாய துப்பாக்கித் துப்பார்க்குத்
    துப்பாய தூஉம் மழை.

    உண்பவர்க்கு உணவை விளைவிப்பதோடு உணவாகவும் பயன்படுவது மழையாகும்

    Besides producing food, rain itself becomes food

13. விண்இன்று பொய்ப்பின் விரிநீர் வியனுலகத்து
    உள்நின்று உடற்றும் பசி.

    மழைநீர் இல்லாவிடில் கடல்நீர் சூழ்ந்த இவ்வுலகைப் பசிக் கொடுமை வருத்தும்

    If rain fails, the world which is surrounded by ocean will be suffered by famine

14. ஏரின் உழாஅர் உழவர் புயல்என்னும்
    வாரி வளங்குன்றிக் கால்.

    மழை வளம் குன்றிவிடில் உழவுத் தொழில் குன்றி விடும்

    Diminish of rain leads to decline of farming

15. கெடுப்பதூஉம் கெட்டார்க்குச் சார்வாய்மற் றாங்கே
    எடுப்பதூஉம் எல்லாம் மழை.

    பெய்யாமல் விடுத்து கெடுப்பதும் பெய்து கொடுத்து மீட்பதும் மழையாகும்

    Rain protects and destructs the lives by its abundance and absence respectively

## Chapter : 2
## The blessing of rain

16. **விசும்பின் துளிவீழின் அல்லால்மற் றாங்கே**
**பசும்புல் தலைகாண்பு அரிது.**

*மேகத்தின் மழைத்துளி தரை தொடாவிடில் பசும்புல்லின் நுனியைக் காண்பதுகூட அரிதாகிவிடும்*

In the absence of raindrop reaching earth survival of even the grass becomes a rarity

17. **நெடுங்கடலும் தன்நீர்மை குன்றும் தடிந்தெழிலி**
**தான்நல்கா தாகி விடின்.**

*மேகம் மழைபொழியத் தவறின் அகன்ற கடலும் நீரின்றி வற்றிப் போகும்*

Even the vast sea will get depleted if the raincloud fails in its duty

18. **சிறப்பொடு பூசனை செல்லாது வானம்**
**வறக்குமேல் வானோர்க்கும் ஈண்டு.**

*மழை பொய்க்குமானால் இவ்வுலகத்தில் முன்னோர் நினைவாக நடைபெறும் திருவிழாவும் நாள் வழிபாடும் கூட நடைபெறாது*

If the sky dries up, neither yearly festivals, nor daily worship will be offered in this world, to the ancesters

19. **தானம் தவம்இரண்டும் தங்கா வியன்உலகம்**
**வானம் வழங்கா தெனின்.**

*இப்பேருலகில் மழை பொய்த்துவிடின், பிறர்க்கு செய்யும் தானமும் தாம் மேற்கொள்ளும் தவமும் தவறிவிடும்)*

If rain fails, neither alms nor penance will sustain in this world

20. **நீர்இன்று அமையாது உலகெனின் யார்யார்க்கும்**
**வான்இன்று அமையாது ஒழுக்கு.**

*மழையில்லாவிடில், இவ்வுலக வாழ்வும் அதன் ஒழுங்கும் நிலைபெறாது*

Absence of rain will ruin the sustenance and order of this world

## அதிகாரம் - 3
## நீத்தார் பெருமை

**21. ஒழுக்கத்து நீத்தார் பெருமை விழுப்பத்து**
**வேண்டும் பனுவல் துணிவு.**

*ஒழுக்கத்தில் உறுதியான துறவிகளின் பெருமையே, சிறந்தன வற்றுள் சிறந்தது என்று நூல்கள் சொல்கின்றன*

According to the texts the pride of ascetics who are steadfast in upholding morality is the best of the best

**22. துறந்தார் பெருமை துணைக்கூறின் வையத்து**
**இறந்தாரை எண்ணிக்கொண் டற்று.**

*உலகில் இதுவரை இறந்தோரைக், கணக்கிட இயலாதது போல பற்றுகளைத் துறந்த உத்தமர்களின் பெருமையையும் அளவிடவே முடியாது*

It is impossible to count the number of dead in the world so far; similarly it is impossible to measure the greatness of ascetics

**23. இருமை வகைதெரிந்து ஈண்டுஅறம் பூண்டார்**
**பெருமை பிறங்கிற்று உலகு.**

*நன்மை,தீமை,பகுத்தறிந்து,நன்மைவழி, நடப்போரே பெருமைக் குரிய வர்களாவார்கள்*

The great people understand good and evil and always walk in the path of former one

**24. உரனென்னும் தோட்டியான் ஓரைந்தும் காப்பான்**
**வரனென்னும் வைப்பிற்கோர் வித்து.**

*மன உறுதியினால் ஐம்பொறிகளையும் காக்க வல்லவன் துறவறம் மேற்கொள்ளத் தகுதியானவன்*

One who could control five senses by wisdom is eligible to lead an ascetic life

**25. ஐந்தவித்தான் ஆற்றல் அகல்விசும்பு ளார்கோமான்**
**இந்திரனே சாலுங் கரி.**

*ஐம்புலன்களை அடக்கியாள்பவனின் வல்லமைக்கு வானுலகத் தலைவன் இந்திரனே சான்று*

Indra, the so called king of heaven is the example for those who could control five senses

## Chapter : 3
## Greatness of ascetics

26. **செயற்கரிய செய்வார் பெரியர் சிறியர்**
**செயற்கரிய செய்கலா தார்.**

*பெருமை தரும் செயல்களைச் செய்ய வல்லவர் பெரியோர்; செய்ய மாட்டாதவர் சிறியோர்*

Great people are those who could achieve rare things

27. **சுவைஒளி ஊறுஓசை நாற்றமென ஐந்தின்**
**வகைதெரிவான் கட்டே உலகு.**

*இவ்வுலகம் ஐம்புலன்களை அடக்கி ஆள்பவர் அறிவின் வசப்பட்டடது*

This world is within the wisdom of those who could effectively manage five senses

28. **நிறைமொழி மாந்தர் பெருமை நிலத்து**
**மறைமொழி காட்டி விடும்.**

*சான்றோரின் பெருமையை, இவ்வுலகில் நீங்கா புகழுடன் விளங்கும் அவர்தம் அறநூல்கள் மூலம் உணரலாம்*

The glory of great people could be understood by their eternal sacred words

29. **குணமென்னும் குன்றேறி நின்றார் வெகுளி**
**கணமேயும் காத்தல் அரிது.**

*நற்குணங்களில் உயர்ந்தோர் கொள்ளும் கோபம் சிறுகணம் கூட நிலைக்காது*

The anger of great people could hardly sustain for a moment

30. **அந்தணர் என்போர் அறவோர்மற் றெவ்வுயிர் க்கும்**
**செந்தண்மை பூண்டொழுக லான்.**

*இவ்வுலகத்தின் அனைத்து உயிர்களிடத்தும் அன்புபாராட்டும் சான்றோர் அந்தணர் எனப்படுவர்*

The moral people who treat all the living beings of this world kindly are known as andhanar

## அதிகாரம் : 04
## அறன் வலியுறுத்தல்

31. சிறப்பு ஈனும் செல்வமும் ஈனும் அறத்தினூஉங்கு
    ஆக்கம் எவனோ உயிர்க்கு.

    சிறப்பையும் செல்வத்தையும் தரவல்ல அறத்தைத் தவிர ஆக்கமளிப்பது வேறில்லை

    Nothing could match the virtue which yields honour and prosperity

32. அறத்தினூஉங்கு ஆக்கமும் இல்லை அதனை
    மறத்தலின் ஊங்கில்லை கேடு.

    அறத்தைப் போற்றுவதைவிட நன்மையுமில்லை; அதனை மறப்பதைவிட தீமையுமில்லை

    Nothing is better than admiring the virtue and nothing is worse than neglecting it

33. ஒல்லும் வகையான் அறவினை ஓவாதே
    செல்லும்வாய் எல்லாஞ் செயல்.

    அறச்செயல்களை இயன்ற இடங்களிலெல்லாம் தொய்வின்றி போற்றி செய்ய வேண்டும்

    Virtue should be practiced incessantly in every possible occasion

34. மனத்துக்கண் மாசிலன் ஆதல் அனைத்து அறன்
    ஆகுல நீர பிற.

    மனத்தூய்மையே அறம்; மற்றவையெல்லாம் ஆரவாரங்களே

    Clean heartedness is the Virtue, rest are vain show

35. அழுக்காறு அவாவெகுளி இன்னாச்சொல் நான்கும்
    இழுக்கா இயன்றது அறம்.

    பொறாமை, பேராசை, சினம், கடுஞ்சொல் ஆகிய நான்கு குற்றங்களையும் மறுப்பதே அறமாகும்

    The virtue is to avoid four crimes of jealousy, lust, anger and evil-speech

## Chapter : 04
## Strength of Virtue

36. **அன்றறிவாம் என்னாது அறஞ்செய்க மற்றது**
**பொன்றுங்கால் பொன்றாத் துணை.**

காலம் கடத்தாமல் இளமையிலேயே அறவழியை மேற் கொண்டால் அது ஒருவருக்கு இறவாப் புகழைத் தரும்

Start practicing virtue at young age will yield immortal fame

37. **அறத்தாறு இதுவென வேண்டா சிவிகை**
**பொறுத்தானோடு ஊர்ந்தான் இடை.**

பல்லக்கை சுமப்பவரையும் அதில் பயணிப்பவரையும் வைத்து அறத்தின் பயனைக் கூறக்கூடாது

The benefits of virtue should not be interpreted from the scene of people carrying Palanquin and those who travel in that

38. **வீழ்நாள் படாஅமை நன்றாற்றின் அஃதொருவன்**
**வாழ்நாள் வழியடைக்கும் கல்.**

நாள் தவறாமல் ஒருவர் அறச்செயல்களில் ஈடுபட்டால், அந்நற் செயல்கள் அவர் வாழ்க்கையின் முன்னேற்றப் படிக்கற்களாக அமையும்

Virtue will act as success step of life for those who incessantly practice it

39. **அறத்தான் வருவதே இன்பம்மற் றெல்லாம்**
**புறத்த புகழும் இல.**

அறநெறியில் விளையும் புகழே இன்பமாகும். அறத்தின் மாறாய் வருவதெல்லாம் துன்பம் மட்டுமேயாகும்

Only the fame comes out of virtue is genuine; rest are nothing but dreadful

40. **செயற்பால தோரும் அறனே ஒருவற்கு**
**உயற்பால தோரும் பழி.**

ஒருவர்தம் வாழ்நாள் முழுதும் பழிச்செயற்களைத் தவிர்த்து அறச் செயல்களை மேற்கொள்ள வேண்டும்

One should avoid wrong doings and practice good deeds through out the life

## அதிகாரம் : 05
## இல்வாழ்க்கை

**41.** இல்வாழ்வான் என்பான் இயல்புடைய மூவர்க்கும்
நல்லாற்றின் நின்ற துணை

பெற்றோர், வாழ்க்கைத் துணை மற்றும் குழந்தைகளுக்கு உண்மையாக வாழ்வது இல்லறத்தின் கடமையாகும்

An ideal householder is one who truly supports his/her parents, life partner and children

**42.** துறந்தார்க்கும் துவ்வாதவர்க்கும் இறந்தார்க்கும்
இல்வாழ்வான் என்பான் துணை

இல்லற வாழ்வினோர் துறவிகட்கும் வறியவர்க்கும் நலிந்தோருக்கும் உதவ வேண்டும்

An ideal householder should support the ascetics, downtrodden and the marginalized people

**43.** தென்புலத்தார் தெய்வம் விருந்தொக்கல் தானென்றாங்கு
ஐம்புலத்தாறு ஓம்பல் தலை

மறைந்த மூத்தோர், வாழும் தெய்வங்களான பெற்றோர், விருந்தினர், சுற்றத்தார் மற்றும் தான் ஆகிய ஐவரிடத்தும் அறநெறி போற்றுதல் வேண்டும்

One should be virtuous with ancestors, parents, guests, relatives and self

**44.** பழியஞ்சிப் பாத்தூண் உடைத்தாயின் வாழ்க்கை
வழியெஞ்சல் எஞ்ஞான்றும் இல்

பழிக்கு அஞ்சி பொருள் சேர்த்து அதனை உரியோரோடு பகுத்து உண்பது வாழ்க்கையின் ஒழுக்கமாகும்

Generously sharing one's honesty earned wealth is the discipline of life

**45.** அன்பும் அறனும் உடைத்தாயின் இல்வாழ்க்கை
பண்பும் பயனும் அது

அன்புள்ளமும் அறச்செயல்களும் குடும்ப வாழ்க்கையின் பண்பும் பயனுமாகும்

Love and virtue are the characteristics and purpose of family life

# Chapter : 05
# Household

**46. அறத்தாற்றின் இல்வாழ்க்கை ஆற்றின் புறத்தாற்றில்**
**போஒய்ப் பெறுவ தெவன்?**

இல்வாழ்வில் அறநெறி மேற்கொள்வதால் கிடைக்கும் பயன் வேறு நெறியினால் கிடைக்காது

There is no match for the benefits of practicing virtue in one's family life

**47. இயல்பினான் இல்வாழ்க்கை வாழ்பவன் என்பான்**
**முயல்வாருள் எல்லாம் தலை**

நல்வாழ்வை முயல்வோரில் அறவழியில் குடும்ப வாழ்வை மேற்கொள்வோரே சிறந்தவர்

Leading a family life virtuously is the best among the ways trying for meaningful life

**48. ஆற்றின் ஒழுக்கி அறனிழுக்கா இல்வாழ் க்கை**
**நோற்பாரின் நோன்மை உடைத்து**

தன்னையும் பிறரையும் அறவழியில் செலுத்துபவரின் இல்வாழ்க்கை துறவிகளின் தவத்தினும் மேன்மையானது

The life of those who practice virtue and guide others to do the same is better than the penance of ascetics

**49. அறன் எனப் பட்டதே இல்வாழ்க்கை அஃதும்**
**பிறன்பழிப்ப தில்லாயின் நன்று**

குற்றங்குறை இல்லாத இல்வாழ்க்கை இல்லறம் எனப் போற்றப்படும்

A flawless family life is hailed as virtuous one

**50. வையத்துள் வாழ்வாங்கு வாழ்பவன் வான்உறையும்**
**தெய்வத்துள் வைக்கப் படும்**

இவ்வுலக வாழ்வை அறநெறியில் வாழ்பவர் தெய்வத்தன்மை உடையவராக மதிக்கப்படுவர்

Life of one who leads a virtuous path will be respected for its divine worthiness

## அதிகாரம் : 06
### வாழ்க்கைத் துணைநலம்

51. மனைத்தக்க மாண்புடையள் ஆகித்தற் கொண்டான்
    வளத்தக்காள் வாழ்க்கைத் துணை

    இல்லறத்தின் நற்பண்புகளோடு வருவாய்க்கு ஏற்ப வாழ்க்கை நடத்துபவரே நல்ல வாழ்க்கைத்துணை ஆவர்

    One who runs the family as per the virtue and within the earnings is said to be a good life partner

52. மனைமாட்சி இல்லாள்கண் இல்லாயின் வாழ்க்கை
    எனைமாட்சித் தாயினும் இல்

    துணைவர் நற்பண்பு கொண்டவராக அமையாவிடில், ஒருவரின் இல்வாழ்க்கை எவ்வளவு சிறப்புடையதாக இருந்தாலும் அதனால் பயனில்லை

    The family life is worthless, if the life partner is devoid of virtue

53. இல்லதென் இல்லவள் மாண்பானால் உள்ளதென்
    இல்லவள் மாணாக் கடை

    நல்ல பண்புடைய துணைவர் அமைந்த இல்வாழ்க்கையில் எல்லா செல்வங்களும் இருக்கும்

    The family life is considered as a complete one, if the life partner is virtuous

54. பெண்ணின் பெருந்தக்க யாவுள கற்பென்னும்
    திண்மைஉண் டாகப் பெறின்

    கற்பென்னும் மன உறுதியைப் பெற்ற வாழ்க்கைத் துணையைவிட பெருமைக்குரியது வேறில்லை

    Nothing is greater than having a life partner who possesses the virtue of chastity

55. தெய்வம் தொழாஅள் கொழுநன் தொழுதெழுவாள்
    பெய்யெனப் பெய்யும் மழை

    தெய்வத்தினும் உயர்வாக வாழ்க்கைத்துணையைக் கருதுவரின் வாக்கின்முன் இயற்கையும் பணிந்து நிற்கும்

    The words of one who adores his/her life partner are powerful enough to command the nature

## Chapter : 06
## Worth of a spouse

56. **தற்காத்துத் தற்கொண்டாற் பேணித் தகைசான்ற**
**சொற்காத்துச் சோர்விலாள் பெண்**

*கற்புநெறியில் தன்னையும் தன் துணையையும் காத்துக் கொண்டு, குடும்பத்திற்குப் பெருமை சேர்க்கும் புகழையும் அறவழியில் காப்பாற்றிக் கொள்ளும் உறுதி கொண்டவரே உண்மையான வாழ்க்கைத்துணை*

An ideal life partner is one who is determined to guard self, spouse and the family's honor virtuously

57. **சிறைகாக்கும் காப்பெவன் செய்யும் மகளிர்**
**நிறைகாக்கும் காப்பே தலை**

*மனிதர்கள் கற்பின் வழியில் தங்களைத் தாங்களே மன அடக்கத்தால் காத்துக் கொள்வதே சிறந்தது; மாறாக, சிறை வைத்துக் காவல் காப்பினும் பயனொன்றுமில்லை*

The chief guard of a life partner is his/her chastity

58. **பெற்றாற் பெறின்பெறுவர் பெண்டிர் பெருஞ்சிறப்புப்**
**புத்தேளிர் வாழும் உலகு**

*வாழ்க்கைத்துணையைப் பேணிக் காப்பவருக்கு இல்வாழ்க்கை பெருஞ் சிறப்பாக அமையும்*

One who takes care of his/her life partner virtuously will get a magnificent family life

59. **புகழ்புரிந்த இல்லிலோர்க்கு இல்லை இகழ்வார்முன்**
**ஏறுபோல் பீடு நடை**

*புகழுக்குரிய இல்வாழ்க்கை அமையாவிடில், ஒருவரால் பழிப்போர் முன்பு தலைநிமிர்ந்து நடக்க இயலாது*

In the absence of glorious family life, one could not face the disgraceful words

60. **மங்கலம் என்ப மனைமாட்சி மற்று அதன்**
**நன்கலம் நன்மக்கட் பேறு**

*நற்பண்புடைய வாழ்க்கைத்துணை அமைதல் இல்வாழ்வின் சிறப்பாகும்; நல்ல பிள்ளைகளைப் பெற்றிருப்பது கூடுதல் சிறப்பாகும்*

Having virtuous life partner is the strength of a family life; having good children is added blessing

## அதிகாரம் : 07
## மக்கட்பேறு

61. பெறுமவற்றுள் யாமறிவது இல்லை அறிவறிந்த
    மக்கட்பேறு அல்ல பிற

    இல்வாழ்வின் பெறத்தகுந்த செல்வங்களில், அறிவார்ந்த பிள்ளைகளைப் பெறுவதைவிட ஆகச்சிறந்தது வேறெது வுமில்லை

    Among the wealths of family life, nothing is better than having intelligent children

62. எழுபிறப்பும் தீயவை தீண்டா பழிபிறங்காப்
    பண்புடை மக்கட் பெறின்

    பண்பிற் சிறந்த பிள்ளைகளைப் பெற்றவருக்கு ஏழு தலை முறைக்கும் தீமைகள் அண்டாது

    Those who have virtuous children will not get harmed by evil even for several generations

63. தம்பொருள் என்பதம் மக்கள் அவர்பொருள்
    தம்தம் வினையான் வரும்

    பிள்ளைகளே செல்வமென்பர் அறிஞர்; அப்பிள்ளைகளின் செல்வம் அவர்தம் நற்செயல்களால் அமையும்

    According to scholars, children are the wealth of parents; in turn wealth of children will be determined by their good deeds

64. அமிழ்தினும் ஆற்ற இனிதேதம் மக்கள்
    சிறுகை அளாவிய கூழ்

    தம் பிள்ளைகளின் சிறு கைகளால் அளாவப்பெற்ற உணவு பெற்றோர்களுக்கு அமிழ்தத்தை விட இனியதாகும்

    For parents the food kneaded by little hands of their children is more delicious than ambrosia

65. மக்கள்மெய் தீண்டல் உடற்கின்பம் மற்றுஅவர்
    சொற்கேட்டல் இன்பம் செவிக்கு

    பெற்றோர்க்கு தம் பிள்ளைகளைத் தழுவி மகிழ்வது உடலுக்கு இன்பத்தையும், அவர்தம் மழலைச்சொல் கேட்பது செவிக்கு இன்பத்தையும் தருவதாகும்

    For parents, touching their children gives pleasure to the body and hearing their words gives pleasure to the ears

# Chapter : 07
# Wealth of children

66. குழல்இனிது யாழ்இனிது என்பதம் மக்கள்
    மழலைச்சொல் கேளா தவர்

தமது குழந்தைகளின் மழலைப் பேச்சை ரசிக்காதவர்தாம் குழலிசையும் யாழிசையும் இனியது என்பார்கள்

Flute and lute are euphonic for those who do not admire the baby talks of their children

67. தந்தை மகற்காற்று நன்றி அவையத்து
    முந்தி இருப்பச் செயல்

பெற்றோர் தம் பிள்ளைகளுக்குச் செய்யவேண்டிய கடமை சான்றோர் அவையில் புகழுடன் விளங்குமாறு வளர்த்தல்

The duty of parents is to nurture their children in a way they get precedence in the assembly of learned

68. தம்மின்தம் மக்கள் அறிவுடைமை மாநிலத்து
    மன்னுயிர்க் கெல்லாம் இனிது

பிள்ளைகள் தம்மைக் காட்டிலும் அறிவில் மேம்பட்டு விளங்குவது இவ்வுலகின் எந்தப் பெற்றோர்க்கும் மிகுந்த மகிழ்வைத் தருவதாகும்

It is delightful for any parents of this world, to see their children more knowledgeable than them

69. ஈன்ற பொழுதின் பெரிதுவக்கும் தன்மகனைச்
    சான்றோன் எனக்கேட்ட தாய்

தம் பிள்ளைகள் ஒழுக்கத்திலும் அறிவிலும் சிறந்தவர் என பிறரால் பாராட்டப்படும் பொழுது, அவர்களைப் பெற்ற பொழுது அடைந்ததை விட அதிகம் மகிழ்வர் பெற்றோர்

When their children are appreciated by others for moral and intellectual excellence, parents get more delighted than they did, when the kids were born

70. மகன்தந்தைக்கு ஆற்றும் உதவி இவன்தந்தை
    என்நோற்றான் கொல் எனும் சொல்

பெற்றோர் தவத்தின் பயனால் பிறந்தவர்கள் என பிறர் வியக்குமளவுக்கு விளங்குவதுதான் பிள்ளைகள் பெற்றோர்க்குச் செய்யும் பதிலுதவியாகும்

The duty of children is to make others wonder if they were born due to penance of their parents

## அதிகாரம் : 08
## அன்புடைமை

**71. அன்பிற்கும் உண்டோ அடைக்குந்தாழ் ஆர்வலர்**
**புன்கணீர் பூசல் தரும்**

*அன்பை வெளிக்காட்டாமல் மறைக்க இயலாது; அன்புக் குரியோரின் துயர் கண்டு கண்ணீராய் வெளிப்பட்டுவிடும்*

Love can not be hidden by any means; it will be revealed as tears on seeing the sufferings of loved ones

**72. அன்பிலார் எல்லாம் தமக்குரியர் அன்புடையார்**
**என்பும் உரியர் பிறர்க்கு**

*அன்பு அற்றவர் எல்லாம் தமக்கே எனக் கருதுவர்; அன்பு உடையவரோ தம்முடையதையும் பிறருக்கென எண்ணுவர்*

Those who are devoid of love consider everything as their own; whereas those who possess love even count their own for others

**73. அன்போடு இயைந்த வழக்கென்ப ஆருயிர்க்கு**
**என்போடு இயைந்த தொடர்பு**

*அறச்செயலோடு அன்பு இணைந்திருப்பதன் நற்பயனே உடலோடு உயிர் பிணைந்திருப்பது*

The union of body and soul is due to the association of love and virtue

**74. அன்பு ஈனும் ஆர்வம் உடைமை அதுஈனும்**
**நண்பு என்னும் நாடாச் சிறப்பு**

*அன்பு பிறமனிதர்களிடம் அக்கறை கொள்ளும் உள்ளத்தைத் தரும்; அந்த உள்ளம் நட்பு என்னும் அளவற்ற சிறப்பைத் தரும்*

Love gives the spirit of caring fellow humans, which in turn yields excellence of friendship

**75. அன்புற்று அமர்ந்த வழக்கென்ப வையகத்து**
**இன்புற்றார் எய்தும் சிறப்பு**

*இவ்வுலகில் இன்பமுடன் வாழ்கின்றவர் அடையும் சிறப்பு, அன்பு உடையவராக அவர் விளங்குவதன் பயனே ஆகும்*

The happiness being attained by people is the benefit of possessing love in their life

# Chapter : 08
## Possession of love

76. அறத்திற்கே அன்புசார் பென்ப அறியார்
    மறத்திற்கும் அஃதே துணை

    அன்பு அறத்திற்கு மட்டுமே துணையாகும் என்பது அறியாதோர் கூற்றாகும்; மாறாக, அன்பு வீரத்திற்கும் துணையாக இருக்கும்

    As per the ignorants, love is the cause for virtue only; rather love is the reason for valour also

77. என்பி லதனை வெயில்போலக் காயுமே
    அன்பி லதனை அறம்

    எலும்பில்லாத புழுவை வெயில் வருத்துவதுபோல் அன்பில்லாத உயிரை அறம் வருத்தும்

    Virtue punishes the lives devoid of love, as the sun hurts a boneless worm

78. அன்பகத் தில்லா உயிர்வாழ்க்கை வன்பாற்கண்
    வற்றல் மரந்தளிர்த் தற்று

    மனத்தில் அன்பு இல்லாதவருடைய வாழ்க்கை, பாலைவனத்தில் பட்டமரம் தளிர்க்க முடியாமல் காய்ந்து போவதைப் போன்றது

    The life of someone without love is similar to a withered tree of a parched desert that could hardly flourish

79. புறத்துறுப் பெல்லாம் எவன்செய்யும் யாக்கை
    அகத்துறுப்பு அன்பி லவர்க்கு

    அகத்து உறுப்பாகிய அன்பு இல்லாதவர்க்கு உடம்பின் புறத்து உறுப்புகளினால் பயனில்லை

    The external organs become useless for those who do not have love as the vital internal organ

80. அன்பின் வழியது உயிர்நிலை அஃதிலார்க்கு
    என்புதோல் போர்த்த உடம்பு

    அன்பின் வழியில் இயங்குவதே உயிருள்ள உடலாகும்; இல்லையென்றால், அது எலும்பை தோலால் மூடிய வெற்றுடம்பாகும்

    A human body is said to be alive only if it is inspired by love; otherwise it is simply a hollow body wherein the bones are covered by skin

## அதிகாரம் : 05
## விருந்தோம்பல்

**81.** இருந்தோம்பி இல்வாழ்வ தெல்லாம் விருந்தோம்பி
வேளாண்மை செய்தற் பொருட்டு

சிறப்பாக இல்வாழ்வை நடத்துவதென்பது விருந்தினரை இன்முகத்துடன் வரவேற்று முறையாக உபசரிப்பதாகும்

Prime feature of a successful family life is, courteous welcoming of guests and showing the benevolence of hospitality

**82.** விருந்து புறத்ததாத் தானுண்டல் சாவா
மருந்தெனினும் வேண் டற்பாற் றன்று

விருந்தினரைக் காத்திருக்க வைத்து தான் மட்டும் தனித்து உண்பது, அது இறப்பைத் தடுக்கும் மருந்தே ஆனாலும், விருந்தோம்பலுக்கு அழகல்ல

It is against hospitality for anyone to eat alone, even if it is the food of immortality, while the guest is kept unfed

**83.** வருவிருந்து வைகலும் ஓம்புவான் வாழ்க்கை
பருவந்து பாழ்படுதல் இன்று

விருந்தினரை நாள்தவறாமல் வரவேற்று உபசரிப்பவருடைய வாழ்க்கை துன்பத்தினால் கெடுவதில்லை

The life of one who entertains guests will never get spoiled by poverty

**84.** அகனமர்ந்து செய்யாள் உறையும் முகனமர்ந்து
நல்விருந்து ஓம்புவான் இல்

முகமலர்ச்சியோடு விருந்தினரைப் பேணுபவரின் இல்லத்தில், செல்வத்திற் கான தேவதை அகமலர்ச்சியோடு குடியிருப்பாள்

The goddess of wealth happily dwells in the houses of those who cheerfully entertain their guests

**85.** வித்தும் இடல்வேண்டும் கொல்லோ விருந்தோம்பி
மிச்சில் மிசைவான் புலம்

விருந்தினருக்கு உணவளித்த பிறகு தாம் உண்ணும் குண முடையவரின் நிலம் விதைக்காமலேயே நல்ல விளைச்சல் தரும்

The land of one who eats after entertaining the guests will yield abundantly even without sowing

## Chapter : 09
## Hospitality

**86. செல்விருந்து ஓம்பி வருவிருந்து பார்த்திருப்பான்**
**நல்விருந்து வானத் தவர்க்கு**

ஏற்ற விருந்தினரை சிறப்புடன் பேணி வழியனுப்பும் பொழுதில் மேலும் விருந்தினரை ஆவலுடன் எதிர்பார்க்கும் தன்மையுடையவர் வானத்தவர்க்கு நல்ல விருந்தினராவார்

One who desires to welcome more guests, whilst bidding farewell to the received guests, will become a honorable guest in any world

**87. இனைத்துணைத் தென்பதொன் றில்லை விருந்தின்**
**துணைத்துணை வேள்விப் பயன்.**

விருந்தோம்பலின் பயனை இவ்வளவு என்று அளந்து கூற முடியாது; அது விருந்தினரின் தகுதியைப் பொருத்ததாகும்

The benefits of hospitality can not be quantified; it depends upon the quality of guests

**88. பரிந்தோம்பிப் பற்றற்றேம் என்பர் விருந்தோம்பி**
**வேள்வி தலைப்படா தார்**

விருந்தினரைப் பேணி விருந்தோம்பலின் பயனைப் பெறாதவர் தாம் சிரமப்பட்டுக் காத்த பொருளை இழந்து வருந்த நேரிடும்

Those who do not entertain guests will have to regret losing their hoarded hard earned wealth

**89. உடைமையுள் இன்மை விருந்தோம்பல் ஓம்பா**
**மடமை மடவார்கண் உண்டு**

விருந்தோம்பலை போற்றத் தெரியாத அறிவற்றவர்கள் செல்வந்தர்களாய் இருந்தாலும் வறுமையில் வாழ்வதாய் உணர்வர்

Those who are ignorant on hospitality will feel poverty in prosperity

**90. மோப்பக் குழையும் அனிச்சம் முகந்திரிந்து**
**நோக்கக் குழையும் விருந்து**

முகர்ந்தவுடன் வாடிவிடக்கூடிய அனிச்சம் மலர் போல, விருந்தளிப்பவர் சற்றே முகம் கோணினாலும் விருந்தினரின் முகம் வாடி விருந்து பாழ்படும்

As the Anicham flower withers on smelling, the face of guest withers on seeing the cold look of the host

## அதிகாரம் : 10
## இனியவை கூறல்

91. இன்சொலால் ஈரம் அளைஇப் படிறுஇலவாம்
    செம்பொருள் கண்டார்வாய்ச் சொல்

   அறம் அறிந்தவர் உதிர்க்கும் அன்பான வஞ்சமற்ற சொற்களே இனிய சொற்கள் எனப்படும்

   The kind and honest words uttered by virtuous people are said to be the pleasant words

92. அகன்அமர்ந்து ஈதலின் நன்றே முகனமர்ந்து
    இன்சொலன் ஆகப் பெறின்

   முகம் மலர்ந்து இனிய சொற்களைப் பேசுவது, மனம் மகிழ்ந்து செய்யும் ஈகையை விட சிறந்தது

   Speaking pleasant words with a smiling face is better than offering gracious gifts with joyous mind

93. முகத்தான் அமர்ந் துஇனிது நோக்கி அகத்தானாம்
    இன்சொ லினதே அறம்

   முகமலர்ச்சியுடன் பிறரைப் பார்த்து அகம் கனிந்த இனிய சொற்களைக் கூறுவது அறத்தின் தன்மையாகும்

   It is the nature of virtue to looking at others with a smiling face and uttering pleasant words

94. துன்புறூஉம் துவ்வாமை இல்லாகும் யார்மாட்டும்
    இன்புறூஉம் இன்சொ லவர்க்கு

   அனைவரிடமும் இனிமையாகப் பேசுபவரின் வாழ்வில் வறுமை ஏற்படாது

   Poverty will never occur in the life of those who speaks sweetly to others

95. பணிவுடையன் இன்சொலன் ஆதல் ஒருவற்கு
    அணியல்ல மற்றுப் பிற

   பணிவு உடைமையும் இனிமையாகப் பேசுதலும் ஒருவருக்கு தலைசிறந்த அணிகலன்களாகும்

   Humility and speaking pleasantly are the principal ornaments for anyone

## Chapter : 10
## Speaking sweetly

96. **அல்லவை தேய அறம்பெருகும் நல்லவை**
**நாடி இனிய சொலின்**

*பிறருக்கு நன்மை தரும் இனிய சொற்களைப் பேசினால், இவ்வுலகில் தீமைகள் மறைந்து அறம் தழைக்கும்*

Speaking pleasant and useful words will reduce evils and help flourishing virtue in this world

97. **நயன் ஈன்று நன்றி பயக்கும் பயன்ஈன்று**
**பண்பின் தலைப்பிரியாச் சொல்**

*பிறர்க்கு நன்மை விளைவிக்கும் பண்பான சொற்கள் அதனைக் கூறுவோருக்கும் நன்மை விளைவிக்கக் கூடியவை*

Virtuous and pleasant words not only benefit those who receive but also the those who utter them

98. **சிறுமையுவு நீங்கிய இன்சொல் மறுமையும்**
**இம்மையும் இன்பம் தரும்**

*கேட்போர்க்கு துன்பம் தராத இனிய சொற்கள் ஒருவருக்கு வாழும் போது மட்டுமல்லாது இறந்த பிறகும் புகழ் தரக்கூடியவை*

Pleasant words yield fame to those who utter them both during and after their lifetime

99. **இன்சொல் இனிதீன்றல் காண்பான் எவன்கொலோ**
**வன்சொல் வழங்கு வது?**

*இனிய சொற்கள் இன்பம் தருவதை உணர்ந்தவர், எதன் பொருட்டும் கடுஞ்சொற்களைப் பேசக் கூடாது*

Those who realize the benefits of speaking pleasant words, should never utter harsh words

100. **இனிய உளவாக இன்னாத கூறல்**
**கனிஇருப்பக் காய்கவர்ந் தற்று**

*இனிய சொற்களை விடுத்து கடுஞ்சொற்களைப் பேசுதல், கனிகளைத் தவிர்த்து காய்களை உண்பதைப் போன்றது*

Speaking harsh words in place of pleasant words is like eating unripe fruits instead of ripe ones

## அதிகாரம் : 11
## செய்நன்றி அறிதல்

**101. செய்யாமல் செய்த உதவிக்கு வையகமும்
வானகமும் ஆற்றல் அரிது**

ஒருவருக்கு எந்த நன்மையும் நாம் செய்யாத நிலையிலும் அவர் நமக்கு உதவினால், அதற்குக் கைம்மாறாக மண்ணுலகும் விண்ணுலகும் கூட ஈடாகாது

If someone helps us even in the absence of getting any kind of help from us in the past, there is no match in both the worlds for that kindness

**102. காலத்தி னாற்செய்த நன்றி சிறிதெனினும்
ஞாலத்தின் மாணப் பெரிது**

தேவையான சமயத்தில் செய்யப்படும் உதவி சிறியதாக இருந்தாலும், இந்த பூமியை விடப் பெரியதாகக் கருதப்படும்

A timely help, though simple in nature, will be considered as larger than this Earth

**103. பயன்தூக்கார் செய்த உதவி நயன்தூக்கின்
நன்மை கடலின் பெரிது**

கிடைக்கும் பயனைக் கருதாமல் அன்பினால் மட்டுமே செய்யப்படும் உதவி கடலைவிடப் பெரியதாகும்

Help rendered purely on love and without considering the benefits is bigger than even the oceans

**104. தினைத்துணை நன்றி செயினும் பனைத்துணையாக்
கொள்வர் பயன்தெரி வார்**

**ஒருவர் செய்யும் தினையளவு நன்மையைக்கூட அதனால் பயன்பெறும் நன்றியுள்ளவர் பனை அளவு மிகப் பெரிய உதவியாய்க் கருதுவர்**

Though the benefit conferred be as small as a millet seed, those who know its advantage will consider it as large as a palmyra fruit

**105. உதவி வரைத்தன்று உதவி உதவி
செயப்பட்டார் சால்பின் வரைத்து**

உதவியின் மதிப்பானது அதன் அளவினைப் பொருத்ததன்று; மாறாக, அந்த உதவியைப் பெற்றவரின் பண்பைப் பொருத்ததாகும்

The value of help does not depend on the measure of its benefit; rather depends on the worth of recipient

# Chapter : 11
# Gratitude

106. மறவற்க மாசற்றார் கேண்மை துறவற்க
 துன்பத்துள் துப்பாயார் நட்பு

*குற்றமற்றவரின் நட்பை மறக்கக் கூடாது; அஃதே போல் துன்பத்தில் துணை நின்றோர் நட்பைத் துறக்கவும் கூடாது*

Friendship of the pure hearted should not be forgotten; likewise friendship of those who extended timely help during distress should not be forsaken

107. எழுமை எழுபிறப்பும் உள்ளுவர் தங்கண்
 விழுமந் துடைத்தவர் நட்பு

*பெரியோர் தமது துன்பத்தைப் போக்கியவரின் நட்பை ஏழேழு தலைமுறைக்கும் போற்றுவர்*

The wise people cherish the friendship of their timely helpers even for generations

108. நன்றி மறப்பது நன்றன்று நன்றல்லது
 அன்றே மறப்பது நன்று

*ஒருவர் நமக்குச் செய்த நன்மையை மறப்பது நல்லதல்ல; மாறாக, அவர் செய்த தீமையை அக்கணமே மறந்து விடுவது மிகவும் நல்லது*

It is not good to forget the good deeds that someone has done to us; but, it is better to forget the evil deeds done to us at once

109. கொன்றன்ன இன்னா செயினும் அவர்செய்த
 ஒன்றுநன்று உள்ளக் கெடும்

*ஒருவர் நமக்குச் செய்யும் மிகக் கொடுமையான தீமைகூட, அவரால் முன்பு நமக்கு விளைந்த சிறு உதவியை நினைக்கும் பொழுதில், நமது மனத்தைக் காயப்படுத்தாமல் மறைந்து போகும்*

Even a dreadful harm done to us by someone could be forgotten, when we think of a small help they extended to us

110. எந்நன்றி கொன்றார்க்கும் உய்வுண்டாம் உய்வில்லை
 செய்ந்நன்றி கொன்ற மகற்கு

*எப்படிப்பட்ட உயரிய அறத்தை மீறியவருக்கும் இவ்வுலகில் வாழ வழியுண்டு; ஆனால் பிறர் தமக்கு செய்த உதவியை மறந்தவருக்கு கண்டிப்பாக வழியில்லை*

There is scope for survival even for those who neglect virtue of any kind; but there is certainly no way for those who disregard gratitude

## அதிகாரம்: 12
## நடுவுநிலைமை

111. தகுதி எனவொன்று நன்றே பகுதியால்
பாற்பட்டு ஒழுகப் பெறின்

பகைவர், அயலோர், நண்பர் உள்ளிட்ட எவரிடத்தும் எவ்வித ஒருதலைச் சார்புமின்றி நீதி காத்தலே நடுவுநிலைமை எனப்படும் உயரிய அறமாகும்

Maintaining justice without any prejudice, irrespective of the person including enemy, stranger or friend, is a great virtue called impartiality

112. செப்பம் உடையவன் ஆக்கஞ் சிதைவின்றி
எச்சத்திற் கேமாப்பு உடைத்து

நடுநிலையாளர்களின் அறிவு மற்றும் நேர்மை உள்ளிட்ட செல்வங்கள் அழிவின்றி அவர்தம் வழித்தோன்றல்களுக்கும் நன்மை தருவனவாகும்

The wealths of impartial people including knowledge and honesty are eternal and beneficial to their descendants

113. நன்றே தரினும் நடுவிகந்தாம் ஆக்கத்தை
அன்றே ஒழிய விடல்

நடுவுநிலை தவறுவதால் நன்மையே ஏற்படக் கூடியதாக இருந்தாலும், அச்செயலைக் கைவிட்டு நடுவுநிலையைத்தான் கடைப்பிடிக்க வேண்டும்

One should never indulge in partiality even if it claims to bring good things

114. தக்கார் தகவிலர் என்பது அவரவர்
எச்சத்தார் காணப் படும்

ஒருவரின் நீதிபிறழாத நடுவுநிலைமை அவரது காலத்திற்குப் பின் எஞ்சும் புகழ் அல்லது பழிச் சொல்லைக் கொண்டு அறியப்படும்

The impartiality of a person is being assessed by the deeds they leave behind

115. கேடும் பெருக்கமும் இல்லல்ல நெஞ்சத்துக்
கோடாமை சான்றோர்க் கணி

மனித வாழ்வில் உயர்வும் தாழ்வும் இயற்கையாதலால், எந்த நிலையிலும் நடுவுநிலைமை பிறழாமல் வாழ்தல் பெரியோர்க்கு அழகாகும்

As ups and downs are natural in human life, maintaining impartiality at any cost is the quality of wise people

## Chapter : 12
## Impartiality

116. **கெடுவல்யான் என்பது அறிகதன் நெஞ்சம்**
**நடுவொரீஇ அல்ல செயின்**

*நடுவுநிலையிலிருந்து பிறழத் தூண்டும் எண்ணம் தான் அழிவதற்கான அறிகுறி என்பதை ஒருவர் அறிந்து கொள்ள வேண்டும்*

One should know that the thought of deviating from impartiality is a sign of self destruction

117. **கெடுவாக வையாது உலகம் நடுவாக**
**நன்றிக்கண் தங்கியான் தாழ்வு**

*நடுவுநிலைமை பிறழாமல் உறுதியுடன் வாழ்வதனால் ஒருவரின் வாழ்வில் வறுமை ஏற்படுமானால், உலகின் பார்வையில் அது ஒருபோதும் தாழ்வாகக் கருதப்படாது*

If strict adherence to impartiality causes poverty in one's life, such poverty will never be considered as inferior by the world

118. **சமன்செய்து சீர்தூக்குங் கோல்போல் அமைந்தொருபால்**
**கோடாமை சான்றோர்க் கணி**

*எந்தப் பக்கமும் சாய்ந்து விடாமல் எப்பொழுதும் சீராக நிறுத்துக் காட்டும் த்ராசு போல, ஒரு சார்பு கொள்ளாமல் நடுவுநிலைமையில் உறுதியாக நிற்பது சான்றோருக்கு அழகாகும்*

Like an even balance showing exact measurement at all circumstances, strict adherence to impartiality without deviating from justice is the trait of great people

119. **சொற்கோட்டம் இல்லது செப்பம் ஒருதலையா**
**உட்கோட்டம் இன்மை பெறின்**

*மன உறுதியுடன் எச்சார்புமின்றி நேர்மையாக வாழ்பவரின் சொற்களில் நீதியும் நியாயமும் நிரம்பி விளங்கும், அதுவே நடுவுநிலைமை எனப்படும்*

Impartiality is, the words full of justice and fairness being uttered by firm and honest people

120. **வாணிகம் செய்வார்க்கு வாணிகம் பேணிப்**
**பிறவும் தமபோல் செயின்**

*பிறர் பொருளையும் தம்முடையது போலக் கருதி நேர்மையுடன் வாணிகம் செய்தலே நல்ல வணிக முறையாகும்*

Conducting a honest trade by considering even the goods of others as one's own is said to be a good trade practice

## அதிகாரம் :13
## அடக்கமுடைமை

**121.** அடக்கம் அமரருள் உய்க்கும் அடங்காமை
ஆரிருள் உய்த்து விடும்

அடக்கமுடைமை ஒருவருக்கு நீங்காத புகழைக் கொடுக்கும்;
அடங்காமையோ அவர்தம் வாழ்வைத் துன்பத்தில் கொண்டு விடும்

Possession of self-control brings eternal fame in one's life; whereas the lack of it makes their life miserable

**122.** காக்க பொருளா அடக்கத்தை ஆக்கம்
அதனினூஉங் கில்லை உயிர்க்கு

அடக்கத்தைக் காட்டிலும் உயரிய செல்வம் வேறில்லை ஆகையால் அதனை உறுதியுடன் போற்றிக் காக்க வேண்டும்

The treasure of self-control should be cherished firmly as there is no other wealth greater than that

**123.** செறிவறிந்து சீர்மை பயக்கும் அறிவறிந்து
ஆற்றின் அடங்கப் பெறின்

அறிய வேண்டியவற்றை அறிந்து, நேரிய வழியில் அடக்கத்துடன் நடப்பவர்களின் வாழ்க்கை இவ்வுலகத்தாரால் போற்றப்படும்

The life of one who leads a self-controlled life guided by wisdom will be honored by this world

**124.** நிலையின் திரியாது அடங்கியான் தோற்றம்
மலையினும் மாணப் பெரிது

நேர்மை தவறாத உறுதியும் அடக்க உணர்வும் உடையவரின் வாழ்வு மலையைக் காட்டிலும் உயர்ந்ததாகப் போற்றப்படும்

The life of one who is firm in upholding honesty and self-control will be considered greater than a mountain

**125.** எல்லார்க்கும் நன்றாம் பணிதல் அவருள்ளும்
செல்வர்க்கே செல்வம் தகைத்து

பணிவுடைமை பொதுவாக அனைவருக்கும் நன்மை பயப்பதாகும்; குறிப்பாக, செல்வந்தர்களுக்கு இந்தப் பண்பு கூடுதல் செல்வம் போன்றதாகும்

Humility is beneficial to all in general; particularly, it is an added virtue to the wealthy

# Chapter : 13
## Self - control

126. ஒருமையுள் ஆமைபோல் ஐந்தடக்கல் ஆற்றின்
எழுமையும் ஏமாப் புடைத்து

தனது உறுப்புகளை ஓட்டுக்குள் அடக்கிக் கொள்ளும் ஆமையைப் போல ஒருவர் தனது வாழ்நாளில் ஐம்பொறிகளையும் உறுதியுடன் கட்டுப்படுத்தினால் அது அவரது ஏழு தலைமுறைகளுக்கும் பாதுகாப்பைத் தரும்

If someone is firm in controlling five senses like a tortoise retreating into the shell, it would be beneficial even for their seven generations

127. யாகாவா ராயினும் நாகாக்க காவாக்கால்
சோகாப்பர் சொல்லிழுக்குப் பட்டு

ஒருவருக்கு எப்படிப்பட்ட அடக்கமும் இல்லாவிட்டாலும் நாவடக்கமாவது கண்டிப்பாக இருக்க வேண்டும்; இல்லையேல் அவரது தவறிய சொல்லே அவருக்குத் துன்பம் இழைத்து விடும்

It is important to guard one's tongue; otherwise, slip of the tongue will bring huge sufferings

128. ஒன்றானுந் தீச்சொல் பொருட்பயன் உண்டாயின்
நன்றாகா தாகி விடும்

ஒருவரது பேச்சில் ஒரு தீயசொல் இருந்தாலும், அது பிற நற்சொற்கள் அனைத்தையும் தீயதாக மாற்றி விடும்

Even if there is a single harmful word in someone's speech, it will turn all the other pleasant words into evil ones

129. தீயினாற் சுட்டபுண் உள்ளாறும் ஆறாதே
நாவினாற் சுட்ட வடு

தீயினால் உடலில் ஏற்படும் உள்காயம் கூட கண்டிப்பாக ஆறிவிடும்; ஆனால் கடுஞ்சொற்களால் மனதில் ஏற்படும் காயம் ஒருபோதும் ஆறாது

Even the wounds caused by fire will get healed one day; but the wounds caused by harsh words will last forever

130. கதங்காத்துக் கற்றடங்கல் ஆற்றுவான் செவ்வி
அறம்பார்க்கும் ஆற்றின் நுழைந்து

கற்றறிந்து, கோபம் காத்து, அடக்கமுடன் நடப்பவரை அடைந்திட அறமானது வழியும் நேரமும் பார்த்துக் காத்திருக்கும்

Virtue will wait for the opportunity to reach those who are well read and possess the trait of self control

## அதிகாரம்: 14
## ஒழுக்கமுடைமை

131. **ஒழுக்கம் விழுப்பந் தரலான் ஒழுக்கம்**
**உயிரினும் ஓம்பப் படும்**

*மனிதர்க்கு ஒழுக்கம் உயர்வைத் தருவதால், அது உயிரை விட மேலானதாகப் போற்றப்படுகிறது*

As discipline brings honor, it is being cherished precious than life

132. **பரிந்தோம்பிக் காக்க ஒழுக்கம் தெரிந்தோம்பித்**
**தேரினும் அஃதே துணை**

*எவ்வகையினில் ஆய்ந்து தெளிந்திடினும் ஒழுக்கமே வாழ்வின் சிறந்த துணையாதலால், எப்படி வருந்தியும் அவ்வொழுக்கத்தைப் போற்றிக் காக்க வேண்டும்*

As discipline is considered as the best quality of life by all means, it should be preserved at any cost

133. **ஒழுக்கம் உடைமை குடிமை இழுக்கம்**
**இழிந்த பிறப்பாய் விடும்**

*ஒழுக்கம் உடையவர் உயர் பிறப்பினராய்க் கருதப்படுவர்; மாறாக, ஒழுக்கம் தவறுபவர் எவராயிருந்தாலும் இழிந்த பிறப்பினராய்க் கருதப்படுவர்*

Those who lead a disciplinary life are considered as noble born; whereas, indiscipline is considered as a sign of mean birth

134. **மறப்பினும் ஓத்துக் கொளலாகும் பார்ப்பான்**
**பிறப்பொழுக்கங் குன்றக் கெடும்**

*ஒருவர் தான் கற்றதை மறந்துவிட நேரினால், மீண்டும் அதனை ஓதிக் கற்றுக்கொள்ள இயலும்; ஆனால், அவர் ஒழுக்கம் தவறி நடப்பாரானால் அவரது குடும்பப் பெருமையையே அது கெடுத்து விடும்*

If the knowledge learned is forgotten, it could be acquired easily; whereas, loss of discipline leads to destruction of family's pride

135. **அழுக்கா றுடையான்கண் ஆக்கம்போன்று இல்லை**
**ஒழுக்க மிலான்கண் உயர்வு**

*பொறாமை உடையவருக்கு வாழ்வில் செழுமை இல்லாததைப் போன்று ஒழுக்கம் இல்லாதவருக்கு வாழ்வில் உயர்வு இல்லை*

Envious people can not prosper in their life; similarly, indisciplined can not achieve greatness

# Chapter : 14
# Discipline

136. **ஒழுக்கத்தின் ஒல்கார் உரவோர் இழுக்கத்தின்**
**ஏதம் படுபாக் கறிந்து**

ஒழுக்கம் தவறுவதால் விளையும் இழிமையை உணர்ந்தோர் மன உறுதியுடன் ஒழுக்கத்தைக் கடைப்பிடிப்பர்

Those who are aware of the evil effects of immorality, will adhere to morality with determination

137. **ஒழுக்கத்தின் எய்துவர் மேன்மை இழுக்கத்தின்**
**எய்துவர் எய்தாப் பழி**

ஒழுக்கம் உயர்வைத் தரும்; ஒழுக்கமின்மையோ தகாத பெரும் பழியைத் தேடித் தரும்

Discipline brings greatness; whereas, indiscipline brings utter dishonor

138. **நன்றிக்கு வித்தாகும் நல்லொழுக்கம் தீயொழுக்கம்**
**என்றும் இடும்பை தரும்**

நல்லொழுக்கம் வாழ்வின் அளவற்ற நன்மைக்கு விதையாக அமையும்; ஆனால், தீயொழுக்கமோ முடிவற்ற துன்பத்தை விளைவிக்கும்

Good conduct is the seed for eternal goodness in life; but, indiscipline leads to infinite misery

139. **ஒழுக்க முடையவர்க்கு ஒல்லாவே தீய**
**வழுக்கியும் வாயாற் சொலல்**

ஒழுக்கம் உடையவர் தவறியும் தகாத சொற்களைத் தமது வாயால் கூறாத தன்மையை உடையவர்

A disciplined person will never utter inappropriate words even by slip of the tongue

140. **உலகத்தோடு ஒட்ட ஒழுகல் பலகற்றும்**
**கல்லார் அறிவிலா தார்**

தான் வாழும் சமூகத்தோடு இயைந்த வாழ்வை மேற்கொள்ளத் தெரியாதவர், எவ்வளவு கற்றறிந்த அறிஞரானாலும் அறிவிலாதவரே ஆவர்

One who does not know how to live in harmony with his society, will be considered as ignorant, in spite of scholarly knowledge

## அதிகாரம் : 15
## பிறனில் விழையாமை

**141. பிறன்பொருளாள் பெட்டொழுகும் பேதைமை ஞாலத்து**
**அறம்பொருள் கண்டார்கண் இல்**

*மற்றவரின் வாழ்க்கைத்துணை மீது மையல் கொள்ளும் மடைமை, இவ்வுலகில் அறநூல்களையும் பொருள் நூல்களையும் ஆய்ந்து உணர்ந்தவர்களிடம் இல்லை*

Those who learned enough to value virtue and wealth will never dare to covet another's spouse

**142. அறன்கடை நின்றாருள் எல்லாம் பிறன்கடை**
**நின்றாரின் பேதையார் இல்**

*பிறர் துணையை அடையத் துணிந்தவர், அறத்தைத் துறந்து தீயவழி செல்லும் அறிவிலிகள் எல்லோரைக் காட்டிலும் கீழானவர்கள்*

One who longs for other's spouse is considered as the worst among those who deviate from virtue and head in the path of destruction

**143. விளிந்தாரின் வேறல்லர் மன்ற தெளிந்தாரில்**
**தீமை புரிந்து ஒழுகு வார்**

*ஐயமின்றி நம்பிப் பழகுபவரின் துணையிடம் தகாத செயலில் ஈடுபடத் துணிபவர், உயிர் இருந்தும் பிணத்திற்கு ஒப்பானவர்*

One who dares to covet spouse of a confiding person, is considered as dead though alive

**144. எனைத்துணையர் ஆயினும் என்னாம் தினைத்துணையும்**
**தேரான் பிறனில் புகல்**

*சிறிதளவும் சிந்தனையின்றி பிறர் துணை மீது நாட்டம் கொள்பவர் எவ்வளவு பெருமையை உடையவராயினும் அதனால் சிறிதும் பயனில்லை*

Those who seek other's spouse without a slightest thought, will face destruction despite their greatness

**145. எளிதென இல்லிறப்பான் எய்துமெஞ் ஞான்றும்**
**விளியாது நிற்கும் பழி**

*எளிதில் அடையலாம் என்று எண்ணி பிறன்மனை நாடுபவர், அழிவில்லாத பழிக்கு ஆளாவர்*

One may dare to covet other's spouse easily, but the blame would last forever

# Chapter : 15
## Not coveting another's spouse

146. பகைபாவம் அச்சம் பழியென நான்கும்
 இகவாவாம் இல்லிறப்பான் கண்

 பகை, பாவம், பயம், பழி ஆகிய நான்கு கேடுகளும் பிறன் மனை நாடுபவரிடம் இருந்து ஒருபோதும் விலகுவதில்லை

 Those who covet other's spouse will permanently be entangled in four evils of enmity, sin, fear and disgrace

147. அறனியலான் இல்வாழ்வான் என்பான் பிறனியலாள்
 பெண்மை நயவா தவன்

 அறவழியில் இல்வாழ்க்கை மேற்கொள்பவர், ஒருபோதும் பிறன்மனை நாடுவதில்லை

 Those who lead a virtuous family life, will never dare to covet other's spouse

148. பிறன்மனை நோக்காத பேராண்மை சான்றோர்க்கு
 அறனொன்றோ ஆன்ற வொழுக்கு

 பிறர் துணைவரைக் கண்ணியத்துடன் நோக்கும் உயர்குணம், அறநெறி மட்டுமன்று; நிறைந்த ஒழுக்கமுமாகும்

 Expressing dignified behavior at other's spouse is not only a virtue but also a complete discipline

149. நலக்குரியார் யாரெனின் நாமநீர் வைப்பின்
 பிறர்க்குரியாள் தோள்தோயா தார்

 பிறன்மனை நாடத் துணியாதவரே, கடல்சூழ்ந்த இப்பரந்த உலகின் எல்லா நன்மைகளையும் அடைவதற்குத் தகுதியானவர்

 Only those who dare not to covet other's spouse, are entitled to all the benefits of this vast world which is surrounded by oceans

150. அறன்வரையான் அல்ல செயினும் பிறன்வரையாள்
 பெண்மை நயவாமை நன்று

 இயல்பிலேயே அறவழி தவறி பொல்லாதவைகளைச் செய்பவரேயாயினும், பிறன்மனை நாடும் கயமையைச் செய்யாமை நல்லது

 It is better not to seek other's spouse, even if someone is an evil-doer by nature

## அதிகாரம் : 16
## பொறையுடைமை

**151. அகழ்வாரைத் தாங்கும் நிலம்போலத் தம்மை**
**இகழ்வார்ப் பொறுத்தல் தலை**

*தன்னைத் தோண்டுபவரையும் கீழே விழாதபடி தாங்கும் பூமியைப்போல, தம்மை இகழ்பவரின் சிறுமையைப் பொறுத்தல் தலைசிறந்த பண்பாகும்*

To bear the insult of others just like Earth tolerates those who dig it, is considered as the chief virtue

**152. பொறுத்தல் இறப்பினை என்றும் அதனை**
**மறத்தல் அதனினும் நன்று**

*பிறரால் விளையும் தீங்கினை பொறுத்துக் கொள்வது சிறந்த பண்பு; அத்தீங்கினை அறவே மறந்து விடுவது அதனினும் சிறந்ததாகும்*

Tolerance of the harm caused by others is a good trait; forgetting that harm completely is much better than that

**153. இன்மையுள் இன்மை விருந்தொரால் வன்மையுள்**
**வன்மை மடவார்ப் பொறை**

*வறுமையுள் வறுமை, விருந்தினரை உபசரிக்க இயலாமை; வலிமையுள் வலிமை அறிவிலிகளின் செயலைப் பொருத்தல்*

Inability to entertain guests is the worst form of poverty; ability to tolerate ignorants is the greatest strength

**154. நிறையுடைமை நீங்காமை வேண்டின் பொறையுடைமை**
**போற்றி யொழுகப் படும்**

*ஒருவர் நிறைவான மனிதனாக விளங்க விரும்பினால், பொறுமையை உறுதியாகக் கடைப்பிடிக்க வேண்டும்*

In order to be a perfect human, one should firmly adhere to the patience

**155. ஒறுத்தாரை ஒன்றாக வையாரே வைப்பர்**
**பொறுத்தாரைப் பொன்போற் பொதிந்து**

*தமக்குத் தீமை செய்பவர்களைப் பொறுத்துக் கொள்பவர்கள் இவ்வுலகத்தால் உயர்வாக மதிக்கப்படுவர்; மாறாக, தண்டிப் பவர்கள் ஒரு பொருட்டாகவே மதிக்கப்பட மாட்டார்கள்*

Those who avenge the offenders will not be respected by the world; whereas, those who tolerate will highly be regarded

## Chapter : 16
## Tolerance

156. ஒறுத்தார்க்கு ஒருநாளை இன்பம் பொறுத்தார்க்குப்
பொன்றுந் துணையும் புகழ்

தமக்குத் தீங்கிழைத்தோரைப் பொறுக்காமல் தண்டிப்பவர்க்கு குறுகிய தற்காலிக இன்பம் மட்டுமே கிடைக்கும்; மாறாக, பொறுத்துக் கொண்டவர்க்கோ நீடித்த அழியாப் புகழ் வாய்க்கும்

Those who retaliate evil-doers will get only temporary pleasure; whereas, those who tolerate will get eternal fame

157. திறனல்ல தற்பிறர் செய்யினும் நோநொந்து
அறனல்ல செய்யாமை நன்று

தமக்கு பிறர் இழிவான செயல்களைச் செய்தாலும், தாம் பழிவாங்குவதால் அவருக்கு விளையக்கூடிய துன்பத்தை மனதிற் கொண்டு, அறம் அல்லாதவற்றை அவருக்குச் செய்யாமை நல்லது

Even if someone do harmful things, it is better to avoid retaliation by non-virtuous means, by considering their probable sufferings in mind

158. மிகுதியான் மிக்கவை செய்தாரைத் தாந்தம்
தகுதியான் வென்று விடல்

ஆணவத்தினால் தமக்குத் தீமை செய்பவர்களை ஒருவர் தமது பொறுமையினால் வென்று விடலாம்

By patience one can overcome those who inflict harm out of arrogance

159. துறந்தாரின் தூய்மை உடையர் இறந்தார்வாய்
இன்னாச்சொல் நோற்கிற் பவர்

நெறி தவறியவரின் தீய சொற்களைப் பொறுத்துக் கொள்பவர் தூய்மையான துறவிகளை விடவும் மேலானவர்

Those who could tolerate the harsh words of immoral people, are far better than the ascetics

160. உண்ணாது நோற்பார் பெரியர் பிறர்சொல்லும்
இன்னாச்சொல் நோற்பாரின் பின்

பிறரின் கொடுஞ்சொற்களைப் பொறுப்பவர்கள், நோன்பிருந்து தவம் செய்யும் துறவிகளைக் காட்டிலும் சிறந்தவர்களாவர்

Those who tolerate the bitter words of others are far better than the ascetics who do penance by fasting

## அதிகாரம் :17
## அழுக்காறாமை

**161. ஒழுக்காறாக் கொள்க ஒருவன்தன் நெஞ்சத்து**
**அழுக்காறு இலாத இயல்பு**

*மனதில் பொறாமை அற்ற தன்மையை ஒருவர் தனக்குரிய ஒழுக்க நெறியாகக் கொண்டு வாழ வேண்டும்*

One should honor the unenvying nature of mind as the morality of life

**162. விழுப்பேற்றின் அஃதொப்பது இல்லையார் மாட்டும்**
**அழுக்காற்றின் அன்மை பெறின்**

*எவரிடமும் பொறாமை கொள்ளாத பண்பு ஒருவருக்கு இருக்கப் பெற்றால், அதனினும் மேலான பேறு வேறு எதுவுமில்லை*

If one possesses the trait of not envying others, then there is no better quality than that

**163. அறன்ஆக்கம் வேண்டாதான் என்பான் பிறனாக்கம்**
**பேணாது அழுக்கறுப் பான்**

*அறவழியில் செல்வம் ஈட்டுவதை விரும்பாதவர்தான் பிறரின் செல்வத்தைக் கண்டு பொறாமைப்படுவர்*

Only those who do not want to earn wealth by moral means, will be envious of others' wealth

**164. அழுக்காற்றின் அல்லவை செய்யார் இழுக்காற்றின்**
**ஏதம் படுபாக்கு அறிந்து**

*தீய வழியின் துன்ப விளைவுகளை அறிந்தோர், பொறாமையின் காரணமாகத் தீமைகளைச் செய்யத் துணிய மாட்டார்கள்*

Those who are aware about the worst consequences of evil way, will dare not to do evils out of envy

**165. அழுக்காறு உடையார்க்கு அதுசாலும் ஒன்னார்**
**வழுக்காயும் கேடீன் பது**

*ஒருவர் தனது வாழ்வில் வீழ்வதற்கு பொறாமை குணம் ஒன்றே போதும்; பகைவர் கூடத் தேவையில்லை*

For someone to get ruined in his/her life, envy alone is more than enough; not even an enemy is required

## Chapter : 17
## Not Envying

**166. கொடுப்பது அழுக்கறுப்பான் சுற்றம் உடுப்பதூஉம்**
**உண்பதூஉம் இன்றிக் கெடும்**

*பிறர்க்குச் செய்யப்படும் உதவியைக் கண்டு பொறாமை கொள்பவரின் சுற்றம் உணவும் உடையும் இன்றி துன்பப்பட நேரிடும்*

The kin of those who envy the charity being extended to others will have to suffer without food and clothes

**167. அவ்வித்து அழுக்காறு உடையானைச் செய்யவள்**
**தவ்வையைக் காட்டி விடும்**

*பொறாமை உடையவரை விட்டுச் செல்வம் நீங்குவது மட்டுமல்லாது வறுமையும் ஆட்கொண்டு விடும்*

The envious will not only be deserted by wealth, but also be engulfed by the poverty

**168. அழுக்காறு எனஒரு பாவி திருச்செற்றுத்**
**தீயுழி உய்த்து விடும்**

*பொறாமை எனப்படும் கொடுந்தீமை ஒருவருடைய செல்வத்தை அழிப்பதோடு மட்டுமின்றி அவரைத் தீய வழியிலும் சேர்த்து விடும்*

The evil of envy not only destroys one's wealth but also leads them to the evil path

**169. அவ்விய நெஞ்சத்தான் ஆக்கமும் செவ்வியான்**
**கேடும் நினைக்கப் படும்**

*மனிதவாழ்வில், பொறாமை உடையவரின் வளமும் பொறாமை அற்றவரின் தாழ்வும், தீவிரமாக ஆராயப்பட வேண்டியவை*

The prosperity of envious and the adversity of the unenvious are matters to be pondered in human life

**170. அழுக்கற்று அகன்றாரும் இல்லை அஃதுஇல்லார்**
**பெருக்கத்தில் தீர்ந்தாரும் இல்**

*பொறாமை கொண்டு உயர்ந்தவரும் இல்லை; அது இல்லாத காரணத்தால் தாழ்ந்தவரும் இல்லை*

There is no one who has prospered due to envy and no one who has deteriorated due to the absence of it

## அதிகாரம்: 18
## வெஃகாமை

**171.** நடுவின்றி நன்பொருள் வெஃகின் குடிபொன்றிக்
குற்றமும் ஆங்கே தரும்

*தனது மனசாட்சியின் எச்சரிக்கையையும் மீறிப் பிறர் உடை மைகளை ஒருவர் கவர முற்பட்டால், அது அவருடைய குடும்பத்தின் அழிவுக்கும் குற்ற உணர்வுக்கும் வழிவகுக்கும்*

If someone intends to covet the belongings of others by neglecting conscience, it will lead to the destruction of his/her family and accumulation of guilt

**172.** படுபயன் வெஃகிப் பழிப்படுவ செய்யார்
நடுவன்மை நாணு பவர்

*மனசாட்சிக்கு எதிராக நடக்க நாணுபவர் பிறர் பொருளைக் கவரும் இழி செயலை ஒருபோதும் செய்ய மாட்டார்*

Those who ashamed to act against conscience will never dare to covet others' belongings

**173.** சிற்றின்பம் வெஃகி அறனல்ல செய்யாரே
மற்றின்பம் வேண்டு பவர்

*அறவழியில் நிலைத்த இன்பத்தை நாடுவோர் ஒருபோதும் தற்காலிக இன்பத்தை நாடி அறமல்லாதவற்றைச் செய்யத்துணிய மாட்டார்கள்*

Those who aim to have eternal happiness by means of moral deeds, will never dare to achieve temporary pleasure by non virtuous means

**174.** இலமென்று வெஃகுதல் செய்யார் புலம்வென்ற
புன்மையில் காட்சி யவர்

*ஐம்புலன்களை அடக்கியாளும் குற்றமற்ற இயல்புடையோர், கொடிய வறுமை நிலையிலும்கூடப் பிறர் பொருளைக் கவரத் துணிய மாட்டார்கள்*

The spotless people who could able to control their five senses, will never dare to covet others' belongings even in abject poverty

**175.** அஃகி அகன்ற அறிவென்னாம் யார்மாட்டும்
வெஃகி வெறிய செயின்

*பிறரது உடைமைகளை அறமற்ற வழிகளில் கவர முற்படும் ஒருவருக்கு ஆழமான அகன்ற அறிவு இருந்தாலும் அதனால் பயனொன்றும் இல்லை*

There is no use of possessing deep and wide knowledge for those who intends to covet others' wealth immorally

# Chapter : 18
## Not coveting other's wealth

176. அருள்வெஃகி ஆற்றின்கண் நின்றான் பொருள்வெஃகிப்
பொல்லாத சூழக் கெடும்

அருளை அடையும் முனைப்பில் இருப்பவர், தவறுதலாகப் பிறர் பொருளைக் கவரும் நோக்கில் தகாத செயல்களில் ஈடுபட்டால் கெட்டொழிய நேரிடும்

Those who intend to attain grace will be ruined if they engage in inappropriate acts with the intention of coveting the belongings of others

177. வேண்டற்க வெஃகியாம் ஆக்கம் விளைவயின்
மாண்டற் கரிதாம் பயன்

பிறர் பொருள்களைக் கவர்வதால் கிடைக்கும் வளமையை ஒருவர் விரும்பலாகாது; ஏனெனில், அந்த வளத்தினால் கிடைக்கும் பலன் ஒருபோதும் நலம் தராது

One should not like to accrue wealth by coveting others' belongings; because, that wealth will never be beneficial

178. அஃகாமை செல்வத்திற்கு யாதெனின் வெஃகாமை
வேண்டும் பிறன்கைப் பொருள்

ஒருவர் தனது செல்வத்தை அழிவிலிருந்து பாதுகாக்க எண்ணினால், அவர் பிறரது செல்வத்தைக் கவரத் துணியக் கூடாது

Those who want to protect their wealth from dilution, should never dare to covet others' wealth

179. அறனறிந்து வெஃகா அறிவுடையார்ச் சேரும்
திறன்அறிந் தாங்கே திரு

பிறர் பொருளை விரும்பாத அறநெறியாளர்களிடம் செல்வம் தானாகவே சேரும்

Wealth will automatically accrue to those who do not dare to covet others' belongings

180. இறலீனும் எண்ணாது வெஃகின் விறல்ஈனும்
வேண்டாமை என்னுஞ் செருக்கு

பின் விளைவுகளைக் கருதாமல் பிறர் பொருள் மேல் விருப்பம் கொள்பவருக்கு அழிவு உண்டாகும்; மாறாக, விருப்பம் கொள்ளாத தன்மை வெற்றியைத் தரும்

Life of those who covet others' properties will get ruined; whereas, life of those who refrain from coveting will be victorious

## புறங்கூறாமை

**181. அறங்கூறான் அல்ல செயினும் ஒருவன்**
**புறங்கூறான் என்றல் இனிது**

ஒருவர் அறமல்லாதவற்றைச் செய்யும் இயல்பினராகவே இருந்தாலும், மற்றவரைப் பற்றி புறங்கூறுவதை மட்டுமாவது அறவே தவிர்க்க வேண்டும்

Even if someone is non virtuous and commits evil deeds by nature, he/she should strictly avoid backbiting at least

**182. அறனழீஇ அல்லவை செய்தலின் தீதே**
**புறனழீஇப் பொய்த்து நகை**

ஒருவர் இல்லாத பொழுதில் பழித்துப் பேசிவிட்டு அவரை நேரில் காண்கையில் பொய்யாக நகைத்துப் பேசுதல், அறத்தை அடியோடு மறுத்து அல்லாதவற்றைச் செய்வதைக் காட்டிலும் கேடானது

Backbiting about someone in their absence and praising them in their presence is worse than committing non virtuous deeds

**183. புறங்கூறிப் பொய்த்துயிர் வாழ்தலின் சாதல்**
**அறங்கூறும் ஆக்கம் தரும்**

ஒருவர் இங்கொன்றும் அங்கொன்றுமாகப் புறம்பேசி பொய்யாக வாழ்வதைவிட இறந்து விடுவது அறநூல்களின்படி உயர்வைத் தரும்

As per the moral literature, it is better to die than to live by backbiting

**184. கண்ணின்று கண்ணறச் சொல்லினும் சொல்லற்க**
**முன்னின்று பின்நோக்காச் சொல்**

ஒருவர் முகத்திற்கு முன் கடுமையான சொற்களைக்கூட சொல்ல லாம்; ஆனால், அவர் இல்லாத பொழுதில் பின்விளைவுகளை எண்ணாமல் அவரைப் பற்றிப் பேசக்கூடாது

One can even utter harsh words in front of someone; but, should not backbite in their absence without considering the consequences

**185. அறஞ்சொல்லும் நெஞ்சத்தான் அன்மை புறஞ்சொல்லும்**
**புன்மையாற் காணப் படும்**

அறத்தைப் பெயரளவில் மட்டும் புகழும் ஒருவருடைய பொய்மையை, அவர் பிறரைப் பற்றிப் புறம் பேசுகிற சிறுமைத்தன்மையைக் கொண்டு உணரலாம்

One may praise virtue for the namesake; but their pettiness will be revealed by the act of backbiting

## Chapter : 19
## Not Backbiting

**186. பிறன்பழி கூறுவான் தன்பழி யுள்ளும்**
**திறன்தெரிந்து கூறப் படும்**

*பிறரது குறைகளை மிகைப்படுத்தித் தூற்றும் வழக்கமுடைய ஒருவர், அவரது குறைகளுக்காகப் பிறரால் மிக மோசமாகத் தூற்றப்படுவார்*

If someone backbites on others' faults, then others will exaggerate the flaws of him/her and backbite in return

**187. பகச்சொல்லிக் கேளிர்ப் பிரிப்பர் நகச்சொல்லி**
**நட்பாடல் தேற்றா தவர்**

*புறம்பேசுபவர்கள் இனிமையாகப் பேசி புதிய நண்பர்களை அடையாதது மட்டுமின்றி, புறம்பேசும் கேடு கெட்ட குணத்தால் இருக்கும் நண்பர் களையும் இழந்து விடுவார்கள்*

Those who backbite will not only fail to foster new friends but will also lose their existing friends

**188. துன்னியார் குற்றமும் தூற்றும் மரபினார்**
**என்னைகொல் ஏதிலார் மாட்டு**

*தமது நெருக்கமானவர்களின் குறையைக்கூட புறம்பேசும் இயல்புடையவர், தம்மோடு அதிகம் பழகாத அயலாரைப் பற்றியும் கண்டிப்பாகப் புறம் பேசுவார்கள்*

Those who backbite even their close friends will indeed backbite strangers also

**189. அறன்நோக்கி ஆற்றுங்கொல் வையம் புறன்நோக்கிப்**
**புன்சொல் உரைப்பான் பொறை**

*புறம்பேசும் பாதகர்களின் உடல் பாரத்தை அறம் காக்கும் கடமைக்காக மட்டுமே இந்த நிலம் சுமக்கிறது*

The Earth endures the burden of backbiters only as a duty of virtue

**190. ஏதிலார் குற்றம்போல் தங்குற்றங் காண்கிற்பின்**
**தீதுண்டோ மன்னும் உயிர்க்கு**

*பிறரது குறைகளைக் காண்பது போல் தமது குறைகளையும் சீர்தூக்கிப் பார்ப்பவர்கள் துன்பமில்லா வாழ்வை அனுபவிப்பர்*

Those who intend to lead a painless life, should first scrutinize their own shortcomings before criticizing others

## அதிகாரம் : 20
## பயனில சொல்லாமை

**191.** பல்லார் முனியப் பயனில சொல்லுவான்
எல்லாரும் எள்ளப் படும்

கேட்பவர் வெறுக்கும்படி பயனில்லாத சொற்களைப் பேசுகிறவர் எல்லாராலும் இகழப்படுவார்

Those who utter useless words to the disgust of listeners, will be despised by all

**192.** பயனில பல்லார்முன் சொல்லல் நயனில
நட்டார்கண் செய்தலிற் றீது

பலர் முன்னிலையில் பயனற்ற சொற்களைக் கூறுதல், நண்பர்களுக்குத் தீமை செய்வதைக் காட்டிலும் கேடானது

Uttering useless words in front of many people is more harmful than causing evil to friends

**193.** நயனிலன் என்பது சொல்லும் பயனில
பாரித் துரைக்கும் உரை

பயனற்றவைகளைப் பற்றி ஒருவர் விரிவாகப் பேசுவது, அவர் அறம் இல்லாதவர் என்பதை உணர்த்தி விடும்

The act of elaborating useless matters reveals one's lack of virtue

**194.** நயன்சாரா நன்மையின் நீக்கும் பயன்சாராப்
பண்பில்சொல் பல்லா ரகத்து

ஒருவர் பயனில்லாததும் பண்பில்லாததுமான சொற்களைப் பலர்முன் சொல்லுவாரானால், அவை அறத்திலிருந்தும் நன்மையிலிருந்தும் அவரை விலக்கி விடும்

If someone utters useless and crude words in front of others, those words will sever him/her from virtue and goodness

**195.** சீர்மை சிறப்பொடு நீங்கும் பயனில
நீர்மை யுடையார் சொலின்

பண்புடைய சான்றோர்கள் பயனற்ற சொற்களைக் கூறும் பொழுது, தமது பெருமையையும் புகழையும் இழக்க நேரிடும்

If the virtuous people utter useless words, they will lose their pride and eminence

## Chapter : 20
## Not Speaking Vain Words

**196. பயனில்சொல் பாராட்டு வானை மகன்எனல்
மக்கட் பதடி யெனல்**

பயனற்ற சொற்களைப் பேசும் வழக்கமுடையவரை மனிதர் என்பதைவிட மனிதருள் பதர் என்று அழைப்பதே தகுந்ததாகும்

It is appropriate to address someone who habitually utters useless words as a human chaff instead of a human

**197. நயனில சொல்லினுஞ் சொல்லுக சான்றோர்
பயனில சொல்லாமை நன்று**

சான்றோர்கள் நீதிக்குத் புறம்பான சொற்களைக்கூட சொல்லலாம்; ஆனால், பயனற்ற சொற்களை மட்டும் ஒருபோதும் சொல்லவே கூடாது

The virtuous people may even utter unfair words; but, should never utter useless words

**198. அரும்பயன் ஆயும் அறிவினார் சொல்லார்
பெரும்பயன் இல்லாத சொல்**

அரிய பயன்களை ஆய்ந்தறியும் வல்லமை உடையவர், பயனற்ற சொற்களை ஒருபோதும் கூறமாட்டார்

The wise who could weigh core benefits will never utter useless words

**199. பொருள்தீர்ந்த பொச்சாந்துஞ் சொல்லார் மருள்தீர்ந்த
மாசறு காட்சி யவர்**

மயக்கமற்ற தூய அறிவுடையவர் மறந்தும்கூட பயனற்ற சொற்களைக் கூற மாட்டார்

The wise who has spotless vision will never utter useless words even forgetfully

**200. சொல்லுக சொல்லிற் பயனுடைய சொல்லற்க
சொல்லிற் பயனிலாச் சொல்**

ஒருவர், சொற்களில் பயனுள்ளவைகளை மட்டுமே சொல்ல வேண்டும்; பயனற்றவைகளை ஒருபோதும் சொல்லக் கூடாது

One should always utter useful words and should avoid useless words completely

## அதிகாரம் : 21
## தீவினையச்சம்

201. தீவினையார் அஞ்சார் விழுமியார் அஞ்சுவர்
 தீவினை என்னும் செருக்கு

*தீவினைகளைச் செய்வதற்கு தீயவர்கள் சிறிதும் அஞ்ச மாட்டார்கள்; ஆனால், சான்றோர்களோ பெரிதும் அஞ்சி நடுங்குவர்*

The wicked will never hesitate to do evil things, whereas, the noble people will always fear for the consequences of evil deeds

202. தீயவை தீய பயத்தலால் தீயவை
 தீயினும் அஞ்சப் படும்

*தீயசெயல்கள் தீமை விளைவிக்கும் தன்மை உடையவை யாதலால், அவை தீயைவிடக் கொடுமையானவையாகக் கருதி அஞ்சப்பட வேண்டும்*

As the evil deeds are certainly destructive, they have to be feared more than fire

203. அறிவினுள் எல்லாந் தலையென்ப தீய
 செறுவார்க்கும் செய்யா விடல்

*தமக்குத் தீமை செய்தவருக்குக்கூட தீமை செய்யாத தன்மையே தலையாய அறிவு எனப் போற்றப்படும்*

The nature of not doing evils even to the harmful enemies is considered as the paramount wisdom

204. மறந்தும் பிறன்கேடு சூழற்க சூழின்
 அறஞ்சூழம் சூழ்ந்தவன் கேடு

*ஒருவர் மறதியாகக்கூட பிறர்க்குத் தீமை செய்ய எண்ணக்கூடாது; ஏனெனில், தீமை செய்ய நினைப்பவர் அறத்தின்படி பெருந்தீமைக்கு ஆளாவார்*

One should never do evil to others, even forgetfully; because, virtue will cause more evil to those who intend to harm others

205. இலன் என்று தீயவை செய்யற்க செய்யின்
 இலனாகும் மற்றும் பெயர்த்து

*ஒருவர் தனது ஏழ்மையைக் காரணமாகக் கொண்டு பிறர்க்குத் தீங்கு விளைவிக்கும் செயல்களில் ஈடுபட்டால், அவர் மேலும் கொடிய வறுமை நிலைக்கு உள்ளாவார்*

Those who intend to do harmful deeds to others due to poverty, will get impoverished further

## Chapter : 21
## Fear of doing evil

**206. தீப்பால தான்பிறர்கண் செய்யற்க நோய்ப்பால**
**தன்னை அடல்வேண்டா தான்**

துன்பம் தரும் தீவினைகளிலிருந்து தம்மைத் தற்காத்துக் கொள்ள விரும்புபவர், தாம் பிறர்க்கு அத்தகைய தீவினைகளைச் செய்வதைத் தவிர்க்க வேண்டும்

Those who wish to protect themselves from harmful evil deeds, should refrain themselves from doing such harmful deeds to others

**207. எனைப்பகை யுற்றாரும் உய்வர் வினைப்பகை**
**வீயாது பின்சென்று அடும்**

எப்படிப்பட்ட கொடிய பகையிலிருந்தும் ஒருவர் தப்பி வாழ முடியும்; ஆனால், அவரது தீயசெயல்களால் விளையும் வினைப்பகை விடாமல் தொடர்ந்து சென்று அவரை அழிக்கும்

One could even escape from a dreadful enmity; but, the enmity arising out of one's own evil deeds will certainly lead to self destruction

**208. தீயவை செய்தார் கெடுதல் நிழல்தன்னை**
**வீயாது அஇஉறைந் தற்று**

பிறர்க்குத் தீமை செய்பவரின் அழிவு உடலுடன் ஒன்றியிருக்கும் நிழல் போல அவரை விட்டு ஒருபோதும் விலகுவதில்லை

Destruction never leaves the evil doer similar to the shadow which follows the footsteps

**209. தன்னைத்தான் காதல னாயின் எனைத்தொன்றும்**
**துன்னற்க தீவினைப் பால்**

தமது நலன்மீது விருப்பமுள்ளவர் தீய செயல்களின் மீது சிறிதளவும் நாட்டம் கொள்ளலாகாது

Those who care for their self should refrain themselves completely from evil deeds

**210. அருங்கேடன் என்பது அறிக மருங்கோடித்**
**தீவினை செய்யான் எனின்**

தீயவழியில் சென்று பிறர்க்குத் தீங்கு விளைவிக்காதவர்க்கு எவ்விதக் கேடும் ஏற்படாது என்பது உறுதி

Those who refrain from doing evil deeds to others could surely secure themselves from evils of any kind

## அதிகாரம் : 22
## ஒப்பரவறிதல்

**211.** கைம்மாறு வேண்டா கடப்பாடு மாரிமாட்டு
என் ஆற்றுங் கொல்லோ உலகு

*கைமாறு கருதாமல் இவ்வுலகிற்காகப் பொழியும் மழையைப் போல, ஒருவர் பதிலுதவி எதிர்பாராமல் சமூகத்திற்குக் கடமையாற்ற வேண்டும்*

Like the rain which never expects anything in return from this world, one should deliver duties to the society without expecting any recompense

**212.** தாளாற்றித் தந்த பொருளெல்லாம் தக்கார்க்கு
வேளாண்மை செய்தற் பொருட்டு

*ஒருவர் முயன்று சேர்த்த பொருளெல்லாம் தகுதியானவர்களுக்கு உதவிடும் பொருட்டே ஆகும்*

The purpose of wealth earned by diligent efforts is only to help the needy

**213.** புத்தே ளுலகத்தும் ஈண்டும் பெறலரிதே
ஒப்புரவின் நல்ல பிற

*இயலாதவர்க்கு உதவிடும் ஒப்புரவைவிட உயரிய பண்பு இவ்வுலகத்தில் மட்டுமல்ல பேரண்டத்தின் எவ்விடத்திலும் கிடையாது*

There is no better attribute than helping the needy, not only in this world but anywhere in the universe

**214.** ஒத்த தறிவான் உயிர்வாழ்வான் மற்றையான்
செத்தாருள் வைக்கப் படும்

*இயலாதவர்க்கு உதவி செய்து வாழ்பவரே உயிர்வாழ்பவர் எனப்படுவர்; அதற்கு மாறானவர் இறந்தவராகவே கருதப்படுவர்*

Only those who help the needy are considered as living; others are considered as dead

**215.** ஊருணி நீர்நிறைந் தற்றே உலகவாம்
பேரறி வாளன் திரு

*ஒப்புரவைப் போற்றி வாழும் பேறறிவாளரின் செல்வம், பொது குடிநீர்க் குளம் நிறைந்து ஊராருக்குப் பயன்படுவது போன்றது*

The wealth possessed by benevolent wise person is beneficial to the needy, similar to a public well filled with drinking water

# Chapter : 22
# Duty to Society

216. பயன்மரம் உள்ளூர்ப் பழுத்தற்றால் செல்வம்
நயனுடை யான்கண் படின்

பிறர்க்கு உதவும் நற்குணம் உடையவரிடம் சேரும் செல்வம், ஊரின் நடுவே பழுத்துக் குலுங்கும் மரத்தைப் போன்று எல்லோருக்கும் பயன்தருவதாகும்

The wealth possessed by benevolent person is beneficial to the needy, similar to a fruit bearing tree in the midst of a village

217. மருந்தாகித் தப்பா மரத்தற்றால் செல்வம்
பெருந்தகை யான்கண் படின்

பிறர்க்கு உதவும் பெருந்தகைமை உடையவரிடம் சேரும் செல்வம், தனது எல்லாப் பாகங்களாலும் மருந்தாகப் பிறர்க்குப் பயன்படும் மூலிகை மரத்தைப் போன்றதாகும்

The wealth possessed by benevolent person is beneficial to the needy, similar to a herbal tree that serves as medicine by all its parts

218. இடனில் பருவத்தும் ஒப்புரவிற்கு ஒல்கார்
கடனறி காட்சி யவர்

இயலாதவர்க்கு உதவிடும் ஒப்புரவாகிய கடமையை உணர்ந்தவர், தாம் வறுமையுற்று நலிந்த நிலையிலும் பிறர்க்கு உதவுவதில் மனம் தளர மாட்டார்கள்

Those who realize their duty of benevolence will never fail to help the needy, even in their dire poverty

219. நயனுடையான் நல்கூர்ந்தா னாதல் செயும்நீர
செய்யாது அமைகலா வாறு

இயலாதவர்க்கு தம்மால் உதவிட முடியாமல் வருந்தும் நிலையில், ஒப்புரவாகிய நற்பண்பு உடையவர் தம்மை வறியவராக உணர்கிறார்

The benevolent people consider themselves as poor when they are unable to help the needy

220. ஒப்புரவி னால்வரும் கேடெனின் அஃதொருவன்
விற்றுக்கோள் தக்க துடைத்து

ஒப்புரவினால் கேடு வருவதாகக் கொண்டால், அக்கேட்டினை ஒருவர் தம்மை விற்றாவது வாங்கிக் கொள்ளலாம்

If benevolence is considered causing ruin to someone, it is worth getting even by selling oneself

## அதிகாரம் : 23
### ஈகை

**221.** வறியார்க்கொன்று ஈவதே ஈகைமற் றெல்லாம்
குறியெதிர்ப்பை நீர துடைத்து

வறியவர்க்கு உதவி செய்வதே ஈகையாகும்; மற்றவையெல்லாம் ஏதாவது ஆதாயத்தை எதிர்பார்த்து செய்யப்படுபவையே ஆகும்

Only the help extended to destitute is charity; the rest are being done with the expectation of something in return

**222.** நல்லாறு எனினும் கொளல்தீது மேலுலகம்
இல்லெனினும் ஈதலே நன்று

பிறரிடமிருந்து நல்ல வழியில் பொருள் பெற்றாலும் அது இழிவானது; ஆனால், வளமான வாழ்வு கிடைக்காது என்றாலும் இல்லாதவர்க்கு ஈவதே சிறந்தது

It is dishonorable to receive material from others even in a good way; whereas, it is better to continue charity even if a prosperous life is denied

**223.** இலனென்னும் எவ்வம் உரையாமை ஈதல்
குலனுடையான் கண்ணே யுள

தான் வறியவர் என்னும் அவலச் சொல்லை ஒருவர் கூறுவதற்குமுன், அவருக்கான உதவியைச் செய்வது நல்ல குடியில் பிறந்த ஈகையாளனின் குணமாகும்

Extending help even before one expresses one's poverty is the characteristic of noble people

**224.** இன்னாது இரக்கப் படுதல் இரந்தவர்
இன்முகங் காணும் அளவு

இரவலருக்கு வேண்டிய உதவியைச் செய்து அவரின் மலர்ந்த முகத்தைக் காணும் வரையில், ஈகையாளரின் நிலை துன்பமானது

The situation of benevolent will be painful, until seeing the smiling face of needy by extending the necessary help

**225.** ஆற்றுவார் ஆற்றல் பசிஆற்றல் அப்பசியை
மாற்றுவார் ஆற்றலின் பின்

தமது பசியைப் பொறுத்துக் கொள்ளும் ஆற்றலைவிட, பிறர் பசியைப் போக்கும் ஆற்றலே மேம்பட்டதாகும்

The ability to relieve others from hunger is better than the ability to endure one's own hunger

## Chapter : 23
## Charity

**226. அற்றார் அழிபசி தீர்த்தல் அஃதொருவன்**
**பெற்றான் பொருள்வைப் புழி**

வறியவரின் பசியைத் தீர்க்கும் அரும்பணியே, பொருள் பெற்ற ஒருவர் தமது செல்வத்தைச் சேர்த்து வைக்கும் கருவூலமாகும்

The noble act of relieving the poor from hunger is the treasury where the rich could store their wealth

**227. பாத்தூண் மரீஇ யவனைப் பசியென்னும்**
**தீப்பிணி தீண்டல் அரிது**

தன்னுடைய உணவை மற்றவர்களுடன் பகிர்ந்து உண்ணும் பழக்கம் உடையவர்களைப் பசியென்னும் கொடிய நோய் ஒருபோதும் தீண்டாது

Those who have the habit of sharing their food with others will never be affected by the disease of hunger

**228. ஈத்துவக்கும் இன்பம் அறியார்கொல் தாமுடைமை**
**வைத்திழக்கும் வன்க ணவர்**

ஈட்டிய பொருளை இல்லாதவர்க்குக் கொடுக்காமல் தாமே வைத்திருந்து பின் இழக்கவும் தயங்காத இரக்கமற்றவர்கள், ஈகையின் இன்பத்தை அறியாதவர்கள்

Those who hoard their hard-earned wealth and even ready to loss it without sharing with the poor, are ignorant of joy of charity

**229. இரத்தலின் இன்னாது மன்ற நிரப்பிய**
**தாமே தமியர் உணல்**

சேர்த்த பொருளை மேலும் பெருக்க எண்ணி, பிறருக்கு ஈயாமல் தாமே அனுபவிப்பது, வறுமையினால் பிறரிடம் கை ஏந்தி நிற்பதைவிடக் கொடியது

Enjoying alone without sharing with the needy merely for further increasing one's hoarded wealth, is worse than begging

**230. சாதலின் இன்னாத தில்லை இனிததூஉம்**
**ஈதல் இயையாக் கடை**

வறியவர்க்கு உதவ இயலாத நிலை வரும் பொழுது துன்பகரமான சாதல் கூட இன்பமானதாக ஆகிவிடுகிறது

Even the miserable death becomes pleasant, when one is unable to help the needy

## அதிகாரம் : 24
## புகழ்

**231. ஈதல் இசைபட வாழ்தல் அதுவல்லது**
**ஊதியம் இல்லை உயிர்க்கு**

வறியவர்க்கு உதவி செய்து அதனால் ஏற்படும் புகழுடன் வாழ்வதைவிட வாழ்வில் ஆக்கம் தருவது வேறில்லை

There is nothing better in life than the fame which could be attained by means of helping the poor

**232. உரைப்பார் உரைப்பவை எல்லாம் இரப்பார்க்கொன்று**
**ஈவார்மேல் நிற்கும் புகழ்**

இவ்வுலகில் போற்றிப் பேசுபவர்களின் புகழுரை எல்லாம் ஏழைகளுக்கு உதவுபவர்களின் புகழைப் பற்றியதே ஆகும்

All the praise in this world is only the fame of benevolent people who help the needy

**233. ஒன்றா உலகத்து உயர்ந்த புகழல்லால்**
**பொன்றாது நிற்பதொன் றில்**

புகழைத் தவிர இவ்வுலகத்தில் உயர்ந்ததாகவும் ஒப்பற்றதாகவும் நிலைத்து நிற்பது வேறெதுவும் இல்லை

Nothing is immortal in this world except the fame which is exalted and incomparable

**234. நிலவரை நீள்புகழ் ஆற்றின் புலவரைப்**
**போற்றாது புத்தேள் உலகு**

எதிர்கால உலகம், அறிவிற் சிறந்தவரை விடுத்து பிறர்நலம் நாடி புகழ் பெற்று வாழ்ந்தவரையே போற்றும்

The world ahead, will hail those who earned eternal fame by generosity, not those who excelled in knowledge

**235. நத்தம்போல் கேடும் உளதாகும் சாக்காடும்**
**வித்தகர்க் கல்லால் அரிது**

வாழ்வின் துன்பத்தையும் மீறிப் புகழ் எய்துவதும், தமது இறப்பிலும் கூட புகழை நிலைநாட்டுவதும் அறிவாற்றலை வளர்த்துக் கொண்டவர்க்கே உரிய தன்மைகளாகும்

To attain fame amidst challenges and to sustain it even after death are the unique qualities of the wise who have developed intellect and calibre

# Chapter : 24
# Fame

236. தோன்றின் புகழொடு தோன்றுக அஃதிலார்
    தோன்றலின் தோன்றாமை நன்று

ஒருவர் எந்தத் துறையில் ஈடுபட்டாலும் புகழுடன் திகழ வேண்டும்; அவ்வாறு இயலாத நிலையில் அத்துறையில் ஈடுபடாமல் தவிர்ப்பதே சிறந்தது

One should earn fame in the intended field; else, it is better to avoid involvement in that field

237. புகழ்பட வாழாதார் தந்நோவார் தம்மை
    இகழ்வாரை நோவது எவன்?

புகழ் உண்டாகுமாறு வாழ இயலாதவர்கள், அதற்குக் காரணமான தம்மை விடுத்து, தம்மை இகழ்வாரை நொந்து கொள்வதில் அர்த்தமில்லை

It is meaningless for those who could not earn fame, to blame those who despise them, instead of blaming themselves

238. வசையென்ப வையத்தார்க் கெல்லாம் இசையென்னும்
    எச்சம் பெறாஅ விடின்

தமது காலத்திற்குப் பின்னும் நிலைத்து நிற்பதாகிய புகழைப் பெறா விட்டால் அது ஒருவர் வாழ்க்கைக்கு வந்த பழி என அறிவார்ந்தோர் கூறுவர்

According to the wise, it is a disgrace if someone fails to leave behind fame

239. வசையிலா வண்பயன் குன்றும் இசையிலா
    யாக்கை பொறுத்த நிலம்

புகழ் பெறாமல் வாழ்வைக் கழிக்கும் மக்களைத் தாங்கும் நிலம், விளைச்சல் குன்றி பயனற்றுப் போகும்

The land which supports people living without fame, will dwindle in yield and become useless

240. வசையொழிய வாழ்வாரே வாழ்வார் இசையொழிய
    வாழ்வாரே வாழா தவர்

தமது வாழ்க்கையில் பழி ஏற்படாமலும் புகழ் உண்டாகுமாறும் வாழ்பவரே உயிர் வாழ்பவராகக் கருதப்படுவர்; மாறாக, பழியோடும் புகழற்றும் வாழ்பவர் இருந்தும் இல்லாதவரே ஆவர்

Only those who live by avoiding blame and earning fame are considered as living; others are considered as mere survivors

## அதிகாரம் : 25
## அருளுடைமை

241. **அருட்செல்வம் செல்வத்துள் செல்வம் பொருட்செல்வம்**
**பூரியார் கண்ணும் உள**

இழிந்தவரிடத்திலும் கூட இருப்பதாகிய பொருட்செல்வத்தை விட உயர்ந்தவரிடத்தில் மட்டுமே இருக்கும் அருட்செல்வமே, செல்வங்களில் எல்லாம் சிறந்த செல்வமாகும்

Compassion being possessed only by the kind people is greater than any other material wealth being possessed by even the mean people

242. **நல்லாற்றாள் நாடி அருளாள்க பல்லாற்றால்**
**தேரினும் அஃதே துணை**

அனைத்து நெறிகளின்படி ஆராய்ந்தாலும் அருளே வாழ்க்கைக்குத் துணை என்பது உறுதியாவதால், நல்ல வழியை நாடி அருளுடையவர்களாக விளங்க வேண்டும்

As compassion is the reliable aid to life according to all the faith, one should pursue compassion by fair means

243. **அருள்சேர்ந்த நெஞ்சினார்க் கில்லை இருள்சேர்ந்த**
**இன்னா உலகம் புகல்**

அருள் நிறைந்த மனமுடையோர்க்கு அறியாமை இருள் நிறைந்த துன்ப வாழ்வை வாழ வேண்டிய அவல நிலை ஒரு போதுமில்லை

The kind hearted people will never have to live a wretched life full of ignorance and darkness

244. **மன்னுயிர் ஓம்பி அருளாள்வார்க்கு இல்லென்ப**
**தன்னுயிர் அஞ்சும் வினை**

உலகின் அனைத்து உயிர்களிடத்தும் கருணையுடன் போற்றி நடப்பவர்க்கு தமது உயிரைப் பற்றிக் கவலை அடைய வேண்டியத் தேவையில்லை

Those who are compassionate and intend to protect other beings of world are free from fear of own life

245. **அல்லல் அருளாள்வார்க்கு இல்லை வளிவழங்கும்**
**மல்லன்மா ஞாலங் கரி**

அருளுடையவராக வாழ்கின்றவர்க்கு ஒருபோதும் துன்பம் ஏற்படுவதில்லை என்பதற்கு, காற்றினால் வளம்பெற்று விளங்கும் இப்பேருலகமே சான்றாகும்

This great earth enriched by the wind bears evidence that those who live with compassion will never suffer any pain

# Chapter : 25
# Compassion

246. பொருள்நீங்கிப் பொச்சாந்தார் என்பர் அருள்நீங்கி
 அல்லவை செய்தொழுகு வார்

அருளற்று அறமல்லாதவற்றைச் செய்து வாழ்பவர்களை, வாழ்வின் பொருளை இழந்தவர் எனவும் அதன் குறிக்கோளை மறந்தவர் எனவும் அறிஞர் கூறுவர்

According to the scholar, those who have lost the meaning and purpose of life, lead a life without compassion and virtue

247. அருளில்லார்க்கு அவ்வுலகம் இல்லை பொருளில்லார்க்கு
 இவ்வுலகம் இல்லாகி யாங்கு

பொருட்செல்வம் இல்லாதவர்க்கு இவ்வுலகத்து வாழ்க்கை சிறப்பாக அமையாததைப் போல, பிற உயிர்களிடத்தில் அருள் இல்லாதவரின் அடுத்த தலைமுறைக்கு சிறப்பான வாழ்க்கை அமையாது

Just as the life of this world is not better for the wealth-less people, the life of next generation will not be better for the unkind people

248. பொருளற்றார் பூப்பர் ஒருகால் அருளற்றார்
 அற்றார்மற் றாதல் அரிது

பொருளை இழந்தவர் கூட என்றோ ஒரு காலத்தில் மீண்டும் வளம் பெற்று வாழலாம்; ஆனால், அருளை இழந்தவர் அதிலிருந்து மீண்டு வளமாக வாழ வாய்ப்பில்லை

Even those who lose wealth will get prospered in some day; but, those who lose mercy will never get flourished

249. தெருளாதான் மெய்ப்பொருள் கண்டற்றால் தேரின்
 அருளாதான் செய்யும் அறம்

அருளற்றவர் செய்யும் அறச்செயல், அறிவுத் தெளிவற்றவர் ஒரு நூலின் உண்மைப் பொருளை விளங்கிக் கொள்வதைப் போன்றது

Charity without mercy is similar to an ignorant mind seeking the actual meaning of a book

250. வலியார்முன் தன்னை நினைக்க தான் தன்னின்
 மெலியார்மேல் செல்லு மிடத்து

ஒருவர் தம்மைவிட மெலித்தவரைத் துன்புறுத்த முனையும் போது, தம்மைவிட வலியவர் முன் தாம் அஞ்சி நிற்கும் நிலையை எண்ணிப் பார்க்க வேண்டும்

Those who intend to harm weaker persons, should imagine their own state of fear against stronger ones

## அதிகாரம் : 26
## புலால் மறுத்தல்

**251. தன்னூன் பெருக்கற்குத் தான்பிறிது ஊனுண்பான்
எங்ஙனம் ஆளும் அருள்?**

*தன்னுடம்பை வளர்க்க பிறிதோர் உயிரின் உடலை உண்பவர் அருளுடையவராக இருப்பது கடினம்*

It is difficult for those who survive by eating animal flesh, to be kind hearted

**252. பொருளாட்சி போற்றாதார்க்கு இல்லை அருளாட்சி
ஆங்கில்லை ஊன்தின் பவர்க்கு**

*பொருளைப் பேணிக் காக்கத் தவறியவர்க்குப் பொருளுடையவர் என்ற சிறப்பு இல்லை; புலால் உண்பவர்க்கு அருளுடையவர் என்ற சிறப்பு இல்லை*

Those who fail to preserve wealth can not have property; those who survive on meat may not have kindness

**253. படைகொண்டார் நெஞ்சம்போல் நன்னூக்காது ஒன்றன்
உடல்சுவை உண்டார் மனம்**

*படைக் கருவியைக் கையாள்பவர் மனது இரக்கத்தை எண்ணிப் பாராதது போலப் பிற உயிரை உணவாக உண்பவர் நெஞ்சமும், அருளுடைமையைப் போற்றாது*

Those who survive by eating other living beings will not honor compassion, like those who handle murderous weapons

**254. அருளல்லது யாதெனின் கொல்லாமை கோறல்
பொருளல்லது அவ்வூன் தினல்**

*ஓர் உயிரையும் கொல்லாமை அருளுடைமையாகும்; பிற உயிரைக் கொல்வதும் அதன் இறைச்சியை உண்பதும் அருளற்ற செயல்களாகும்*

Non killing any creatures is kindness; killing other living beings and eating their meat is unkindness

**255. உண்ணாமை உள்ளது உயிர்நிலை ஊனுண்ண
அண்ணாத்தல் செய்யாது அளறு**

*புலால் உண்ணாமை என்னும் அறத்தில்தான் உயிர்கள் இவ்வுலகில் நிலைபெற்றுள்ளன; இவ்வறத்தினை நிலை குலைக்கும் வகையில் புலால் உண்பவர்கள் தாங்கள் தேடிக் கொள்ளும் துன்பத்திலிருந்து வெளிவருவது கடினம்*

Life is based on the virtue of not eating flesh; it is difficult for those who tend to destabilize this virtue, to escape from the misery they sought themselves

## Chapter : 26
## Avoiding Meat

256. தினற்பொருட்டால் கொல்லாது உலகெனின் யாரும்
விலைப்பொருட்டால் ஊன்றருவா ரில்

இவ்வுலகில் இறைச்சியின் பொருட்டு உயிர்கள் கொல்லப் படாவிட்டால்,
அதனை விற்கும் தொழிலை எவரும் மேற்கொள்ள மாட்டார்

In this world, no one will sell the meat, if animals are not slaughtered for the sake of it

257. உண்ணாமை வேண்டும் புலாஅல் பிறிதொன்றன்
புண்ணது உணர்வார்ப் பெறின்

இறைச்சி என்பது பிறிதோர் உயிரின் உடற்புண் என்பதை உணர்ந்தவர்
அதனை உண்பதைத் தவிர்க்க வேண்டும்

Those who realized that meat is the wound of other creatures should avoid eating it

258. செயிரின் தலைப்பிரிந்த காட்சியார் உண்ணார்
உயிரின் தலைப்பிரிந்த ஊன்

குறையற்ற தெளிந்த அறிவினையுடையவர், ஓர் உயிரைப் பிரித்து அதன்
இறைச்சியை உண்ணத் துணிய மாட்டார்

The clear minded wise people will never dare to separate the life of any creature for the sake of meat

259. அவிசொரிந் தாயிரம் வேட்டலின் ஒன்றன்
உயிர்செகுத் துண்ணாமை நன்று

ஆயிரமாயிரம் வழிபாடுகளையும் தியாகங்களையும் விட உணவுக்காக ஓர்
உயிரைக் கொல்லாதிருத்தல் சிறந்தது

Not killing a life for food is better than thousands of prayers and sacrifices

260. கொல்லான் புலாலை மறுத்தானைக் கைகூப்பி
எல்லா உயிருந் தொழும்

எந்த ஓர் உயிரையும் கொல்லாமலும் இறைச்சியைத் தவிர்த்தும் வாழ்பவரை
இவ்வுலகத்து உயிர்கள் இருகரம் கூப்பி வணங்கி வாழ்த்தும்

Those who avoid killing lives and taking meat will be adored by all the living beings of this world

அதிகாரம் : 27
தவம்

261. உற்றநோய் நோன்றல் உயிர்க்குறுகண் செய்யாமை
அற்றே தவத்திற் குரு

தம்முடைய துன்பத்தைப் பொறுத்தலும் பிற உயிர்களுக்குத் துன்பம் செய்யாது இருத்தலும் தவம் எனப்படும்

Enduring own sufferings and refraining from causing sufferings to other living beings are called as penance

262. தவமும் தவமுடையார்க்கு ஆகும் அதனை
அஃதிலார் மேற்கொள் வது

உறுதியும் அடக்கமும் உடையவருக்கே தவத்தின் பெருமை வாய்க்கும் என்பதால், இத்தகைய ஒழுக்கம் இல்லாதவர்கள் தவத்தை மேற்கொள்ளாமை நல்லது

As penance could only be acquired by the steadfast and humble, it is better those who are lacking such basic discipline should avoid trying it

263. துறந்தார்க்குத் துப்புரவு வேண்டி மறந்தார்கொல்
மற்றை யவர்கள் தவம்

ஒருவர், தவம் மேற்கொள்ளும் துறவிகளுக்கு உதவிடும் முனைப்பில், தன்னுடைய தவ ஒழுக்கத்தை மறந்து விடக் கூடாது

One should not refrain from penance in order to support sustaining the penance of ascetics

264. ஒன்னார்த் தெறலும் உவந்தாரை ஆக்கலும்
எண்ணின் தவத்தான் வரும்

பகைவரை வீழ்த்துவதற்கும் நண்பர்களைப் போற்றுவதற்கும் தேவையான ஆற்றல் தவத்தின் வலிமையால் கைவரப் பெறும்

The energy required to vanquish enemies and cherish friends is obtained by the power of penance

265. வேண்டிய வேண்டியாங் கெய்தலால் செய்தவம்
ஈண்டு முயலப் படும்

விரும்பியவற்றை விரும்பியபடியே அடைய முடியும் என்பதால், தவம் முயன்று செய்யப்பட வேண்டும்

As the desired things could be achieved as they are, penance should be practiced with effort

## Chapter : 27
## Penance

266. தவஞ் செய்வார் தங்கருமஞ் செய்வார்மற் றல்லார்
அவஞ்செய்வார் ஆசையுட் பட்டு

அடக்கம், அன்பு மற்றும் பொறுமை ஆகிய அருங்குணங்களுடன் தவம் மேற்கொள்பவர்களே தமது கடமையைச் செய்பவர்கள்; மற்றவர்களோ ஆசை வலைப்பட்டு பயனற்றவற்றைச் செய்பவராவர்

Those who perform penance are known as achievers of noble duties; others, entangled with desire, merely indulge in evil deeds

267. சுடச்சுடரும் பொன்போல் ஒளிவிடும் துன்பஞ்
சுடச்சுட நோற்கிற் பவர்க்கு

நெருப்பின் வெப்பத்தால் சுடப்பட்டு ஒளிவிடுகின்ற தங்கத்தைப் போல, குறிக்கோளுக்காகத் தம்மை வருத்திக் கொள்பவர்கள் வாழ்வில் புகழடைவார்கள்

Like the gold getting brighter by the heat of fire, those who endure suffering for a purpose will attain fame in life

268. தன்னுயிர் தான்அறப் பெற்றானை ஏனைய
மன்னுயி ரெல்லாந் தொழும்

தம்முடைய தவத்தின் வலிமையால் தான் என்னும் எண்ணம் முழுதும் நீங்கப் பெற்றவர் மற்ற உயிர்களால் வியந்து போற்றப்படுவார்

Those who learnt to renounce ego with the help of penance, will be cherished by other lives of this world

269. கூற்றம் குதித்தலும் கைகூடும் நோற்றலின்
ஆற்றல் தலைப்பட் டவர்க்குல்

தவத்தால் வரும் வலிமையைப் பெற்றவருக்கு இறப்பைக் கூட வெல்லும் வல்லமை கைகூடும்

Those who have attained strength by way of penance will have the power to overcome even the death

270. இலர்பல ராகிய காரணம் நோற்பார்
சிலர்பலர் நோலா தவர்

இவ்வுலகில் ஆற்றலற்றவர்கள் அதிகமாக இருப்பதற்குக் காரணம், மன உறுதியுடன் தவம் மேற்கொள்பவர் குறைவாக இருப்பதும், மன உறுதியற்றவர் அதிகமாக இருப்பதும் தான்

The reason why there are more powerless people in this world is because the proportion of people who do not practice penance is more than those could practice penance

## அதிகாரம் :28
## கூடா ஒழுக்கம்

**271.** வஞ்ச மனத்தான் படிற்றொழுக்கம் பூதங்கள்
ஐந்தும் அகத்தே நகும்

வஞ்சமனம் உடையவரது ஏமாற்று நடத்தையைக் கண்டு அவரது உடலில் நிறைந்துள்ள நிலம், நீர், தீ, காற்று, வெளி எனப்படும் பஞ்சபூதங்களும் எள்ளி நகையாடும்

The pretentious behavior of deceitful people will be ridiculed and laughed at by the five elements of life i.e. Earth, Water, Fire, Air and Space, present in their body

**272.** வானுயர் தோற்றம் எவன்செய்யும் தன்னெஞ்சம்
தான்அறி குற்றப் படின்

தமது மனதறிந்து குற்றச் செயலில் ஈடுபடுபவர் மேற்கொள்ளும் துறவுக் கோலத்தால் ஒருபோதும் பயனில்லை

The saintly external postures will never be of any help, for those who consciously involve in crimes

**273.** வலியில் நிலைமையான் வல்லுருவம் பெற்றம்
புலியின்தோல் போர்த்துமேய்ந் தற்று

மனவலிமை இல்லாதவரின் துறவுக்கோலம், புலியின் தோலைப் போர்த்திக் கொண்டு பயிரை மேயும் பசுவைப் போன்றது

Pretension of sainthood by those who lack self control, is similar to a grazing cow clothed in tiger skin

**274.** தவமறைந்து அல்லவை செய்தல் புதல்மறைந்து
வேட்டுவன் புள்சிமிழ்த் தற்று

ஒருவர் தவக்கோலம் பூண்டு தகாத செயல்களில் ஈடுபடுவது, புதரில் மறைந்து வேடர் பறவைகளைப் பிடிப்பதைப் போன்றது

The act of those who indulge in sinful deeds by disguising as ascetic, is similar to a hunter catching birds by hiding in the bush

**275.** பற்றற்றேம் என்பார் படிற்றொழுக்கம் எற்றெற்றென்று
ஏதம் பலவுந் தரும்

பற்றுகளைத் துறந்ததாகப் பொய்யுரைத்து தவறான வாழ்வை மேற்கொள்பவர், பிறகு அதற்காக வருந்தும்படி பல துன்பங்களை அடைவார்

Those who falsely claim sainthood and indulge in inappropriate deeds, will not only regret for that but also get eternal misery

## Chapter : 28
## Improper Conduct

**276. நெஞ்சின் துறவார் துறந்தார்போல் வஞ்சித்து**
**வாழ்வாரின் வன்கணார் இல்**

*பற்றுக்களைத் துறந்தவரைப் போல் ஏமாற்றி வாழும் வஞ்சகர்களைவிட கொடியவர், இவ்வுலகத்தில் இல்லை*

There is none in this world as cruel as those who deceive by pretending as ascetics

**277. புறங்குன்றி கண்டனைய ரேனும் அகங்குன்றி**
**மூக்கிற் கரியார் உடைத்து**

*புறத்தோற்றத்தில் குன்றிமணியின் மேனியைப் போல ஒளிபொருந்தியும், அகத்தில் குன்றிமணியின் மூக்கைப் போல இருண்ட தன்மையும் கொண்டு விளங்கும் மனிதர்கள் இவ்வுலகில் உண்டு*

There are people in this world who are shiny at the outside like the bright body of Rosary pea, but actually dark inside like its nose

**278. மனத்தது மாசாக மாண்டார் நீராடி**
**மறைந்தொழுகு மாந்தர் பலர்**

*மனதில் அழுக்கை மறைத்து உடலை மட்டும் சுத்தமாக வைத்து மாண்புடையோர் போல வாழ்ந்து வருபவர் உலகில் உண்டு*

There are people in this world who hide the evil in mind but keep only their body clean and live like ascetics

**279. கணைகொடிது யாழ்கோடு செவ்விதுஆங் கன்ன**
**வினைபடு பாலால் கொளல்**

*வடிவில் நேராகத் தோன்றும் அம்பு கெடுதலையும், வளைந்து தோன்றும் யாழ் இனிமையையும் தரவல்லவை. அஃதே போல், மனிதரின் பண்புகளை அவர்தம் செயலால் மட்டுமே உணர்ந்துகொள்ளல் வேண்டும்*

Straight looking arrow causes evil whereas the crooked lute brings charm. Likewise, the human qualities should only be judged based on their deeds

**280. மழித்தலும் நீட்டலும் வேண்டா உலகம்**
**பழித்தது ஒழித்து விடின்**

*ஆன்றோர் பழிக்கும் தீயொழுக்கத்தைத் துறந்தவர்க்கு, மொட்டை அடித்தலும் சடை வளர்த்தலுமாகிய புறக் கோலங்கள் ஒருபோதும் தேவைப்படாது*

Changing the external features like shaving head or growing lengthy hair, will not be required for those who renounced the evil deeds condemned by the wise

## அதிகாரம் : 29
## கள்ளாமை

**281.** எள்ளாமை வேண்டுவான் என்பான் எனைத்தொன்றும்
கள்ளாமை காக்கதன் நெஞ்சு

இகழ்ச்சியைத் தவிர்க்க விரும்புபவர் பிறரின் உடமையை மனதாலும் கவரத் துணியக் கூடாது

Those who want to avoid contempt, should never dare to steal others' possessions

**282.** உள்ளத்தால் உள்ளலும் தீதே பிறன்பொருளைக்
கள்ளத்தால் கள்வேம் எனல்

பிறர் உடைமைகளைத் தவறான வழியில் கவர வேண்டுமென்று மனதளவில் நினைப்பது கூட தீமையானதாகும்

Even the mere thought of coveting others' possessions by wrongful means itself is harmful

**283.** களவினால் ஆகிய ஆக்கம் அளவிறந்து
ஆவது போலக் கெடும்

திருட்டு, கொள்ளை ஆகிய தீயவழிகளில் சேர்க்கப்படும் செல்வம் முதலில் பெருகுவது போல் தோன்றினாலும், பிறகு இருந்ததைவிட மேலும் குறைந்து ஒட்டுமொத்தமாக அழிந்து விடும்

The wealth acquired by evil means like theft and robbery may seem to be increasing initially, but will get diminished eventually from the original level and perished ultimately

**284.** களவின்கண் கன்றிய காதல் விளைவின்கண்
வீயா விழுமம் தரும்

களவு செய்வதில் ஒருவருக்கு ஏற்படும் மிகுந்த விருப்பம், அதன் விளைவுகளால் தீராத துன்பத்தை உண்டாக்கும்

The strong desire of coveting others' belongings by evil means, will lead to eternal sufferings by its consequences

**285.** அருள்கருதி அன்புடைய ராதல் பொருள்கருதிப்
பொச்சாப்புப் பார்ப்பார்கண் இல்

பிறர் தளர்ந்த நேரத்தில் அவரது பொருளைக்கவர எண்ணுபவரிடம், அருளை எதிர் பார்த்து அன்பாக நடக்கும் பண்பு இருப்பதில்லை

The qualities of love and benevolence could not be expected from those who intend to covet others' unguarded possessions

## Chapter : 29
## Not Stealing

**286. அளவின்கண் நின்றொழுகல் ஆற்றார் களவின்கண்**
**கன்றிய காத லவர்**

ஓர் வரையறைக்குள் சிக்கனமாகத் தமது வாழ்வை அமைத்துக் கொள்ளத் தெரியாதவர்கள்தாம், களவின்மூலம் பிறர் பொருளைக் கவர்வதில் நாட்டம் கொள்வர்

Only those who do not know how to live frugally within certain limit will dare to covet others' possessions by evil means

**287. களவென்னும் காரறி வாண்மை அளவென்னும்**
**ஆற்றல் புரிந்தார்கண்ட இல்**

அளவறிந்து வாழும் ஆற்றல் கொண்டவர்களிடம், பிறர் பொருளைக் களவாடும் தீய எண்ணம் இராது

The evil intention of stealing others' property will not be there with those who lead a life guided by wisdom

**288. அளவறிந்தார் நெஞ்சத் தறம்போல நிற்கும்**
**களவறிந்தார் நெஞ்சில் கரவு**

அளவறிந்து வாழ்பவரின் மனதில் அறம் நிலைத்திருக்கும்; அஃதே போல், களவின்வழி செல்பவர் நெஞ்சில் வஞ்சம் குடியிருக்கும்

Virtue remains in righteous mind; likewise, deceit dwells in fraudulent minds

**289. அளவல்ல செய்தாங்கே வீவர் களவல்ல**
**மற்றைய தேற்றா தவர்**

களவைத் தவிர மற்ற நல்வழிகளை நாடாதவர்கள், அவர்களின் அத்தகைய அளவை மீறிய செயல்களால் தமக்கான அழிவைத் தாமே தேடிக் கொள்வார்கள்

Those who choose nothing but fraudulent path, will ruin themselves by their own evil deeds

**290. கள்வார்க்குத் தள்ளும் உயிர்நிலை கள்வார்க்குத்**
**தள்ளாது புத்தே ளுளகு**

களவு செய்ய முற்பட்டவருக்கு உயிர் வாழ்வதே கூட தவறிப்போகும்; ஆனால், களவை மனதாலும் நினைத்துப் பார்க்காதவருக்கோ புகழுடைய பெருவாழ்வு ஒருபோதும் தவறாது

Mere living itself is a challenge for the fraudulent. Whereas, a life full of fame is minimum guaranteed for the virtuous people

## அதிகாரம் : 30
### வாய்மை

**291.** வாய்மை எனப்படுவது யாதெனின் யாதொன்றும்
தீமை இலாத சொலல்

மற்றவருக்குச் சிறிதும் தீங்கு விளைவிக்காத சொற்களைக் கூறுதலே வாய்மை எனப்படும்

Utterance of words which could never harm others is known as truthfulness

**292.** பொய்ம்மையும் வாய்மை யிடத்த புரைதீர்ந்த
நன்மை பயக்கும் எனின்

குற்றமில்லாத நன்மையை ஏற்படுத்துமெனில், ஒரு பொய் கூட வாய்மையாகக் கருதப்படும்

Even a lie can be considered as truth, if it causes impeccable benevolence

**293.** தன்நெஞ் சறிவது பொய்யற்க பொய்த்தபின்
தன்நெஞ்சே தன்னைச் சுடும்

தமது நெஞ்சத்தால் பொய் என்று உணர்ந்தவற்றை ஒருவர் கூறக் கூடாது. மீறினால் அவரது நெஞ்சமே அவரை வருத்தும்

One should avoid uttering lies against their conscience; Otherwise, their guilt mind itself will punish them

**294.** உள்ளத்தாற் பொய்யா தொழுகின் உலகத்தார்
உள்ளத்து எெல்லாம் உளன்

ஒருவர் தனது மனதிய பொய் கூறாமல் இருப்பாரானால், சுற்றத்தில் மனதில் நீடித்த இடத்தைப் பிடித்தவராவார்

Those who are true to their conscience will indeed hold lasting place in the heart of others

**295.** மனத்தொடு வாய்மை மொழியின் தவத்தொடு
தானஞ்செய் வாரின் தலை

உளமார உண்மை பேசுபவர் தவமும் தானமும் ஒருங்கே செய்பவரை விடச் சிறந்தவராவர்

Those who practice truthfulness are far greater than those who even do penance and charity together

## Chapter : 30
## Truthfulness

296. பொய்யாமை அன்ன புகழில்லை எய்யாமை
எல்லா அறமுந் தரும்

என்றும் அழியாத அறவழி நலன்களைத் தருவதால், பொய்யில்லாமல் வாழ்வதை விட புகழ் தரும் வாழ்வு வேறில்லை

A glorious life is nothing but truthfulness, because it brings eternal moral benefits

297. பொய்யாமை பொய்யாமை ஆற்றின் அறம்பிற
செய்யாமை செய்யாமை நன்று

பொய்யாமை என்னும் உயரிய அறத்தைப் போற்றி வாழ்பவர், மற்ற அறங்களைப் பற்றி கவலைப்படத் தேவையில்லை

Those who practice the great virtue of truthfulness, need not worry about other virtues

298. புறந்தூய்மை நீரான் அமையும் அகந்தூய்மை
வாய்மையால் காணப் படும்

புற உடல் நீரினால் தூய்மையாவதைப் போல அகத்தின் தூய்மை வாய்மையைப் பேணுவதால் சாத்தியமாகும்

Like water helps in cleaning the outer body, truthfulness ensures the purity of mind

299. எல்லா விளக்கும் விளக்கல்ல சான்றோர்க்குப்
பொய்யா விளக்கே விளக்கு

புற இருளை நீக்கும் ஏனைய் விளக்குகளைவிட, சான்றோர்க்கு அக இருளைப் போக்கும் பொய்யாமையே சிறந்த விளக்கு ஆகும்

The lamp of truthfulness which enlightens the minds of wise, is better than all other lamps which drive away darkness

300. யாமெய்யாக் கண்டவற்றுள் இல்லை எனைத்தொன்றும்
வாய்மையின் நல்ல பிற

இதுவரை ஆய்ந்தறிந்து கண்ட சிறந்த பொருள்கள் அனைத்திலும் வாய்மையைவிடச் சிறந்தது வேறு எதுவுமில்லை

Of all the great virtues explored and realized so far, there is nothing better than truthfulness

## அதிகாரம் : 31
## வெகுளாமை

**301. செல்லிடத்துக் காப்பான் சினங்காப்பான் அல்லிடத்துக்
காக்கின்என் காவாக்கால் என்?**

*தம்மினும் எளியவரிடத்தில் கோபத்தை வெளிப்படுத்தாதவரே உண்மையில் கோபம் கொள்ளாதவர்; தம்மினும் வலியவரிடத்தில் கோபத்தை வெளிப்படுத்தினாலும் வெளிப்படுத்தாவிட்டாலும் பயனொன்றுமில்லை*

One should restrain showing anger at the weak; expressing anger at strong will not be helpful

**302. செல்லா இடத்துச் சினந்தீது செல்லிடத்தும்
இல்அதனின் தீய பிற**

*தம்மினும் வலியவரிடத்தில் வெளிப்படுத்தும் சினம் தீங்கானது ; தம்மினும் மெலியவரித்தில் வெளிப்படுத்தும் சினம் அதனினும் தீங்கானது*

The anger shown to the strong is bad; the anger shown to the weak is even worse than that

**303. மறத்தல் வெகுளியை யார்மாட்டும் தீய
பிறத்தல் அதனான் வரும்**

*சினம் கடுமையான தீய விளைவுகளுக்கு வித்திடுவதால், யாரிடத்திலும் சினம் கொள்வதைத் தவிர்த்தல் சிறந்தது*

As anger has the potential to cause serious evil consequences, it is better to avoid getting angry at anyone

**304. நகையும் உவகையும் கொல்லும் சினத்தின்
பகையும் உளவோ பிற**

*முகமலர்ச்சியையும் அகமகிழ்ச்சியையும் ஒருங்கே அழிக்கவல்ல சினத்தை விட கொடிய பகை ஒருவருக்கு இல்லை*

There is no deadlier enemy for someone, other than anger which could destroy the smile and joy together

**305. தன்னைத்தான் காக்கின் சினங்காக்க காவாக்கால்
தன்னையே கொல்லுஞ் சினம்**

*சினம் தான் இருக்குமிடத்தை நிர்மூலமாக்கும் தன்மை உடையதால், தன்னை அழிவிலிருந்து காத்துக் கொள்ள விரும்புபவர் கோபம் கொள்வதை அடியோடு கைவிட வேண்டும்*

As anger has the potential to annihilate its possessor, those who wants to protect oneself from destruction must refrain from anger altogether

# Chapter : 31
# Restraining anger

306. சினமென்னும் சேர்ந்தாரைக் கொல்லி இனமென்னும்
ஏமப் புணையைச் சுடும்

சினம், தான் சேர்ந்தவரை மட்டும் அன்றி அவரின் சுற்றத்தையும் அடியோடு அழிக்கும் வல்லமை உடையது

Anger, has the potential not only to annihilate the possessor but also their surroundings

307. சினத்தைப் பொருளென்று கொண்டவன் கேடு
நிலத்தறைந்தான் கைபிழையா தற்று

நிலத்தை அறைந்தவருடைய கை வலியிலிருந்து தப்ப முடியாததைப் போல, கோபத்தைக் குணமாகக் கொண்டவர் அழிவிலிருந்து ஒருபோதும் தப்ப முடியாது

The hand which strikes the ground can not escape from pain; likewise, those who have anger can never escape from self destruction

308. இணர்எரி தோய்வன்ன இன்னா செயினும்
புணரின் வெகுளாமை நன்று

பெருநெருப்பினால் சுடுவதை ஒத்த தீமையை ஒருவர் நமக்குச் செய்த போதிலும், அவர் மீது கோபம் கொள்ளாதிருத்தல் நல்லது

It is better not to get angry, even if someone causes evil to us, similar to the scorching fire

309. உள்ளிய தெல்லாம் உடனெய்தும் உள்ளத்தால்
உள்ளான் வெகுளி எனின்

தனது மனதால் கோபம் கொள்ளாத தன்மையுடையவர் விரும்பிய வற்றை உடனே பெறும் வல்லமை பெறுவர்

Those who do not get angry by mind will gain the capability to attain the desired at once

310. இறந்தார் இறந்தார் அனையர் சினத்தைத்
துறந்தார் துறந்தார் துணை

பெருங்கோபத்தைக் குணமாகக் கொண்டவர், இறந்தவர்க்கு ஒப்பானவர்; கோபத்தை அறவே கைவிட்டவர் துறவிக்கு ஒப்பானவர்

Those who get excessive anger are like the dead; those who renounce anger are like the ascetics

## அதிகாரம் : 32
## இன்னா செய்யாமை

311. **சிறப்பீனும் செல்வம் பெறினும் பிறர்க்கு இன்னா**
**செய்யாமை மாசற்றார் கோள்**

*பல சிறப்புகளைப் பெற்றுத் தரும் செல்வம் வாய்ப்பதாய் இருப்பினும் பிறர்க்குத் தீமை செய்யாது இருத்தலே குற்றமற்றவரின் கொள்கையாகும்*

The policy of spotless is not to hurt any one even if there is a prospect for gaining wealth and resultant benefits

312. **கறுத்துஇன்னா செய்தவக் கண்ணும் மறுத்தின்னா**
**செய்யாமை மாசற்றார் கோள்**

*பெருங்கோபம் கொண்டு பிறர் தமக்குத் தீமை செய்தாலும், பதிலுக்கு அவர்களுக்குத் தீமை செய்யாதிருத்தலே குற்றமற்றவரின் கொள்கையாகும்*

Policy of the spotless is not to harm others in return, even if others cause them harm out of anger

313. **செய்யாமல் செற்றார்க்கும் இன்னாத செய்தபின்**
**உய்யா விழுமந் தரும்**

*பிறர்க்கு துன்பம் நிணையாத ஒருவர்க்கு இழைக்கப்படும் துன்பத்திற்கு பதிலாக செய்யப்படும் தீமை கூட மீளாத துன்பத்தைத் தரும்*

Even the evil done in return for the suffering inflicted on the innocent who never dare to cause evil to others, will bring irrevocable suffering

314. **இன்னாசெய் தாரை ஒறுத்தல் அவர்நாண**
**நன்னயஞ் 'செய்து விடல்**

*நமக்குத் தீமை செய்தவரைத் தண்டிக்கும் சரியான வழியானது, அவரே வெட்கித் தலை குனியும்படி, அவரது தீஞ்செயல்களை அடியோடு மறந்து அவருக்கு நன்மை செய்வதே ஆகும்*

The proper way of punishing the evil doers is, to shame them by doing good deeds in return and forgetting their evil deeds altogether

315. **அறிவினான் ஆகுவ துண்டோ பிறிதின்நோய்**
**தந்நோய்போல் போற்றாக் கடை**

*மற்ற உயிர்களின் துன்பத்தைத் தன்னுடையது போலக் கருதி உதவ முற்படாதவர்கள் பெற்றுள்ள அறிவினால் சிறிதும் பயனில்லை*

There is no use of one's knowledge if he/she fails to compassionate by considering the sufferings of other living beings as one's own

# Chapter : 32
# Inflicting no pain

316. இன்னா எனத்தான் உணர்ந்தவை துன்னாமை
வேண்டும் பிறன்கண் செயல்

ஒருவர் தனது அறிவினாலோ அனுபவத்தாலோ துன்பமானவை என்று உணர்ந்தவற்றைப் பிறர்க்கு ஒருபோதும் செய்யக் கூடாது

One should avoid doing things to others, which he/she felt as miseries out of knowledge or own experience

317. எனைத்தானும் எஞ்ஞான்றும் யார்க்கும் மனத்தானாம்
மாணாசெய் யாமை தலை

எப்படிப்பட்டவருக்கும் எந்தச் சூழ்நிலையிலும் எவ்வளவு சிறிய அளவாய் இருந்தாலும் துன்பம் விளைவிக்க மனதாலும் எண்ணாதிருத்தலே தலைசிறந்த அறமாகும்

The quality of not hurting others even by thought, irrespective of the person, situation and degree of evilness, is considered as the chief of all virtues

318. தன்னுயிர்க்கு இன்னாமை தானறிவான் என்கொலோ
மன்னுயிர்க்கு இன்னா செயல்

தனது உயிருக்குத் துன்பமானவற்றை அனுபவித்து உணர்ந்தவர், எக்காரணத்தினாலும் பிற உயிர்களுக்கு அவற்றைச் செய்யக் கூடாது

Those who have experienced sufferings in one's own life, should never dare to inflict such sufferings to others for any reasons

319. பிறர்க்கின்னா முற்பகல் செய்யின் தமக்கு இன்னா
பிற்பகல் தாமே வரும்

ஒருவர் முற்பகலில் பிறர்க்கு துன்பம் விளைவித்தால், பிற்பகலில் அதைப் போன்ற துன்பம் அவரைத் தானே வந்தடையும்

If someone inflicts sufferings on others, similar sufferings will reach him/her as quickly as possible, even within a day

320. நோயெல்லாம் நோய்செய்தார் மேலவாம் நோய்செய்யார்
நோயின்மை வேண்டு பவர்

தீமை அனைத்தும் அதனைச் செய்பவருக்கே வந்து சேரும் இயல்பினை உடையதால், தீமையற்ற வாழ்வை வாழ விரும்புபவர், ஒருபோதும் பிறருக்குத் தீமை செய்யத் துணியக் கூடாது

As evil has the nature of reaching back to its perpetrators, those who desire for a evil free life, should never dare to commit evil to others

## அதிகாரம் : 33
## கொல்லாமை

**321. அறவினை யாதெனின் கொல்லாமை கோறல்**
**பிறவினை எல்லாந் தரும்**

*பிற உயிர்களைக் கொல்லாமையே அறச்செயலாகும்; கொல்லுதல் அறமல்லாத செயல்கள் அனைத்திற்கும் வழிவகுக்கும்*

Non-killing of other lives is virtue; killing will lead to all non-virtuous deeds

**322. பகுத்துண்டு பல்லுயிர் ஓம்புதல் நூலோர்**
**தொகுத்தவற்றுள் எல்லாந் தலை**

*இவ்வுலகின் அளவான உணவு செல்வத்தைப் பலரோடும் பகிர்ந்து உண்டு அனைத்து உயிர்களும் தழைக்கும் வகையில் பொருள்பட வாழ்வதே, அறிஞர்கள் தொகுத்த அறங்கள் எல்லாவற்றிலும் முதன்மையானதாகும்*

According to the scholars, the chief of all virtues is to share the limited food resources of this world among other living beings, to help them flourish

**323. ஒன்றாக நல்லது கொல்லாமை மற்றதன்**
**பின்சாரப் பொய்யாமை நன்று**

*அறங்களில் தலையாயது கொல்லாமையாகும்; அதற்கு அடுத்தாகச் கூறத்தக்கது பொய்யாமையாகும்*

Non-killing is the chief of all virtues; Truthfulness could be placed next in rank

**324. நல்லாறு எனப்படுவது யாதெனின் யாதொன்றும்**

**கொல்லாமை சூழும் நெறி**

*பிற உயிர்களைக் கொல்லாமல் வாழும் நெறியைப் போற்றி வாழ்வதே நல்ல வழி எனப்படும்*

The best way in life is to cherish the virtue of non-killing of other living beings

**325. நிலைஅஞ்சி நீத்தாருள் எல்லாம் கொலைஅஞ்சிக்**
**கொல்லாமை சூழ்வான் தலை**

*துறவறம் மேற்கொள்பவர் அனைவரை விடவும் கொல்லாமை அறத்தைக் கடைபிடிப்பவரே உயர்ந்தவராவர்*

Those who practice the virtue of non-killing are far great than the ascetics who renounce worldly pleasures

# Chapter : 33
## Non-killing

326. கொல்லாமை மேற்கொண் டொழுகுவான் வாழ்நாள்மேல்
 செல்லாது உயிருண்ணுங் கூற்று

கொல்லாமை அறத்தைப் பின்பற்றி வாழ்பவரை நெருங்க மரணம் கூட தயங்கி நிற்கும்

Even death will be reluctant to approach those who practice the virtue of non-killing

327. தன்னுயிர் நீப்பினும் செய்யற்க தான்பிறிது
 இன்னுயிர் நீக்கும் வினை

ஒருவர் தனது உயிரை இழக்க நேரிடினும், பிற உயிரைக் கொல்லத் துணியக் கூடாது

One should never dare to take other lives, even if his/her own life is at stake

328. நன்றாகும் ஆக்கம் பெரிதெனினும் சான்றோர்க்குக்
 கொன்றாகும் ஆக்கங் கடை

ஓர் உயிரைக் கொல்வதால் பெரிய நன்மை விளைவதாக இருந்தாலும், சான்றோர் அதனை இழிவானதாகவே கருதுவர்

Even if a killing may bring great benefits, the wise will indeed consider it as disgraceful

329. கொலைவினைய ராகிய மாக்கள் புலைவினையர்
 புன்மை தெரிவா ரகத்து

கொலைத் தொழில் புரிபவர், சான்றோரின் பார்வையில் இழி தொழில் புரிபவராகவே கருதப்படுவர்

Those who live by killing are considered as persons of mean deeds by the wise

330. உயிர் உடம்பின் நீக்கியார் என்ப செயிர் உடம்பின்
 செல்லாத்தீ வாழ்க்கை யவர்

கொலைத் தொழில் மூலம் உயிர் வாழ்பவரின் அடுத்த தலைமுறை, நோயும் வறுமையும் நிறைந்த தீய வாழ்வில் உழலும் என்பர் கற்றறிந்தோர்

According to the learned, the next generation of those who live by killing will suffer by ill health and poverty

## அதிகாரம் : 34
## நிலையாமை

**331. நில்லாத வற்றை நிலையின என்றுணரும்**
**புல்லறி வாண்மை கடை**

*வாழ்வில் நிலையில்லாதவைகளை நிலையானவை என்று நம்புகின்ற அறியாமை மிகவும் இழிவானதாகும்*

The ignorance of considering the non-permanent things of life as permanent is despicable

**332. கூத்தாட்டு அவைக் குழாத் தற்றே பெருஞ்செல்வம்**
**போக்கும் அதுவிளிந் தற்று**

*நாடக அரங்கில் சிறுகச் சிறுக சேர்ந்து நாடகம் முடிந்ததும் உடனடியாகக் கலைந்து விடும் கூட்டத்தைப் போன்று, செல்வமும் சிறுகச் சிறுகச் சேர்ந்து மொத்தமாகக் கரைந்து விடும் தன்மை கொண்டது*

Similar to the theatre crowd, wealth also has the tendency of slow accumulation and sudden dissolution

**333. அற்கா இயல்பிற்றுச் செல்வம் அதுபெற்றால்**
**அற்குப ஆங்கே செயல்**

*செல்வம் நிலையற்ற தன்மையை உடையது என்பதால், அதனை அடைந்த உடனேயே நிலையான அறச்செயல்களைச் செய்ய வேண்டும்*

As wealth is impermanent, one should use the accumulated wealth as soon as possible, for committing everlasting virtuous deeds

**334. நாளென ஒன்றுபோற் காட்டி உயிர் ஈரும்**
**வாளது உணர்வார்ப் பெறின்**

*வாழ்வின் நிலையாமையை ஆய்ந்து உணர்ந்த அறிஞர்களின் கூற்றுப்படி, மனித வாழ்வின் ஒவ்வொரு நாளும், அவர்தம் உடலில் இருந்து உயிரை சன்னமாகப் பிரிக்கும் வாளைப் போன்றது*

According to the scholars who have studied the impermanence of life, every day of human life is similar to a sword that gradually separates the life from the body

**335. நாச்செற்று விக்குள்மேல் வாராமுன் நல்வினை**
**மேற்சென்று செய்யப் படும்**

*நிலையற்ற இம்மனித வாழ்வின் இயல்பினை உணர்ந்து, முடிந்த அளவு சீக்கிரமாக, ஒருவர் தனது வாழ்நாளில் அறச்செயல்களை செய்ய முயல வேண்டும்*

Keeping in view of the impermanence of human life, one should strive to commit virtuous deeds during his/her lifetime as soon as possible

## Chapter : 34
## Impermanence

**336. நெருநல் உளனொருவன் இன்றில்லை என்னும்**
**பெருமை உடைத்துஇவ் வுலகு**

*இவ்வுலகம், நேற்று உயிரோடு இருந்தவர் இன்று மறைந்து விட்டார், என்று சொல்லக்கூடிய நிலையற்ற தன்மையை உடையது*

The world, which makes those who are alive yesterday to vanish today, is such impermanent in its nature

**337. ஒருபொழுதும் வாழ்வது அறியார் கருதுப**
**கோடியும் அல்ல பல**

*மனித வாழ்வின் ஒவ்வொரு மணித்துளியும் ஆய்ந்து அறிய முடியாத நிலையற்ற தன்மையை உடையது; ஆயினும், மனிதர்கள் எண்ணிலடங்கா வீண் கனவுகளில் மூழ்கிக் கிடக்கிறார்கள்*

Every minute of human life is impermanent in nature; Nevertheless, humans are immersed in countless vain dreams

**338. குடம்பை தனித்து ஒழியப் புள்பறந் தற்றே**
**உடம்பொடு உயிரிடை நட்பு**

*மனித உடலுக்கும் உயிருக்குமான உறவு, முட்டை ஓட்டுக்கும் பறவைக் குஞ்சுக்குமான உறவைப் போன்றது*

The relationship between human body and life is similar to the relationship between egg-shell and birdling

**339. உறங்கு வதுபோலுஞ் சாக்காடு உறங்கி**
**விழிப்பது போலும் பிறப்பு**

*நிலையற்ற இம்மனித வாழ்வில், உறக்கத்திற்குப் பிறகான விழிப்பைப் போன்றது பிறப்பாகும்; மீளா உறக்கத்தைப் போன்றது இறப்பாகும்*

In this impermanent human life, birth is like waking-up after sleep; Death is like falling into permanent sleep

**340. புக்கில் அமைந்தின்று கொல்லோ உடம்பினுள்**
**துச்சில் இருந்த உயிர்க்கு**

*மனித உடலில் தற்காலிகமாகக் குடியிருக்கும் உயிர்க்கு, நிலையான இருப்பிடம் ஒருபோதும் எங்கேயும் கிடைப்பதில்லை*

The soul which temporarily inhabiting the human body, could never able to secure a permanent place of its own, anywhere

## அதிகாரம் : 35
## துறவு

**341.** யாதனின் யாதனின் நீங்கியான் நோதல்
அதனின் அதனின் இலன்

உலகப் பொருட்களின் மீதான பற்றுகளை விட்டு விலகுபவர், அந்தப் பொருட்களினால் வரும் துன்பத்திலிருந்து விடுபடுகிறார்

Those who give up the materialistic attachments of this world, get freed from the misery which is caused by those materialistic desires

**342.** வேண்டின் உண் டாகத் துறக்க துறந்தபின்
ஈண்டுஇயற் பால பல

துறவு ஒருவர்க்குப் பல இன்பங்களைப் பெற்றுத் தர வல்லது என்பதால், துன்பமில்லாத வாழ்வை விரும்புபவர் உலகப் பொருட்களின் மீதான பற்றுகளைத் துறக்க வேண்டும்

As renunciation could bring permanent pleasures, one to lead a misery-less life, should be ready to give up the materialistic attachments of this world

**343.** அடல்வேண்டும் ஐந்தன் புலத்தை விடல்வேண்டும்
வேண்டிய வெல்லாம் ஒருங்கு

தமது ஐந்து புலன்களையும் வெல்ல விரும்புபவர், துறவு மேற்கொள்வதன் மூலம் அப்புலன்கள் ஏற்படுத்தும் ஆசைகளை ஒரு சேர விட்டு விட வேண்டும்

Those who want to conquer all their five senses, should renounce the desires of the senses all at once, by practicing austerity

**344.** இயல்பாகும் நோன்பிற்கொன்று இன்மை உடைமை
மயலாகும் மற்றும் பெயர்த்து

சிறு பற்று கூட பல்கிப் பெருகி மயக்கத்தைத் தரும் இயல்புடையதால், துறவு மேற்கொள்ள விரும்புபவர் எதன்மீதும் பற்றில்லாமல் இருப்பதே சிறந்தது

As possession of anything has the capabilty to multiply desire and bring back delusion, those who want to practice austerity should be devoid of any kind of possession

**345.** மற்றும் தொடர்ப்பாடு எவன்கொல் பிறப்பறுக்கல்
உற்றார்க்கு உடம்பும் மிகை

துறவு மேற்கொள்பவர்களுக்குத் தமது உடலே மிகையான சுமையாகத் தோன்றுவதால், அதற்கு மேல் எந்தப் பந்தங்களும் தேவைப்படுவதில்லை

The worldly attachments are not required for the ascetics, as they consider their own body as overburden

# Chapter : 35
# Renunciation

346. யான் எனது என்னும் செருக்கு அறுப்பான் வானோர்க்கு
உயர்ந்த உலகம் புகும்

*தான், தனது என்னும் ஆணவத்தை அறவே விலக்கியவர், வானளவு உயர்ந்த புகழைப் பெற்றவரை விடவும் மேலானவர்*

Those who curb the self prides like I and mine, are greater than even those who have attained unmatched fames

347. பற்றி விடாஅ இடும்பைகள் பற்றினைப்
பற்றி விடாஅ தவர்க்கு

*நாம் உலகப் பொருட்களின் மீதான பற்றுகளைப் பற்றிக் கொண்டு இருக்கும் வரை, துன்பங்கள் நம்மையும் பற்றிக் கொண்டுதான் இருக்கும்*

Sufferings will indeed cling to us, as long as we cling to the worldly attachments

348. தலைப்பட்டார் தீரத் துறந்தார் மயங்கி
வலைப்பட்டார் மற்றை யவர்

*ஆசைகளை முற்றிலுமாகத் துறந்தவரே வாழ்வின் உயர்ந்த நிலையை அடைவர்; அவ்வாறு துறக்காத மற்றவர், அறியாமை வலையில் சிக்கியவராவர்*

Only those who have completely renounced desires will attain salvation; whereas, others are considered as who have entangled in ignorance

349. பற்றற்ற கண்ணே பிறப்பறுக்கும் மற்று
நிலையாமை காணப் படும்

*பற்றுகளை முழுவதுமாகத் துறந்தவர்க்கு பிறப்பில் ஏற்படும் இன்பமும் துன்பமும் கிடையாது; மற்றவர்க்கோ இன்பமும் துன்பமும் மாறி மாறி வரும் நிலையாமை தொடரும்*

There is no pleasure or misery at birth for those who have completely renounced worldly attachments; whereas, others will have an unstable life with fluctuating pleasure and misery

350. பற்றுக பற்றற்றான் பற்றினை அப்பற்றைப்
பற்றுக பற்று விடற்கு

*பற்றுகளை முழுமையாகத் துறக்க விரும்புபவர், எதிலும் பற்றில்லாத தன்மையின் மேல் மட்டும் பற்று கொள்ள வேண்டும்*

Those who want to renounce worldly attachments completely, should only have the attachment on the nature of non-attachment

## அதிகாரம் : 36
## மெய்யுணர்தல்

**351.** பொருளல்ல வற்றைப் பொருளென்று உணரும்
மருளானாம் மாணாப் பிறப்பு

பொய்யானவற்றை மெய்யென்று தவறாக மயங்கி நம்புபவரின் வாழ்வு சிறப்பாக அமையாது

The life of one who erroneously believes unreal things as real will not be better

**352.** இருள்நீங்கி இன்பம் பயக்கும் மருள்நீங்கி
மாசறு காட்சி யவர்க்கு

மயக்கம் தவிர்த்து பிழையற்ற மெய்யுணர்வை உணர முடிந்தவரின் வாழ்க்கையில், அறியாமை நீங்கி இன்பம் சேரும்

The life of those who have flawless vision and delusion free mind, will experience elimination of ignorance and accumulation of bliss

**353.** ஐயத்தின் நீங்கித் தெளிந்தார்க்கு வையத்தின்
வானம் நணிய துடைத்து

சந்தேகங்களை அறவே நீக்கி மெய்ப்பொருளைத் தெளிவுற உணர்ந்தவர், உயர்ந்த வாழ்வை மிக எளிதாக அடைய முடியும்

Those who are free from doubts and realize the truth, can attain glorious life with ease

**354.** ஐயுணர்வு எய்தியக் கண்ணும் பயமின்றே
மெய்யுணர்வு இல்லா தவர்க்கு

பொய்மையை நீக்கி உண்மையை உணரும் வல்லமையற்றவர்கள், ஐம்புலன்களை திறம்பட அடக்கி ஆளும் திறன் பெற்றிருந்தாலும், அதனால் கண்டிப்பாக ஒருபோதும் பயனில்லை

Capability of effectively controlling five senses is of no use, if someone is unable to realize the truth by neglecting the falsehood

**355.** எப்பொருள் எத்தன்மைத் தாயினும் அப்பொருள்
மெய்ப்பொருள் காண்பது அறிவு

அறிவுடைமை என்பது எந்த ஒரு விடயத்தின் வெளித்தோற்றத்தையும் கண்டு ஏமாறாமல், அவ்விடயத்தின் உண்மைத்தன்மையை அறிவதாகும்

Knowledge is realizing the reality of a matter without getting distracted by its outward appearance

## Chapter : 36
## Realizing the Truth

356. கற்றீண்டு மெய்ப்பொருள் கண்டார் தலைப்படுவர்
 மற்றீண்டு வாரா நெறி

தெளிவுறக் கற்று இவ்வுலக வாழ்வின் மெய்ப்பொருளை உணர்ந்தவர், இவ்வுலகில் மீண்டும் பிறக்கும் ஆசையை ஒருபோதும் மேற் கொள்ள மாட்டார்

Those who have realized the reality of this worldly life by in-depth learning, will never have the desire of rebirth

357. ஓர்த்துள்ளம் உள்ளது உணரின் ஒருதலையாப்
 பேர்த்துள்ள வேண்டா பிறப்பு

இவ்வுலக வாழ்வின் உண்மையை ஆராய்ந்து உணர்ந்தவர், மறு பிறப்பு உண்டு எனக் கருத மாட்டார்

Those who realize the truth of this worldly life will be free from the thought of rebirth completely

358. பிறப்பென்னும் பேதைமை நீங்கச் சிறப்பென்னும்
 செம்பொருள் காண்பது அறிவு

மறுபிறப்பு எனப்படும் அறியாமையைப் போக்கும் வகையில் தெளிந்த உண்மையைக் கண்டறிவதே அறிவுடைமையாகும்

Wisdom is realization of the truth which clears the ignorance called rebirth

359. சார்புணர்ந்து சார்பு கெடஒழுகின் மற்றழித்துச்
 சார்தரா சார்தரு நோய்

மெய்ப்பொருளின் துணையுடன் துன்பத்தின் காரணிகளை உணர்ந்து அவற்றின்மீதான பற்றுகளை அறவே நீக்கியவர்களை, துன்பம் ஒருபோதும் அணுகுவதில்லை

Sufferings will never approach those who realize the causes of sufferings with the help of truthfulness and completely remove the attachments with those sufferings

360. காமம் வெகுளி மயக்கம் இவ்மூன்றன்
 நாமம் கெடக்கெடும் நோய்

விருப்பு, வெறுப்பு மற்றும் அறியாமை ஆகிய மூன்று குற்றங் களையும் விட்டொழித்தவர்களை துன்பங்கள் ஒருபோதும் நெருங்கு வதில்லை

Sufferings will never approach those who give up the three crimes of lust, anger and delusions completely

## அதிகாரம் : 37
## அவா அறுத்தல்

**361.** அவாஎன்ப எல்லா உயிர்க்கும் எஞ் ஞான்றும்
தவாஅப் பிறப்பீனும் வித்து

ஆசை என்பது அனைத்து உயிர்களிடத்திலும் எக்காலத்திலும் தவறாமல் தோன்றி முளைக்கும் விதையாகும்

Desire is the seed that sprouts in all living beings at all times

**362.** வேண்டுங்கால் வேண்டும் பிறவாமை மற்றது
வேண்டாமை வேண்ட வரும்

ஒருவர் துன்பத்திலிருந்து விடுதலை தரும் பிறவாமையை விரும்புதல் வேண்டும்; அந்நிலை ஆசையற்று இருப்பதை விரும்பும்போதுதான் உண்டாகும்

One should desire for freedom from rebirths; this could only be achieved by renouncement of desires

**363.** வேண்டாமை அன்ன விழுச்செல்வம் ஈண்டில்லை
ஆண்டும் அஃதொப்பது இல்

ஆசையற்ற நிலையை விடச் சிறந்த செல்வம் இவ்வுலகில் கண்டிப்பாக இல்லை; வேறு எங்கும் கூட அதற்கு நிகரான ஒன்று இல்லை எனலாம்

Certainly there is no better wealth in this world than desirelessness; there is no equivalent wealth even anywhere else

**364.** தூஉய்மை என்பது அவாவின்மை மற்றது
வாஅய்மை வேண்ட வரும்

மனத்தூய்மை என்பது பேராசையற்ற தன்மையாகும்; அது, வாய்மையின் வழி செல்வோருக்கே கிட்டும்

Purity of mind is freedom from desire; it could only be acquired by following the truth

**365.** அற்றவர் என்பார் அவாஅற்றார் மற்றையார்
அற்றாக அற்றது இலர்

ஆசைகளை முழுமையாகத் துறந்தவரே பற்றற்றவர் எனப்படுவர்; அவ்வாறு முழுமையாகத் துறக்காதவர் பற்றற்றவராக மாட்டார்

Those who completely renounce desires enjoy freedom; others are still entangled with worldly attachments

## Chapter : 37
## Curbing desires

**366. அஞ்சுவ தோரும் அறனே ஒருவனை**
**வஞ்சிப்ப தோரும் அவா**

*பேராசை ஒருவரை வஞ்சித்துக் கெடுக்கும் ஆற்றல் வாய்ந்ததால், அதற்கு அஞ்சி வாழ்வது அறமாகும்*

As desire has the capability to deceive and utterly destroy someone, fearing of desire is considered as a virtue

**367. அவாவினை ஆற்ற அறுப்பின் தவாவினை**
**தான்வேண்டு மாற்றான் வரும்**

*பேராசையை முழுவதுமாக ஒழித்தவருக்கு, அவர் விரும்பியபடியான சிறப்பான வாழ்வு நல்ல செயல்களின் மூலம் வாய்க்கும்*

Those who have completely destroyed their desires could lead a successful life by way of noble deeds

**368. அவாஇல்லார்க் கில்லாகுந் துன்பம் அஃதுண்டேல்**
**தவாஅது மேன்மேல் வரும்**

*பேராசையை விட்டொழித்தவருக்குத் துன்பம் ஏற்படுவதில்லை; மாறாக, பேராசை கொண்டவருக்கோ எல்லையற்ற துன்பங்கள் ஏற்படும்*

There are no sufferings for those who have given up desires; whereas, there are endless sufferings for those who are entangled with desires

**369. இன்பம் இடையறா தீண்டும் அவாவென்னும்**
**துன்பத்துள் துன்பங் கெடின்**

*பேராசை என்னும் பெருந்துன்பத்தை ஒழித்தவர் வாழ்வில், இன்பம் இடைவிடாமல் தொடரும்*

There will be an eternal bliss in the life of those who have completely eliminated the evil of desire

**370. ஆரா இயற்கை அவாநீப்பின் அந்நிலையே**
**பேரா இயற்கை தரும்**

*இயல்பாக எழும் பேராசையை முழுமையாக ஒழித்த ஒருவருக்கு, நிலைத்த இன்பம் இயல்பாகவே கிடைக்கும்*

Those who could give up the naturally arising insatiable desire completely, would enjoy eternal bliss naturally

## அதிகாரம் : 38
## ஊழியல்

371. ஆகூழால் தோன்றும் அசைவின்மை கைப்பொருள்
போகூழால் தோன்றும் மடி

செல்வம் சேர்வதற்கான விதி சோர்வில்லாத ஊக்கத்தைக் கொடுக்கும்;
பொருள் இழப்பிற்கான விதி சோம்பலைக் கொடுக்கும்

Destiny of wealth will give tireless energy; destiny of loss will give laziness

372. பேதைப் படுக்கும் இழவூழ் அறிவகற்றும்
ஆகலூழ் உற்றக் கடை.

தாழ்வைத் தரும் இயற்கை நிலை அறியாமையை உருவாக்கும்; உயர்வைத்
தரும் இயற்கை நிலை, அறிவைப் பெருக்கும்

The evil fate makes someone ignorant; whereas, the benevolent fate makes someone wise

373. நுண்ணிய நூல்பல கற்பினும் மற்றுந்தன்
உண்மை யறிவே மிகும்

எவ்வளவு நுட்பமான கருத்துக்களை உடைய நூல்கள் பலவற்றை ஒருவர்
கற்றிருந்தாலும், அவருடைய இயற்கை அறிவே மேலோங்கி வெளிப்படும்

Irrespective of one's deep learning, only the natural wisdom will prevail

374. இருவேறு உலகத்து இயற்கை திருவேறு
தெள்ளிய ராதலும் வேறு

இந்த உலகின் இயற்கை நிலை, அறிவுடைமை மற்றும் செல்வமுடைமை
ஆகிய இருவேறு வகைப்பட்டதாகும்

Wisdom and wealth are the two different natures of this worldly life

375. நல்லவை எல்லாஅந் தீயவாம் தீயவும்
நல்லவாம் செல்வம் செயற்கு

செல்வம் ஈட்டும் முயற்சியில், நல்ல செயல்கள் தீமையில் முடிவதும் தீய
செயல்கள் நன்மையில் முடிவதும் இயற்கையாகும்

In the pursuit of wealth, it is natural that good things may turn into evil and evil things may turn into good

## Chapter : 38
## Destiny

**376. பரியினும் ஆகாவாம் பாலல்ல உய்த்துச்**
**சொரியினும் போகா தம**

*எப்படிப் பாதுகாத்தாலும் உரிமையற்ற செல்வம் ஒருபோதும் தங்காது; பாதுகாக்கும் தேவையின்றி உரிய பொருட்கள் எங்கும் போகாது*

Though protected with due care, the undeserved wealth could never be retained; whereas, even if left unguarded, the deserved wealth will never get lost

**377. வகுத்தான் வகுத்த வகையல்லால் கோடி**
**தொகுத்தார்க்கு துய்த்தல் அரிது**

*ஒருவர் எவ்வளவுதான் பொருள்கலைக் குவித்தாலும், அவை முறைப்படுத்திய நெறியின்படி சேர்க்கப்படாவிட்டால், அந்தப் பொருட்களின் பயனை அனுபவிப்பது கடினம்*

No matter how much wealth one accumulates, it will be difficult to enjoy the benefits, if it is not earned as per the prescribed norms

**378. துறப்பார்மன் துப்புர வில்லார் உறற்பால**

**ஊட்டா கழியு மெனின்**

*துன்பங்களை அனுபவிக்க வேண்டும் என்னும் இயற்கைநிலை இல்லாதிருந்தால், பொருளற்றவர் துறவை மேற்கொள்வர்*

In the absence of natural tendency towards sufferings, the less fortunate will become ascetics

**379. நன்றாங்கால் நல்லவாக் காண்பவர் அன்றாங்கால்**
**அல்லற் படுவ தெவன்?**

*ஒருவர் வாழ்க்கையில் நன்மையும் தீமையும் மாறி மாறி வருவது இயல்பாதலால், நன்மையைக் கண்டு மகிழ்பவர் தீமை வரும்போது கலங்கக் கூடாது*

Since it is natural that good and evil will alternate in one's life, those who appreciates good fortune should not feel disturbed when getting troubles in life

**380. ஊழிற் பெருவலி யாவுள மற்றொன்று**
**சூழினுந் தான்முந் துறும்**

*மனித முயற்சியையும் மீறி, எங்கும் முதன்மையாக வந்து நிற்கும் இயற்கை நிலையை விட வலிமையானது வேறு எதுவுமில்லை*

Nothing is more powerful than the nature which could overcome all human efforts

## அதிகாரம் : 39
## இறைமாட்சி

**381. படைகுடி கூழ்அமைச்சு நட்பரண் ஆறும்**
**உடையான் அரசருள் ஏறு**

வலிமையான படைபலம், அறிவார்ந்த குடிமக்கள், வற்றாத வளமை, திறமையான அமைச்சர்கள், நம்பகமான நட்பு மற்றும் பாதுகாப்பு அரண் ஆகிய ஆறு சிறப்புகளையும் உடையவர் அரசர்களில் ஆண்சிங்கம் போன்றவர்

One who possesses invincible army, informed citizens, ample wealth, able ministers, trusted allies and indestructible defense is considered as lion among the kings

**382. அஞ்சாமை ஈகை அறிவூக்கம் இந்நான்கும்**
**எஞ்சாமை வேந்தர்க் கியல்பு**

துணிவு, இரக்கம், அறிவுடைமை, ஊக்கமுடைமை ஆகிய நான்கும் அரசருக்குரிய பண்புகளாகும்

Courage, charity, wisdom and zeal are the four characteristics of a king

**383. தூங்காமை கல்வி துணிவுடைமை இம்மூன்றும்**
**நீங்கா நிலனான் பவர்க்கு**

காலம் தாழ்த்தாமை, அறிவுடைமை மற்றும் துணிவுடைமை ஆகிய மூன்றும் நாட்டை ஆள்பவருக்கு எக்காலத்திலும் இருக்க வேண்டிய பண்புகளாகும்

Vigilance, wisdom and courage are the three qualities that a ruler should always possess

**384. அறனிழுக்கா தல்லவை நீக்கி மறனிழுக்கா**
**மானம் உடைய தரசு**

அறநெறியின் வழியில் குற்றங்களைத் தடுத்து, வீரத்துடனும் மானத்துடனும் நடப்பவரே சிறந்த ஆட்சியாளராவர்

The best ruler is one who upholds morality, prevents evils and walks with valor and dignity

**385. இயற்றலும் ஈட்டலுங் காத்தலும் காத்த**
**வகுத்தலும் வல்ல தரசு**

முறையாக நிதி ஆதாரங்களை உருவாக்கி, வருவாயை ஈட்டி, முறையாகக் காத்து, திட்டமிட்டுச் செலவிடுவது திறமையான ஆட்சியாளருக்கு அழகாகும்

Acquiring, storing, protecting and distributing the revenue are the qualities of an able ruler

## Chapter : 39
## Greatness of King

**386. காட்சிக் கெளியன் கடுஞ்சொல்லன் அல்லனேல்**
**மீக்கூறும் மன்னன் நிலம்**

மக்கள் வந்து காண்பதற்கு எளியவராகவும், கடுஞ்சொல் கூறாத இனியவராகவும் இருப்பவரின் ஆட்சியை உலகம் புகழும்

The world will praise the ruler who is easily accessible to his subjects and is avoiding utterance of harsh words

**387. இன்சொலால் ஈத்தளிக்க வல்லார்க்குத் தன்சொலால்**
**தான்கண் டனைத்திவ் வுலகு**

இனிமையாகப் பேசுவதையும் இரக்கத்துடன் உதவுவதையும் குணமாகக் கொண்ட ஆட்சியாளருக்கு இவ்வுலகமே கூட வசப்படும்

Even the whole world is attainable for the rulers who are soft spoken and kind hearted

**388. முறைசெய்து காப்பாற்றும் மன்னவன் மக்கட்கு**
**இறையென்று வைக்கப் படும்**

நீதிநெறியுடன் ஆட்சி செய்து குடிமக்களைக் காக்கும் ஆட்சியாளரே தலைவராக மதிக்கப்படுவார்

Only the ruler who upholds justice and protects the people will be hailed as the leader

**389. செவிகைப்பச் சொற்பொறுக்கும் பண்புடை வேந்தன்**
**கவிகைக்கீழ்த் தங்கும் உலகு**

குறைகூறுவோறின் கடுஞ்சொற்களைக் பொறுக்கின்ற குணமுடைய ஆட்சியாளரின் பகுதிக்குள் வாழவே இவ்வுலகம் விரும்பும்

The people prefer to live under the reign of the ruler who could bear with bitter criticisms

**390. கொடையளி செங்கோல் குடியோம்பல் நான்கும்**
**உடையானாம் வேந்தர்க் கொளி**

கொடை, கருணை, நடுநிலை தவறாமை மற்றும் குடிமக்களைப் பாதுகாத்தல் ஆகிய நான்கு குணங்களும் ஆட்சியாளருக்குப் புகழொளி சேர்ப்பவையாகும்

The four qualities which bring fame to a ruler are benevolence, kindness, impartiality, and protection of citizens

## அதிகாரம் : 40
## கல்வி

**391.** கற்க கசடறக் கற்பவை கற்றபின்
நிற்க அதற்குத் தக

ஒருவர் கற்கத் தகுந்த நூல்களைத் தெளிவுற கற்றபிறகு, அந்த நூல்கள் காட்டிய நல் வழியில் நடக்க முயல வேண்டும்

One should learn the worthy books flawlessly, and then should try to act according to them

**392.** எண்ணென்ப ஏனை எழுத்தென்ப இவ்விரண்டும்
கண்ணென்ப வாழும் உயிர்க்கு

எண்ணும் எழுத்தும் ஆகிய இரண்டு இன்றிமையா அறிவுகளும் இம்மண்ணில் வாழும் மக்களுக்கு இரண்டு கண்கள் போன்றவை

The two indispensable knowledges of numbers and letters are considered as two eyes of all the human beings

**393.** கண்ணுடையர் என்பவர் கற்றோர் முகத்திரண்டு
புண்ணுடையர் கல்லா தவர்

கற்றவரே உண்மையான கண்களுடையவர் ஆவர்; கல்லாதவரோ முகத்தில் இரண்டு புண் உடையவராகவே கருதப்படுவர்

Only the educated are considered as having real eyes; the illiterates are considered as having two sores on their faces

**394.** உவப்பத் தலைக்கூடி உள்ளப் பிரிதல்
அனைத்தே புலவர் தொழில்

பிறரிடம் மகிழ்ச்சி பொங்க இனிமையாகப் பழகுவதும், பிரியும் பொழுதில் மறுமுறை சந்திக்கும் ஆவலை ஏற்படுத்திச் செல்வதும் கற்றவரின் இயல்பாகும்

It is the nature of learned people to meet with joy and to part with the fond hope of meeting again

**395.** உடையார்முன் இல்லார்போல் ஏக்கற்றுங் கற்றார்
கடையரே கல்லா தவர்

செல்வந்தர் முன் வறியவர் போல, அறிவுடைய பெரியோர் முன் பணிந்து கற்பவரே கற்றவராவர்; அவ்வாறு கற்காதவர் இழிந்தவரேயாவர்

Only those who learn by humbling themselves similar to poor before rich are considered as great; others are considered as inferior

## Chapter : 40
## Learning

**396. தொட்டனைத் தூறும் மணற்கேணி மாந்தர்க்குக்**
**கற்றனைத் தூறும் அறிவு**

மணற்கேணியில் தோண்டப்படும் ஆழத்திற்கு ஏற்ப அதிகமாக ஊறும் நீர் போல, மனிதர்க்கு அவர் பெறும் கல்வியைப் பொருத்து அதிகமாக அறிவு பெருகும்

As we get more water by digging the well deeper, we could get more wisdom by getting wider education

**397. யாதானும் நாடாமால் ஊராமால் என்னொருவன்**
**சாந்துணையுங் கல்லாத வாறு**

கற்றவருக்கு எல்லா நாடுகளும் ஊர்களும் தம்முடையது போன்றதாகும்; ஆதலால், ஒருவர் தனது இறுதி மூச்சு வரையிலும் கூட கற்க முயலாதது ஏற்புடையது அன்று

For the learned, all the nations and places are like their own; hence, it is inappropriate if someone does not try to learn even till their last breath

**398. ஒருமைக்கண் தான் கற்ற கல்வி ஒருவற்கு**
**எழுமையும் ஏமாப் புடைத்து**

ஒருவருக்கு கிடைக்கும் கல்வியானது அவரது ஏழு தலைமுறை வரைக்கும்கூட உதவியாய் இருக்கும்

The education being received by someone will be helpful even for his/her successors of seven generations

**399. தாமின் புறுவது உலகின் புறக் கண்டு**
**காமுறுவர் கற்றறிந் தார்**

தம்மை மகிழ்விக்கும் கல்வி இவ்வுலகத்தாரையும் மகிழ்விப்பதைக் கண்டு, மேன்மேலும் கற்க விரும்புவர் கற்றறிந்தோர்

The learned like to learn more, as they realize their knowledge delights themselves and the world

**400. கேடில் விழுச்செல்வம் கல்வி யொருவற்கு**
**மாடல்ல மற்றை யவை**

செல்வங்களில் எல்லாவற்றிலும் கல்வியே ஒருவருக்கு அழிவற்ற சிறந்த செல்வமாகும்; அதற்கு இணையானது வேறில்லை

Among all the wealths, learning is the everlasting one; nothing can match it

## அதிகாரம் : 41
## கல்லாமை

**401.** அரங்கின்றி வட்டாடி யற்றே நிரம்பிய
நூலின்றிக் கோட்டி கொளல்

தேவையான அறிவாற்றல் இன்றி கற்றவர் அவையில் பேசுவது, கட்டம் போட்டுக் கொள்ளாமலேயே தாயம் விளையாடுவதைப் போன்றது

Addressing the assembly of learned without the requisite knowledge is like playing dice without board

**402.** கல்லாதான் சொற்கா முறுதல் முலையிரண்டும்
இல்லாதாள் பெண்காமுற் றற்று

கற்றவர் முன்னே ஒருவர் போதிய அறிவின்றி பேச முற்படுவது, பெண் தன்மை இல்லாத ஒருவர் மேல் ஒரு ஆண் மையல் கொள்வதைப் போன்றது

Speaking in front of the learned without proper knowledge is similar to the act of a man desire for a woman without femininity

**403.** கல்லா தவரும் நனிநல்லர் கற்றார்முன்
சொல்லா திருக்கப் பெறின்

கற்றவர் முன்னிலையில் தேவையற்றதைப் பேசாமல் தவிர்த்தால், கல்லாதவர் கூட கற்றவரைப் போலத் தோற்றமளிப்பார்

Even the ignorant are considered as wise, if they keep quiet in front of the learned

**404.** கல்லாதான் ஒட்பம் கழியநன் றாயினும்
கொள்ளார் அறிவுடை யார்

கல்வி கற்காதவரின் இயற்கை அறிவு சிறப்பாக இருந்தாலும், அதனை அறிவின் பகுதியாக அறிவுடையோர் ஒருபோதும் ஏற்றுக் கொள்வதில்லை

Even if the natural knowledge of the uneducated is better, it is never recognized as part of the knowledge by the learned

**405.** கல்லா ஒருவன் தகைமை தலைப்பெய்து
சொல்லாடச் சோர்வு படும்

கல்லாதவரின் போலி சுயபெருமை கற்றவருடன் கூடிபேசும் போது கலைந்து விடும்

The self-conceit of ignorant gets faded away when he/she interacts with the learned

# Chapter : 41
# Ignorance

406. உளரென்னும் மாத்திரையர் அல்லால் பயவாக்
களரனையர் கல்லா தவர்

அறிவுத்தேடல் இல்லாதவர் ஒன்றும் விளையாத நிலத்திற்கு ஒப்பாவர்; ஆதலால், வெறுமனே உயிரோடு இருப்பவராகக் கருதப்படுபவர்

One who is not interested in learning is considered as barren land; hence, he/she is considered as mere existent

407. நுண்மாண் நுழைபுலம் இல்லான் எழில்நலம்
மண்மாண் புனைபாவை யற்று

தெளிந்த மற்றும் நுட்பமான அறிவு இல்லாதவருடைய அழகான புறத் தோற்றம், சிறப்பாகச் செய்யப்பட்ட மண்ணாலான பொம்மையின் அழகைப் போன்றதாகும்

The beautiful external appearance of those who are devoid of clear and subtle knowledge, is similar to the beauty of a well crafted clay doll

408. நல்லார்கண் பட்ட வறுமையின் இன்னாதே
கல்லார்கண் பட்ட திரு

கல்லாதவரிடம் இருக்கும் செல்வம் கற்றவரின் வறுமையைவிட மிகத் துன்பம் விளைவிக்கக் கூடியதாகும்

The prosperity of ignorants is potentially more harmful than the poverty of learned

409. மேற்பிறந்தா ராயினும் கல்லாதார் கீழ்ப்பிறந்தும்
கற்றார் அனைத்திலர் பாடு

சமூகத்தின் எந்தச் சூழ்நிலையில் ஒருவர் பிறந்திருந்தாலும், அவர் கற்ற கல்வி அவரை உயர்ந்த இடத்தில் கொண்டு சேர்க்கும்

Irrespective of the milieu in which one has born, the education being acquired will take him/her to the pinnacle of life

410. விலங்கொடு மக்கள் அனையர் இலங்குநூல்
கற்றாரோடு ஏனை யவர்

அறிவைச் செறிவூட்டும் நூல்களைக் கற்க முனைபவருக்கும் பிறருக்கும் உள்ள வேற்றுமை மனிதருக்கும் விலங்குகளுக்கும் இடையே உள்ள வேற்றுமையை ஒத்தது

The difference between those who willing to learn and others is similar to the one between humans and animals

## அதிகாரம் : 42
## கேள்வி

**411.** செல்வத்துட் செல்வஞ் செவிச்செல்வம் அச்செல்வம்
செல்வத்து ளெல்லாந் தலை

செவியினால் கேட்டுணரும் செல்வம், செல்வங்கள் எல்லாவற்றிலும் முதன்மையானது ஆகும்

Wealth acquired by listening is the greatest of all wealths

**412.** செவிக்குண வில்லாத போழ்து சிறிது
வயிற்றுக்கும் ஈயப் படும்

செவிக்கு உணவாகிய கேள்வியறிவு தேவையான அளவு கொடுக்கப்பட்ட பிறகுதான், வயிற்றுக்கும் சிறிதளவு உணவு தருவதைப் பற்றி எண்ணுதல் வேண்டும்

Only after sufficiently feeding the ear with listening knowledge, one should consider even feeding the stomach

**413.** செவியுணவிற் கேள்வி யுடையார் அவியுணவின்
ஆன்றாரோ டொப்பர் நிலத்து

கேள்வியறிவாகிய செவியுணவை உண்பவரே இவ்வுலகத்தின் ஆகச்சிறந்த உணவை உண்பவராகக் கருதப்படுகிறார்

Only those who take the listening knowledge as food for ears are considered as having the best food in the world

**414.** கற்றில னாயினுங் கேட்க அஃதொருவற்கு
ஒற்கத்தின் ஊற்றாந் துணை

ஒருவரால் தாமே நூல்களைக் கற்க இயலாவிட்டாலும், கற்றவரிடம் கேட்டறிந்தால், அது அவரது வாழ்வின் தளர்ச்சியின்போது ஊன்றுகோல் போல துணை நிற்கும்

Even if someone is unable to learn from books by him/herself, learning by listening the learned will indeed be helpful in handling the challenges of life

**415.** இழுக்கல் உடையுழி ஊற்றுக்கோல் அற்றே
ஒழுக்க முடையார்வாய்ச் சொல்

ஒழுக்கமுடையவரின் அறிவுரை, வழுக்கும் நிலத்தில் நடப்பதற்கு உதவிடும் ஊன்றுகோல் போன்றது

The advice of disciplined is similar to a stick which helps to walk on slippery ground

## Chapter : 42
## Listening

16. எனைத்தானும் நல்லவை கேட்க அனைத்தானும்
 ஆன்ற பெருமை தரும்

 எவ்வளவு சிறிய அளவினதாய் ஆயினும் நல்லவற்றைக் கேட்டறிய வேண்டும்; அது, அதற்கு ஈடான உயர்வை ஒருவருக்குத் தரும்

 Irrespective of the brevity one should listen good things, which will indeed exalt one in life

417. பிழைத் துணர்ந்தும் பேதைமை சொல்லா ரிழைத்துணர்ந்
 தீண்டிய கேள்வி யவர்

 நுட்பமான அறிவாற்றலும் கேள்வி ஞானமும் உடையவர்கள், சிலவற்றைப் பிழைபட உணர்ந்தபோதும், அறிவற்ற சொற்களை ஒருபோதும் சொல்லமாட்டார்கள்

 Even if the wise do not grasp correctly, they will never utter foolish words, due to their listening knowledge

418. கேட்பினுங் கேளாத் தகையவே கேள்வியால்
 தோட்கப் படாத செவி

 நன்கு கேட்கும் தன்மை உடையனவாய் இருந்தாலும், கேள்வியறிவிற்கு இடமளிக்காத செவிகள் செவிட்டுத் தன்மை உடையனவாகவே கருதப்படும்

 In spite of their good hearing capability, the ears which do not accommodate listening knowledge are considered as deaf

419. நுணங்கிய கேள்விய ரல்லார் வணங்கிய
 வாயின ராதல் அரிது

 நுட்பமான கேள்வியறிவு இல்லாதவர், பணிவாகப் பேசும் பண்புடையவராதல் கடினம்

 It is difficult for those who are lack of keen listening knowledge, to become a humble speaker

420. செவியிற் சுவையுணரா வாயுணர்வின் மாக்கள்
 அவியினும் வாழினும் என்?

 செவிச்சுவையாகிய கேள்விச்சுவையை உணராமல், வாயின் சுவையை மட்டுமே உணரும் மனிதர்கள், இருப்பதும் இல்லாததும் ஒன்றுதான்

 Living and dying of those who could only perceive the taste of mouth but not the listening knowledge by ears, are considered as same

## அதிகாரம் : 43
## அறிவுடைமை

**421. அறிவற்றங் காக்குங் கருவி செறுவார்க்கும்**
**உள்ளழிக்க லாகா அரண்**

அறிவு, ஒருவரை அவரது பகைவரிடமிருந்து முற்றிலுமாகக் காக்கவல்ல ஆயுதமாகும்; மேலும் எவராலும் அழிக்க முடியாத அரண் போன்றதாகும்

Wisdom is a weapon capable of protecting one from enemies; and is similar to a fort indestructible by anyone

**422. சென்ற இடத்தால் செலவிடா தீதொரீஇ**
**நன்றின்பால் உய்ப்ப தறிவு.**

மனதை கண்டபடி அலையவிடாமல், தீய வழியிலிருந்து விலக்கி நல்ல வழியில் செலுத்துவதே அறிவுடைமையாகும்

Wisdom restrains the wandering mind and directs it to choose the right path

**423. எப்பொருள் யார்யார்வாய்க் கேட்பினும் அப்பொருள்**
**மெய்ப்பொருள் காண்ப தறிவு**

எந்தக் கருத்தையும் எவர் மூலம் கேட்க நேரிட்டாலும், அதனை அப்படியே ஏற்றுக் கொள்ளாமல் உண்மையை ஆய்ந்து அறிவதுதான் அறிவுடைமையாகும்

Wisdom is to discern the truth from whatsoever heard from whomsoever

**424. எண்பொருள வாகச் செலச்சொல்லித் தான்பிறர்வாய்**
**நுண்பொருள் காண்ப தறிவு**

விளங்கிக் கொள்வதற்குக் கடினமான கருத்துகளைக்கூட கேட்பவர் மனதில் பதியும்படி எளிமையாக எடுத்துக் கூறுவதும், பிறரின் நுட்பமானக் கருத்துகளையும் ஆராய்ந்து எளிமையாக விளங்கிக் கொள்வதும் அறிவுடைமையாகும்

Wisdom is the capability to explain even complex things in a simple manner and also the abilty to discern the subtle thoughts of others

**425. உலகம் தழீஇய தொட்பம் மலர்தலும்**
**கூம்பலும் இல்ல தறிவு**

ஆரம்பத்தில் மகிழ்வதும் நாளடைவில் வாடுவதும் என இல்லாது சீரான நட்பை உலகத்து உயர்ந்தாரோடு பேணுவது அறிவுடைமையாகும்

Wisdom is to maintain a steady and balanced relationship with the great people of this world

# Chapter : 43
# Wisdom

**426.** எவ்வ துறைவது உலகம் உலகத்தோடு
அவ்வ துறைவ தறிவு

உலகத்து பெரியோர் வழியைப் பின்பற்றி அதனோடு பொருந்துமாறு தானும் நடந்து கொள்வது அறிவுடைமையாகும்

Wisdom is to live in harmony with the acts of great people of this world

**427.** அறிவுடையார் ஆவ தறிவார் அறிவிலார்
அஃதறி கல்லா தவர்

அறிவுடையோர் ஒரு செயலுக்கான விளைவை முன்கூட்டியே சிந்தித்து அறியும் திறன் படைத்தவர்கள்

The wise has the capability to foresee the consequences before acting

**428.** அஞ்சுவ தஞ்சாமை பேதைமை அஞ்சுவது
அஞ்சல் அறிவார் தொழில்

அஞ்ச வேண்டியவைகளுக்கு அஞ்சாதிருப்பது அறியாமையாகும்; அஞ்ச வேண்டியவைகளுக்கு அஞ்சி நடப்பதே அறிவுடையார் இயல்பாகும்

Not fearing of what is to be feared is mere ignorance; fearing of what is to be feared is the nature of wise

**429.** எதிரதாக் காக்கும் அறிவினார்க் கில்லை
அதிர வருவதோர் நோய்

எதிர் வருவனவற்றை முன்கூட்டியே அறிந்து தம்மைக் காத்துக் கொள்ளும் திறனுடையவர்களுக்கு, அதிர்ச்சி அளிக்கக் கூடிய அளவில் ஒருபோதும் துன்பம் ஏற்படுவதில்லை

Wise will never get terrifying shocks, as they possess the capability to foresee the things and guard themselves

**430.** அறிவுடையார் எல்லா முடையார் அறிவிலார்
என்னுடைய ரேனும் இலர்

அறிவுடையவர் வேறெதுவும் இல்லாதிருப்பினும் எல்லாம் உடையவராகக் கருதப்படுவர்; அறிவில்லாதவர் எதை உடையவராக இருந்தாலும் ஏதுமற்றவராகவே கருதப்படுவர்

Those who have wisdom are considered as possessing everything; whereas, ignorants are considered as possessing nothing, even if they have everything

## அதிகாரம் : 44
### குற்றங்கடிதல்

**431.** செருக்குஞ் சினமும் சிறுமையும் இல்லார்
பெருக்கம் பெருமித நீர்த்து

அகங்காரம், கோபம், இழிவான நடத்தை ஆகியவை இல்லாத வருடைய உயர்வு மேன்மையானதாகும்

The rise of those who do not have arrogance, anger and petty behaviors is indeed great

**432.** இவறலும் மாண்பிறந்த மானமும் மாணா
உவகையும் ஏதம் இறைக்கு

பேராசை, மாட்சியில்லாத மானம் மற்றும் தீயவழிகளில் அடையும் மகிழ்ச்சி ஆகியவை ஒரு ஆட்சியாளருக்குக் கேடு விளைவிப் பவையாகும்

Avarice, undignified pride and pleasure by cheap means are detrimental to an administrator

**433.** தினைத்துணையாங் குற்றம் வரினும் பனைத்துணையாக்
கொள்வர் பழிநாணு வார்

பழிக்கு நாணுகின்ற பெரியவர்கள் சிறிதளவு குற்றத்தையும் கூட பெரிதாகக் கருதி, அதனைச் செய்ய முற்படாமல், தங்களை அந்தப் பழியில் இருந்து காத்துக் கொள்வர்

Great people who fear for blame consider even their slight fault as grave mistake and thus protect themselves from the blame by avoiding such faults

**434.** குற்றமே காக்க பொருளாகக் குற்றமே
அற்றந் த்ரூஉம் பகை

குற்றமே அழிவை உண்டாக்கும் பகையாகையால், ஒருவர் குற்றம் செய்யாமல் இருப்பதையே நோக்கமாகக் கொண்டு தம்மைக் காத்துக் கொள்ள வேண்டும்

One should guard oneself from grave faults, as such faults have the potential to lead someone to destruction

**435.** வருமுன்னர்க் காவாதான் வாழ்க்கை எரிமுன்னர்
வைத்தூறு போலக் கெடும்

குற்றச் செயல்களிலிருந்து தன்னை எச்சரிக்கையுடன் முன்கூட்டியே தற்காத்துக் கொள்ளாதவரின் வாழ்க்கை, நெருப்பிற்கு முன் வைக்கப்பட்ட வைக்கோல் போல அழிந்துபோகும்

The life of one who does not guard oneself against faults with caution, will perish similar to a heap of straw kept in the vicinity of fire

## Chapter : 44
## Avoiding faults

**436. தன்குற்றம் நீக்கிப் பிறர்குற்றங் காண்கிற்பின்
என்குற்ற மாகும் இறைக்கு?**

*முதலில் தனது குறைகளை நீக்கிக் கொண்டு அதன் பிறகு அடுத்தவரது குறைகளை காணும் இயல்புடைய தலைவருக்கு எத்தகைய குற்றமும் நேராது*

The leaders who tend to correct their own faults first, before looking in to others' faults will never get any faults

**437. செயற்பால செய்யா திவறியான் செல்வம்
உயற்பால தன்றிக் கெடும்**

*நல்ல வழிகளில் செலவிடப்படாமல் வெறுமனே சேர்த்து வைக்கப்படும் செல்வம், எவற்றிற்கும் பயன்படாமல் வீணாக அழிந்து போகும்*

The wealth that is amassed without being spent by fruitful means, will definitely get ruined

**438. பற்றுள்ளம் என்னும் இவறன்மை எற்றுள்ளும்
எண்ணப் படுவதொன் றன்று**

*பொருள் சேர்க்கும் பற்றினால் எவருக்கும் எதுவும் ஈயாமல் வாழும் குணம், குற்றங்கள் எல்லாவற்றிலும் மிகக் கொடியதாகக் கருதப்படுகிறது*

Miserliness out of greed is considered as the worst of all crimes

**439. வியவற்க எஞ்ஞான்றும் தன்னை நயவற்க
நன்றி பயவா வினை**

*ஒருவர் எக்காலத்திலும் தன்னைத்தானே உயர்வாக எண்ணும் அகங்காரத்தினால், நன்மை தராத செயல்களில் ஈடுபடக் கூடாது*

One should never indulge in futile deeds out of self boasting

**440. காதல காதல் அறியாமை உய்க்கிற்பின்
ஏதில ஏதிலார் நூல்**

*தான் எண்ணியவற்றை பகைவர் அறியாதபடி காக்க முடிந்தவரிடம், அந்தப் பகைவரின் சூழ்ச்சிகள் ஒருபோதும் பலிப்பதில்லை*

Those who secretly guard their plans from their enemies, could successfully overcome the evil designs of those enemies

## அதிகாரம் : 45
## பெரியாரைத் துணைக்கோடல்

**441. அறனறிந்து மூத்த அறிவுடையார் கேண்மை**
**திறனறிந்து தேர்ந்து கொளல்**

ஒருவர் அறவழி நடக்கும் அறிவுடையவரின் நட்பைப் பெறும் வழியை ஆய்ந்தறிந்து, அதனை எப்படியாவது கைக்கொள்ள முயல வேண்டும்

One should explore the ways of securing friendship of virtuous wise people and should try getting it at any cost

**442. உற்றநோய் நீக்கி உறாஅமை முற்காக்கும்**
**பெற்றியார்ப் பேணிக் கொளல்**

வந்துள்ள துன்பத்தை நீக்குவதோடு மேலும் துன்பம் வராமல் காக்கும் ஆற்றல் மிக்கவரை போற்றி நட்புக் கொள்ள வேண்டும்

One should cherish the friendship of those who could cure the present sufferings and save from future evils as well

**443. அரியவற்று ளெல்லாம் அரிதே பெரியாரைப்**
**பேணித் தமராக் கொளல்**

அறிவிற் சிறந்த பெரியவர்களுடன் நட்பு கொள்ளுதல், அரிதினும் அரிதான பேறாகும்

Befriending the wise people is the rarest of rare gifts

**444. தம்மிற் பெரியார் தமரா ஒழுகுதல்**
**வன்மையு ளெல்லாந் தலை**

தம்மினும் அறிவிற் சிறந்தவரோடு நட்பு கொண்டு அவரது வழியில் நடப்பது, ஒருவருக்குத் தலைசிறந்த வலிமையாகும்

Cultivating friendship with the wise and following their footsteps is the greatest strength

**445. சூழ்வார்கண் ணாக ஒழுகலான் மன்னவன்**
**சூழ்வாரைக் சூழ்ந்து கொளல்**

கண்ணாகச் செயல்பட்டு தக்க வழிகளை ஆராய்ந்து கூறும் அறிஞர்களை உடன் வைத்திருப்பது ஆட்சியாளர்களுக்கு நன்மை விளைவிக்கும்

It is beneficial for the administrators to select wise people who could guide them properly by acting like their eyes

## Chapter : 45
## Seeking the aid of great men

**446. தக்கா ரினத்தனாய்த் தானொழுக வல்லானைச்
செற்றார் செயக்கிடந்த தில்**

அறிவாற்றல் மிக்க பெரியவர்களை நட்பாகக் கொண்டு நல்வழி நடக்கும் ஒருவருக்கு பகைவர்களால் எந்தத் தீங்கும் விளையாது

The enemies can not inflict any harm to those who have wise and influential people as their friends and always walk in the righteous path

**447. இடிக்குந் துணையாரை யாள்வரை யாரே
கெடுக்குந் தகைமை யவர்**

கடிந்து அறிவுரை கூறி நல்வழி படுத்துபவரைத் துணையாகக் கொண்டவருக்குக் கெடுதல் செய்யும் ஆற்றல் எவருக்கும் இல்லை

Nobody can inflict harm to those who have friends to rebuke when they err

**448. இடிப்பாரை இல்லாத ஏமரா மன்னன்
கெடுப்பா ரிலானுங் கெடும்**

கடிந்து அறிவுரைக் கூறுவோரை துணையாகக் கொள்ளாத ஆட்சியாளர்கள், பகைவர் இல்லாவிடினும் கெட்டழிவர்

The administrators who do not have wise people to rebuke will perish even without enemies

**449. முதலிலார்க ஊதிய மில்லை மதலையாஞ்
சார்பிலார்க் கில்லை நிலை**

முதலீடு செய்யாதவருக்குத் தொழிலில் வருவாய் இல்லாத நிலையைப் போல், தம்மைத் தாங்கிக் காப்பாற்றும் நம்பகமான துணை இல்லாதவருக்கு வாழ்வில் ஒருபோதும் நிலையில்லை

There is no profit without capital; likewise, there is no stability in life without reliable people as support

**450. பல்லார் பகை கொளலிற் பத்தடுத்த தீமைத்தே
நல்லார் தொடர்கை விடல்**

பலருடைய பகையைத் தேடிக்கொள்வதைவிடப் பல மடங்கு தீமை விளைவிக்கக் கூடியது, நல்லவருடனான நட்பை கைவிடுதலாகும்

Abandoning a good friendship is far worse than seeking enmity with number of foes

## அதிகாரம் : 46
## சிற்றினம் சேராமை

**451. சிற்றினம் அஞ்சும் பெருமை சிறுமைதான்**
**சுற்றமாச் சூழ்ந்து விடும்**

*தீய குணத்தாரோடு சேர அஞ்சுவது பெரியோர் இயல்பாகும்; ஆனால், தீய குணத்தாரோடு உறவினர் போல ஒன்றிப் பழகுவது சிறியோரின் இயல்பாகும்*

Great people fear the friendship of ignoble; whereas, the mean people behave with the ignoble like kins

**452. நிலத்தியல்பால் நீர்திரிந் தற்றாகும் மாந்தர்க்கு**
**இனத்தியல்ப தாகும் அறிவு**

*சேர்ந்த நிலத்தின் இயல்பால் நீரின் தன்மை வேறுபடுவதைப் போல, மனிதரின் தன்மை அவர்தம் நட்பு வட்டத்தைப் பொருத்து வேறுபடும்*

Similar the changing nature of water as per the soil, the nature of humans varies as per their circle of friends

**453. மனத்தானாம் மாந்தர்க் குணர்ச்சி இனத்தானாம்**
**இன்னான் எனப்படுஞ் சொல்**

*மனிதர்தம் உணர்ச்சி அவரது மனத்தால் உண்டாகும்; அவர் இப்படிப்பட்டவர் என்று உலகத்தோரால் மதிக்கப்படுதல் அவர் சேரும் கூட்டத்தைப் பொருத்து அமையும்*

Wisdom depends upon the mind; character depends upon the company

**454. மனத்து ளதுபோலக் காட்டி ஒருவற்கு**
**இனத்துள தாகும் அறிவு**

*மனிதரின் அறிவு அவரது மனத்தின் இயல்பு என்பது போல் தோன்றினாலும், அது அவரது நட்பு வட்டத்தைப் பொருத்து அமைவதாகும்*

Though one's wisdom seems to be depend upon the mind, it depends only on one's friends circle

**455. மனந்தூய்மை செய்வினை தூய்மை இரண்டும்**
**இனந்தூய்மை தூவா வரும்**

*ஒருவருக்கு மனத்தின் தூய்மையும் செயலின் தூய்மையும் அவரின் நட்பு வட்டத்தின் தூய்மையைப் பொருத்தே அமையும்*

One's purity of mind and deeds depend upon the purity of one's own friends circle

## Chapter : 46
## Avoiding Mean Company

456. மனந்தூயார்க் கெச்சம்நன் றாகும் இனந்தூயார்க்கு
இல்லைநன் றாகா வினை

ஒருவருக்கு மனத்தூய்மையினால் அழியாத புகழும், சேர்ந்த இனத்தின் தூய்மையினால் நற்செயல்களும் உண்டாகும்

Pure mindedness brings immortal fame and pure friends circle brings good deeds

457. மனநலம் மன்னுயிர்க் காக்கம் இனநலம்
எல்லாப் புகழும் தரும்

நல்ல மனநலம் உயிருக்கு ஆக்கம் தரும்; நல்ல மனிதர்களுடனான நட்போ அனைத்து விதமான புகழையும் தரும்

Purity of mind enriches the soul; friendship of good people brings all sort of fames

458. மனநலம் நன்குடைய ராயினும் சான்றோர்க்கு
இனநலம் ஏமாப் புடைத்து

நல்ல மனநலம் வாய்க்கப்பெற்ற சான்றோருக்கும் அவர் தேர்ந்தெடுக்கும் நட்பு வட்டத்தைப் பொருத்தே வலிமை வந்து சேரும்

Even the wise people who have purity of mind, will get strength depend upon the purity of their friends circle only

459. மனநலத்தின் ஆகும் மறுமைமற் றஃதும்
இனநலத்தின் ஏமாப் புடைத்து

நல்ல மனநலம் வாய்க்கப்பெற்றவருக்கு நிலையான இன்பம் உண்டாகும்; அது அவர் தேர்ந்தெடுக்கும் நட்பு வட்டத்தைப் பொருத்து மேலும் வலிமை பெறும்

Those who have purity of mind will have everlasting bliss; it will be further strengthened by the purity of their friends circle

460. நல்லினத்தி னூங்குந் துணையில்லை தீயினத்தின்
அல்லற் படுப்பதூஉம் இல்

ஒருவருக்கு நட்பு வட்டம் நல்லதாக அமைவதைக் காட்டிலும் பெரிய வலிமையும் இல்லை; அது தீயதாக அமைவதைக் காட்டிலும் வேறு துன்பம் தருவதும் இல்லை

There is no greater strength than good friends circle and there is no worse evil than a bad friends circle

## அதிகாரம் : 47
## தெரிந்து செயல்வகை

**461.** அழிவதூஉம் ஆவதூஉம் ஆகி வழிபயக்கும்
ஊதியமும் சூழ்ந்து செயல்

நன்மை தீமை ஆகிய விளைவுகளை விரிவாக ஆய்ந்தறிந்த பிறகே எந்தச் செயலையும் தொடங்க வேண்டும்

One should contemplate the consequences in terms of pros and cons before initiating any act

**462.** தெரிந்த இனத்தொடு தேர்ந்தெண்ணிச் செய்வார்க்கு
அரும்பொருள் யாதொன்றும் இல்

தேர்ந்த அறிவார்ந்தவர்களுடன் சேர்ந்து, ஒரு செயலை ஆராய்ந்து திட்டமிட்டுச் செய்கின்றவர்க்கு செய்யமுடியாத அரிய செயல் என்று எதுவும் இல்லை

Nothing is difficult to be achieved for those who act after due deliberation with the chosen intellects

**463.** ஆக்கம் கருதி முதலிழக்கும் செய்வினை
ஊக்கார் அறிவுடை யார்

பின்னர் விளையக்கூடிய ஆதாயத்தை அடைய விரும்பி, தற்பொழுது கையில் இருக்கும் முதலை இழக்க ஒருபோதும் விரும்ப மாட்டார்கள் அறிவுடையவர்கள்

Wise people will never ready to lose their capital in the quest for gain

**464.** தெளிவி லதனைத் தொடங்கார் இளிவென்னும்
ஏதப்பாடு அஞ்சு பவர்

களங்கத்திற்கு அஞ்சி நடப்பவர்கள், தமக்குத் தெளிவில்லாத செயல்களில் ஒருபோதும் இறங்க மாட்டார்கள்

Those who are afraid of shameful errors will never resort to any ventures in which they do not have clarity of mind

**465.** வகையறச் சூழா தெழுதல் பகைவரைப்
பாத்திப் படுப்பதோ ராறு

முறையாகத் திட்டமிடாது ஒரு படையெடுப்பைத் தொடங்குவது, பகைவரின் வலிமையை மேம்படுத்தும் செயலாக ஆகிவிடும்

Facing the enemies without proper planning will culminate only in strengthening of their hands

# Chapter : 47
## Acting with deliberation

466. செய்தக்க அல்ல செயக்கெடும் செய்தக்க
செய்யாமை யானுங் கெடும்

செய்யக்கூடாதவற்றைச் செய்வதாலும் செய்ய வேண்டியவற்றைச் செய்யாமல் விடுவதாலும் ஒருவருக்குக் கேடு விளையும்

Doing unfit things and not doing fit things will both lead to ruin

467. எண்ணித் துணிக கருமம் துணிந்தபின்
எண்ணுவம் என்பது இழுக்கு

எந்தச் செயலையும் தெளிவுற சிந்தித்த பிறகே தொடங்க வேண்டும்; தொடங்கிய பிறகு சிந்திக்கலாம் என்பது தவறாகும்

It is always better to think before act; it is indeed wrong to act first and think later

468. ஆற்றின் வருந்தா வருத்தம் பலர்நின்று
போற்றினும் பொத்துப் படும்

பலர் துணை நின்று காக்க முயன்றாலும், தக்க வழியில் செய்யப்படாத முயற்சி இறுதியில் கெட்டுப் போய்விடும்

Any deed without proper efforts will certainly get ruined, despite the support of many people

469. நன்றாற்ற லுள்ளுந் தவுறுண்டு அவரவர்
பண்பறிந் தாற்றாக் கடை

ஒருவருடைய இயல்பைப் புரிந்து செய்யப்படா விட்டால், நற்செயல்கூட தீமையாக முடியும்

Even a good deed may turn in to an evil one, if it is done without understanding the nature of the person

470. எள்ளாத எண்ணிச் செயல்வேண்டும் தம்மோடு
கொள்ளாத கொள்ளாது உலகு

தம்முடைய தகுதிக்குப் பொருந்தாத செயல்களை இவ்வுலகம் ஏற்காது என்பதால், ஒருவர் உலகம் பழித்துரைக்காத செயல்களை ஆய்ந்து செய்திடல் வேண்டும்

As the world approves only acceptable behaviors, one should avoid deeds which attract reproach of the world

## அதிகாரம் : 48
## வலியறிதல்

**471.** வினைவலியும் தன்வலியும் மாற்றான் வலியும்
துணைவலியும் தூக்கிச் செயல்

தான் செய்யத் துணிந்த செயலின் வலிமை, தனது வலிமை, தனது பகைவரின் வலிமை, இருசாராருக்கும் துணை நிற்பாரின் வலிமை ஆகிய அனைத்தையும் ஆய்ந்தறிந்தே அந்தச் செயலைத் தொடங்க வேண்டும்

One should weigh the strength of intended deed, strength of self, strength of enemy, strength of allies from both sides before venturing out for any deed

**472.** ஒல்வ தறிவது அறிந்ததன் கண்தங்கிச்
செல்வார்க்குச் செல்லாதது இல்

தனக்குப் பொருந்தும் செயலையும் அதைச் செய்வதற்கு ஏற்ற ஆற்றலையும் அறிந்து அதனை விடாமுயற்சியுடன் மேற்கொள்பவரால் முடியாதது எதுவுமில்லை

Nothing is impossible for those who know their strength and the ways and means of intended task

**473.** உடைத்தம் வலியறியார் ஊக்கத்தின் ஊக்கி
இடைக்கண் முரிந்தார் பலர்

ஒருவர் தம்முடைய வலிமையைச் சரியாக மதிப்பிடாமல், ஊக்கத்தின் விளைவால் மட்டுமே ஒரு செயலைத் தொடங்கினால், அச்செயலை எண்ணியபடி முடிக்க இயலாமல் இடையிலேயே கைவிட நேரலாம்

Those who start a task enthusiastically without proper assessment of their own strength, may have to give up the intended task in between as uncompleted

**474.** அமைந்தாங் கொழுகான் அளவறியான் தன்னை
வியந்தான் விரைந்து கெடும்

சூழ்நிலைக்கேற்ப தம்மைத் தகவமைத்துக் கொள்ள இயலாதவர், தமது வலிமையைச் சரியாக மதிப்பிட இயலாதவர், தம்மைத்தாமே வியந்து மதித்துக் கொண்டிருப்பவர் ஆகியோர் விரைவில் கெட்டுப்போக நேரிடும்

Those who are unable to adapt, those who are unable to assess their own strength properly and those who indulge in excessive boasting may have to perish soon

**475.** பீலிபெய் சாகாடும் அச்சிறும் அப்பண்டஞ்
சால மிகுத்துப் பெயின்

மயிலிறகைப் போல எடை குறைவான பொருட்களைக் கூட அளவுக்கு அதிகமாக ஏற்றினால், வண்டியின் அச்சு முறிந்துபோகும்

Even though it is light weight commodity like peacock feather, it could break the axle of the cart, if overloaded

# Chapter : 48
## Assessing the strength

476. நுனிக்கொம்பர் ஏறினார் அஃதிறந் தூக்கின்
உயிர்க்கிறுதி ஆகி விடும்

தன்னைப்பற்றிய அதிகப் படியான நம்பிக்கையில் எல்லை மீறி நடப்பவரின் செயல், மரத்தின் நுனிக் கிளையையும் தாண்டி ஏற முயல்பவரின் செயலைப் போன்றது

The act of one who goes overboard due to overconfidence is similar to the act of one who tends to climb beyond the tip of a branch

477. ஆற்றின் அளவறிந்து ஈக அதுபொருள்
போற்றி வழங்கு நெறி

பிறர்க்குப் பொருளைக் கொடுப்பவர் தம்முடைய பொருளாதார நிலையையும், கொடுப்பதற்கான தக்க வழியையும் அறிந்து கொடுப்பதே, தமது பொருளைச் சீராகக் காத்து வாழும் வழியாகும்

Those who intend to donate should know the limit of their wealth and the means to donate, in order to guard their wealth

478. ஆகாறு அளவிட்டி தாயினுங் கேடில்லை
போகாறு அகலாக் கடை

ஒருவருக்கு வருவாய் குறைவாக இருந்தாலும், செலவு அதிகமாக இல்லையென்றால், அதனால் கேடு ஒன்றுமில்லை

There is no harm for one even if the income is small, as long as the expenditure is not large

479. அளவறிந்து வாழாதான் வாழ்க்கை உளபோல
இல்லாகித் தோன்றாக் கெடும்

ஒருவர் தனது செல்வத்தின் அளவை அறிந்து வாழவில்லை எனில், அவரது செல்வம் இருப்பதுபோல் தோன்றி மறைந்து விடக்கூடும்

The life of someone may looks like wealthy, but it may get perished, if the life is not within the bounds

480. உளவரை தூக்காத ஒப்புர வாண்மை
வளவரை வல்லைக் கெடும்

தனது பொருளாதார நிலையை ஆராயாமல் ஒருவர் பிறருக்கு அளவின்றி பொருளுதவி செய்தால், அவரது பொருள்வளம் விரைவில் கெடும்

If generosity exceeds the limits, one's wealth will vanish quickly

## அதிகாரம் : 49
## காலம் அறிதல்

**481. பகல்வெல்லும் கூகையைக் காக்கை இகல்வெல்லும்**
**வேந்தர்க்கு வேண்டும் பொழுது**

தன்னினும் வலிய கோட்டானைக் கூட காக்கை பகல் பொழுதில் எளிதில் வென்றுவிடும்; அதுபோலவே, தனது எதிரியை வெல்ல முனைபவர் ஏற்ற காலத்தைத் தேர்ந்தெடுப்பது மிகவும் அவசியம்

A crow can easily defeat owl during the daytime; similarly, those who intends to defeat their enemies should choose suitable time

**482. பருவத்தோடு ஒட்ட ஒழுகல் திருவினைத்**
**தீராமை ஆர்க்குங் கயிறு**

காலத்தின் தன்மையை உணர்ந்து அதற்கு ஏற்றபடி காரியம் ஆற்றுவது, மேற்கொள்ளும் காரியத்திற்கான வெற்றியை உறுதி செய்யும் கருவியாகும்

Timely action is the tool which ensures success of any endeavor

**483. அருவினை யென்ப உளவோ கருவியான்**
**காலம் அறிந்து செயின்**

தேவையான கருவிகளைக் கொண்டு ஏற்ற காலத்தில் செயலாற்று பவருக்கு அரிய காரியம் என்று எதுவுமில்லை

No task is difficult for those who act with the requisite tools at the right time

**484. ஞாலம் கருதினுங் கைகூடுங் காலம்**
**கருதி இடத்தாற் செயின்**

ஏற்ற காலத்தையும் இடத்தையும் ஆய்ந்தறிந்து செயலாற்றும் ஒருவர் விரும்பினால், இந்த பூவுலகம் முழுமையும் கூட கைவசப்படும்

Even the whole world is attainable, for those who act at the right time and place

**485. காலம் கருதி இருப்பர் கலங்காது**
**ஞாலம் கருது பவர்**

இவ்வுலகத்தை அடைவதைப் போன்று பெரிய இலக்குகளை உடையவர்கள், கலக்கத்தைத் தவிர்த்து, செயலுக்கு ஏற்ற காலத்திற்காகக் காத்திருப்பர்

Those who pursue big goals await for the befitting time patiently

# Chapter : 49
# Choosing Proper Time

486. ஊக்க முடையான் ஒடுக்கம் பொருதகர்
 தாக்கற்குப் பேருந் தகைத்து

ஆற்றல் மிகுந்த ஒருவர் ஏற்ற காலத்திற்காகக் காத்திருப்பது, சண்டையிடும் ஆட்டுக்கடா பகைவரைத் தாக்குவதற்காகப் பின் வாங்குவதைப் போன்றது

The act of enthusiastic person keeping oneself restrained is similar to the act of fighting sheep retreating for a fierce attack

487. பொள்ளென ஆங்கே புறம்வேரார் காலம்பார்த்து
 உள்வேர்ப்பர் ஒள்ளி யவர்

அறிவுடையவர் பிறர் தமக்குச் செய்த தீங்கிற்காக உடனே சினத்தை வெளிப்படுத்தாமல், தக்க சமயத்திற்காகப் பொறுமையுடன் காத்திருப்பர்

The wise people await patiently for the befitting time to retaliate, without expressing anger immediately

488. செறுநரைக் காணின் சுமக்க இறுவரை
 காணின் கிழக்காம் தலை

பகைவரை அழிப்பதற்கு சரியான நேரம் வரும் வரை ஒருவர் தனது பகையுணர்வைப் பொறுமையுடன் தாங்கிக் கொள்ள வேண்டும்

One should patiently bear with enmity until getting the appropriate time to annihilate the enemy

489. எய்தற் கரியது இயைந்தக்கால் அந்நிலையே
 செய்தற் கரிய செயல்

கிடைப்பதற்கரிய நேரம் வாய்க்கும்போது, அதைச் சரியாக பயன்படுத்திக் கொண்டு உடனடியாக செயற்கரிய செயல்களை செய்து முடிக்க வேண்டும்

When getting a rare opportunity, one should do the rare deeds at once, by properly utilizing it

490. கொக்கொக்க கூம்பும் பருவத்து மற்றதன்
 குத்தொக்க சீர்த்த இடத்து

இரைக்காக பொறுமையுடன் காத்திருந்து அதனை மிகச் சரியாக கொத்தும் கொக்கைப்போல, ஒருவர் சரியான நேரத்திற்காகப் பொறுமையுடன் காத்திருந்து, அந்த அரிய வாய்ப்பு கிடைத்ததும் அதனை மிகச் சரியாகப் பயன்படுத்திக் கொள்ள வேண்டும்

Similar to a stork waiting patiently to grab the prey, one should wait for the right time and act swiftly at the right opportunity

## அதிகாரம் : 50
## இடன் அறிதல்

**491.** தொடங்கற்க எவ்வினையும் எள்ளற்க முற்றும்
இடங்கண்ட பின்அல் லது

ஒரு செயலை அலட்சியமாக அணுகாமல், அதற்கான சரியான இடத்தை கவனமாகத் தேர்ந்தெடுத்தப் பின்னரே அச்செயலில் இறங்க வேண்டும்

One should avoid starting any task carelessly and should start the task only after choosing right place

**492.** முரண்சேர்ந்த மொய்ம்பி னவர்க்கும் அரண்சேர்ந்தாம்
ஆக்கம் பலவுந் தரும்

பகைவரை எதிர்க்கும் ஆற்றல் இருப்பினும், அரணைச் சார்ந்து போரிடும் வாய்ப்பு கிடைத்தால் ஒருவருக்கு மிகப்பெரிய வெற்றி கிடைக்கும்

Having a strong fort is advantageous for someone to bag huge victory, in spite of having the mighty power to tackle the enemies

**493.** ஆற்றாரும் ஆற்றி அடுப இடனறிந்து
போற்றார்கண் போற்றிச் செயின்

தம்மைத் காத்துக் கொள்ளவும் எதிரியை எதிர்கொள்ளவும் சரியான இடத்தைத் தேர்ந்தெடுத்து போர் புரிபவர், பலத்தில் குறைந்தவராய் இருந்தாலும் மிகப்பெரிய வெற்றி பெறுவர்

Even the less powerful could be victorious if the apt place for defence and offense be chosen carefully

**494.** எண்ணியார் எண்ணம் இழப்பர் இடனறிந்து
துன்னியார் துன்னிச் செயின்

தாக்குதலுக்கான இடத்தை சரியாகத் தேர்ந்தெடுத்து ஆற்றலுடன் போரிட்டால், பகைவரின் எண்ணம் தோல்வியுறுவது உறுதி

A war which is being fought at a vantage point with determination, will get rid of the winning thoughts of enemies

**495.** நெடும்புனலுள் வெல்லும் முதலை அடும்புனலின்
நீங்கின் அதனைப் பிற

நீரில் வாழும் வரை முதலை மற்ற விலங்குகளை எளிதில் வெல்லும்; ஆனால் நீரைவிட்டு வெளியில் வந்தால் முதலையை மற்ற விலங்குகள் வென்று விடும்

A crocodile can easily win other animals in water; but on land it will get defeated by other animals

# Chapter : 50
## Assessing the place

496. கடலோடா கால்வல் நெடுந்தேர் கடலோடும்
நாவாயும் ஓடா நிலத்து

வலிய சக்கரங்களையுடைய பெரிய தேர்களால் கடலில் ஓடமுடியாது, கடலில் ஓடக்கூடிய கப்பல்களால் நிலத்தில் ஓடமுடியாது

As large chariots with mighty wheels cannot sail the sea, ships that can sail the sea cannot run on land

497. அஞ்சாமை அல்லால் துணைவேண்டா எஞ்சாமை
எண்ணி இடத்தால் செயின்

ஒரு செயலுக்குரிய சரியான இடத்தையும் வழிமுறைகளையும் சிந்தித்து செயலாற்றுபவருக்கு, பகைக்கு அஞ்சாத மன உறுதியைத் தவிர வேறு துணை தேவையில்லை

For those who choose the apt place and course of action, there is no need of any other support other than fearless courage

498. சிறுபடையான் செல்லிடம் சேரின் உறுபடையான்
ஊக்கம் அழிந்து விடும்

சிறிய படையை உடையவராக இருந்தாலும் தக்க இடத்தில் இருந்து போரிட்டால், பெரிய படையை உடைய எதிரியைக்கூட எளிதாக வெல்ல முடியும்

A ruler with small army can easily defeat even his/her enemy with larger army, if choose to fight from a suitable place

499. சிறைநலனும் சீரும் இலரெனினும் மாந்தர்
உறைநிலத்தோடு ஒட்டல் அரிது

பகைவர் வலிமையான கோட்டையும் மிகுந்த படைபலமும் இல்லாதவராய் இருந்தாலும், அவரது இடத்தில் போரிட்டு அவரை வீழ்த்துவது கடினம்

It is difficult to defeat the enemies at their place, even if they do not have strong fort and force

500. காலாழ் களரில் நரியடும் கண்ணஞ்சா
வேலாள் முகத்த களிறு

போர்க்களத்தில் வேலேந்திய வீரர்களைக் கூட எளிதாக வீழ்த்தும் ஆற்றல் படைத்த யானை சேற்று நிலத்தில் சிக்கிக் கொண்டால், சிறிய விலங்கான நரி கூட அதனை மிக எளிதாகக் கொன்று விடும்

Even a jackal can easily kill a fierce war elephant which got entangled in a marshy ground

## அதிகாரம் : 51
## தெரிந்து தெளிதல்

501. **அறம்பொருள் இன்பம் உயிரச்சம் நான்கின்**
**திறந்தெரிந்து தேறப் படும்**

*அறம், நேர்மை, ஒழுக்கம் மற்றும் துணிவு ஆகிய நான்கு குணங்களின் அடிப்படையில் ஆந்தறிந்தே ஒருவரை நம்பகமான பணியில் அமர்த்த வேண்டும்*

One should be trusted based on the qualities of virtue, honesty, discipline and courage

502. **குடிப்பிறந்து குற்றத்தின் நீங்கி வடுப்பரியும்**
**நாணுடையான் சுட்டே தெளிவு**

*குற்றங்களை நீக்கி வாழ்பவரையும் பழிச்செயல்கள் புரிய நாணுகிறவ ரையுமே உயர்குடியினராகக் கருதி நம்பகமான பதவிக்குத் தெரிவு செய்ய வேண்டும்*

The ruler should trust those who are devoid of faults and ashamed of doing evils, by considering them as noble-born

503. **அரியகற்று ஆசற்றார் கண்ணும் தெரியுங்கால்**
**இன்மை அரிதே வெளிறு**

*அரிய நூல்களைக் கற்றுத் தேர்ந்து குற்றமற்றவராக விளங்கு பவரிடத்திலும் ஆய்ந்து பார்த்தால் அறியாமை இருப்பது இயல்பாகும்*

It is common that even the great scholars who are free from faults are not free from ignorance

504. **குணம்நாடிக் குற்றமும் நாடி அவற்றுள்**
**மிகைநாடி மிக்க கொளல்**

*ஒருவரின் நல்ல மற்றும் தீய குணங்களை ஆய்ந்தறிந்து அவற்றில் மிகுந்திருப்பதைக் கொண்டு அவரைத் தெளிந்து கொள்ள வேண்டும்*

While assessing someone, one should weigh the good and bad qualities and then judge by the merit prevails

505. **பெருமைக்கும் ஏனைச் சிறுமைக்கும் தத்தம்**
**கருமமே கட்டளைக் கல்**

*ஒருவர் செய்யும் செயல்களை உரைகல்லாகக் கொண்டு அவருடைய குணம் உயர்ந்ததா அல்லது சிறுமையானதா என்பதை எளிதாகப் புரிந்து கொள்ளலாம்*

Using deeds as the touchstones, one can easily perceive the greatness or meanness of people

## Chapter : 51
## Testing and Trusting

**506. அற்றாரைத் தேறுதல் ஓம்புக மற்றவர்**
**பற்றிலர் நாணார் பழி**

சுற்றத்தாரோடு நல்லுறவு பேணாதவரை நம்பகமான பதவிக்குத் தெரிவு செய்யக் கூடாது; ஏனெனில், அவர் உலகத்தில் பற்று இல்லாதவராகையால் பழிக்கு நாணாமல் செயல்படுவார்

The ruler should not trust those who have strained relations with their neighbors; as they do not fear for social blame

**507. காதன்மை கந்தா அறிவறியார்த் தேறுதல்**
**பேதைமை எல்லாந் தரும்**

ஒரு பதவிக்குத் தேவையான போதிய அறிவில்லாதவரை அன்பின் காரணமாக மட்டுமே தேர்வு செய்வது, அனைத்து விதமான குழப்பங் களையும் விளைவிக்கும்

Opting ignorants for responsible position only out of love, will lead to all sorts of chaos

**508. தேரான் பிறனைத் தெளிந்தான் வழிமுறை**
**தீரா இடும்பை தரும்**

சரியாக ஆய்ந்தறியாமல் பிறரை நம்பி செயலில் இறங்குவது, ஒருவரின் எதிர்காலத் தலைமுறையினர்க்கும் கூட தீராத கேட்டினை விளைவிக்கும்

Trusting others without proper assessment will cause harm to one for generations

**509. தேறற்க யாரையும் தேராது தேர்ந்தபின்**
**தேறுக தேறும் பொருள்**

நாடாள்பவர் நன்கு ஆய்ந்தறிந்த பிறகே பிறரை நம்ப வேண்டும்; அதன் பிறகே, கொள்ளத்தக்க பொருள்களை அவரிடமிருந்து பெற வேண்டும்

The ruler should trust others only after thorough testing; after that only should get suitable work from them

**510. தேரான் தெளிவும் தெளிந்தான்கண் ஐயுறவும்**
**தீரா இடும்பை தரும்**

ஆய்ந்தறியாமல் ஒருவரை நம்புவதும், ஆய்ந்தறிந்து நம்பிய ஒருவரை சந்தேகப்படுவதும் வாழ்வில் தீராத துன்பத்தைத் ஏற்படுத்தும்

Trusting others without proper assessment and doubting the already trusted will both lead to endless sorrow in life

## அதிகாரம் : 52
## தெரிந்து வினையாடல்

**511. நன்மையும் தீமையும் நாடி நலம்புரிந்த**
**தன்மையான் ஆளப் படும்**

*நன்மைப் தீமையை சீர்தூக்கி பார்க்கும் திறனுடையவரும், நற்செயல்களை செய்வதில் மட்டுமே விருப்பமுடையவரும் எந்த பணியை மேற்கொள்ளவும் தகுதி படைத்தவராவர்*

Those who can discern good and bad, and those who love to do good deeds are suitable to handle any work

**512. வாரிப் பெருக்கி வளம்படுத்து உற்றவை**
**ஆராய்வான் செய்க வினை**

*வருவாயின் ஆதாரத்தை விரிவாக்கி, வளத்தைப் பெருக்கி, இடையூறுகளை ஆய்ந்து நீக்கும் திறன் கொண்டவரே பணியில் அமரத் தகுதியானவர்*

Those who can widen the source of revenue, augment wealth and prevent hurdles are suitable to be employed

**513. அன்பறிவு தேற்றம் அவாவின்மை இந்நான்கும்**
**நன்குடையான் கட்டே தெளிவு**

*அன்பு, அறிவு, செயலாற்றும் திறன், பேராசையின்மை ஆகிய நான்கு பண்புகளையும் நிலையாக உடையவரைப் பணிக்குத் தேர்வு செய்வது நல்லது*

One should employ people having qualities of love, knowledge, ability to perform and greedlessness

**514. எனைவகையான் தேறியக் கண்ணும் வினைவகையான்**
**வேறாகும் மாந்தர் பலர்**

*எத்தனை விதமான வழிகளில் ஆய்ந்து தேர்ந்தாலும், மக்கள் தாம் பணியாற்றும் திறத்தால் கண்டிப்பாக வேறுபடுபவர்*

No matter how far they got analyzed, people differ by their ability to perform at work indeed

**515. அறிந்தாற்றிச் செய்கிற்பாற்கு அல்லால் வினைதான்**
**சிறந்தானென்று ஏவற்பாற் றன்று**

*ஒரு செயலைச் செய்யும் வழிகளை ஆய்ந்தறிந்து அனைத்து தடைகளையும் தாண்டிச் சிறப்பாகச் செய்து முடிக்கும் திறனுள்ளவரைத் தவிர வேறொருவரை எந்தக் காரணத்திற்காகவும் பணியில் அமர்த்தக்கூடாது*

A ruler should only assign work to someone based on the person's capability to accomplish task overcoming all obstacles, but not simply by means of favoritism

# Chapter : 52
## Evaluating and Employing

516. செய்வானை நாடி வினைநாடிக் காலத்தோடு
 எய்த உணர்ந்து செயல்

 செயலின் தன்மையையும், செய்பவரின் தன்மையையும், அதற்கான காலத்தின் தன்மையையும் ஆய்ந்து ஒரு செயலை ஒருவரிடம் ஒப்படைக்க வேண்டும்

 Work should be entrusted to someone after weighing the nature of work, person and time

517. இதனை இதனால் இவன்முடிக்கும் என்றாய்ந்து
 அதனை அவன்கண் விடல்

 இச்செயலை இன்னாரால் இவ்வாறு செய்து முடிக்க இயலும் என்று தீவிரமாக ஆய்ந்த பிறகே எந்தவொரு செயலையும் எவரிடமும் ஒப்படைக்க வேண்டும்

 A task should be delegated to someone after analyzing the nature of person, means and task

518. வினைக் குரிமை நாடிய பின்றை அவனை
 அதற்குரிய னாகச் செயல்

 ஒருவரை ஒரு செயலுக்கு ஏற்றவராக நன்கு ஆய்ந்து தேர்ந்த பிறகு அவரை அப்பணியில் முழு உரிமையோடு ஈடுபட வழி செய்ய வேண்டும்

 After assigning a task to someone following careful assessment, they should be given full freedom to perform that task

519. வினைக்கண் வினையுடையான் கேண்மைவே றாக
 நினைப்பானை நீங்கும் திரு

 ஈடுபடும் செயலில் உண்மையாக இருப்பவரின் நேர்மையை சரியாகப் புரிந்து கொள்ளாமல் தவறாக எண்ணுபவரை விட்டு செல்வம் நீங்கும்

 Fortune deserts the one who doubts the loyalty of diligent workers

520. நாடோறும் நாடுக மன்னன் வினைசெய்வான்
 கோடாமை கோடா துலகு

 மக்கள் பணியில் ஈடுபடும் பணியாளர்கள் நேர்மையாக இருக்கும் வரையில் நாடு செழித்து வளர்ச்சியுறும்; ஆதலால், நாடாள்பவர் தமது பணியாளர்களின் நிலைமையை நாள்தோறும் ஆய்ந்தறிந்து ஆவன செய்ய வேண்டும்

 The nation flourishes as long as the public servants are honest; hence, the rulers should monitor their employees consistently

## அதிகாரம் : 53
### சுற்றந்தழால்

**521.** பற்றற்ற கண்ணும் பழைமைபா ராட்டுதல்
சுற்றத்தார் கண்ணே உள

ஒருவர் வாழ்வில் நலிவுற்ற காலத்திலும் அவருடனான பழைய உறவை போற்றிப் பேசுதல் சுற்றத்தாரிடம் மட்டுமே இருக்கும் நற்பண்பாகும்

It is only the relatives who praise someone's glorious past even if he/she is down in life

**522.** விருப்பறாச் சுற்றம் இயையின் அருப்பறா
ஆக்கம் பலவும் தரும்

எப்படிப்பட்ட கடினமான சூழ்நிலையிலும் குறையாத அன்புடைய சுற்றம் கிடைக்கப்பெற்றவரது வாழ்வில், நிலையான வளர்ச்சியும் நீங்காத ஆக்கமும் நிறைந்திருக்கும்

The life of someone gifted with loving relatives will be full of endless fortunes

**523.** அளவளா வில்லாதான் வாழ்க்கை குளவளாக்
கோடின்றி நீர்நிறைந் தற்று

மகிழ்ந்து பழகுவதற்குச் சுற்றத்தார் இல்லாதவருடைய வாழ்க்கை, நீர் நிறைந்த குளம் கரையில்லாமல் பயனற்று இருப்பதைப் போன்றது

The life of someone without loving relatives is similar to a brimming pond without banks

**524.** சுற்றத்தால் சுற்றப் படஒழுகல் செல்வந்தான்
பெற்றத்தால் பெற்ற பயன்

சுற்றத்தார் தம்மைச் சூழும்படி அன்பு செலுத்தி வாழ்வதே ஒருவர் செல்வத்தைப் பெற்றதன் பயனாகும்

To live a life surrounded by loving relatives is the actual benefit of one's prosperous life

**525.** கொடுத்தலும் இன்சொலும் ஆற்றின் அடுக்கிய
சுற்றத்தால் சுற்றப் படும்

இன்சொல் பேசுவதும் ஈட்டிய செல்வத்தைப் பகிர்வதுமாகிய இரண்டு நற்குணங்கள் உடையவரை பலவகையான சுற்றத்தார் எப்பொழுதும் அன்புடன் சூழ்ந்திருப்பர்

A person who is generous and soft spoken will always be surrounded by multitude of loving kins

## Chapter : 53
## Cherishing Relatives

**526. பெருங்கொடையான் பேணான் வெகுளி அவனின்**
**மருங்குடையார் மாநிலத்து இல்**

கொடையுள்ளம் கொண்டவராகவும் சினம் கொள்ளாத தன்மை உடையவராகவும் ஒருவர் இருந்தால் அவரைப்போல் அன்பான சுற்றத்தாரைக் கொண்டவர் இவ்வுலகில் வேறு எவருமில்லை எனலாம்

There may be no one else in the world who have a loving kins' circle, other than one who is generous and avoids anger

**527. காக்கை கரவா கரைந்துண்ணும் ஆக்கமும்**
**அன்னநீ ரார்க்கே உள**

தனக்குக் கிடைத்த உணவைத் தனது சுற்றத்தாரோடு பகிர்ந்துண்ணும் காக்கையைப்போல் தாம் ஈட்டிய செல்வத்தைச் சுற்றத்தாரோடு பகிர்ந்து வாழும் குணமுடையவர்க்கே இவ்வுலகில் ஆக்கமும் உயர்வும் உண்டாகும்

Crows share their food with friends; people who lead such a generous life will get all the fortunes accrued in their lives

**528. பொதுநோக்கான் வேந்தன் வரிசையா நோக்கின்**
**அதுநோக்கி வாழ்வார் பலர்**

நாடாள்பவர், அனைவரையும் பொதுவகையாகக் கருதாமல் அவரவரின் ஆற்றலுக்கேற்ப சிறப்புடன் நடத்தினால், அவரை அனைவரும் விரும்பி சூழ்ந்து நிற்பர்

A ruler who treats people based on merit instead of viewing all alike, will be surrounded by loving well wishers

**529. தமராகித் தற்றுறந்தார் சுற்றம் அமராமைக்**
**காரணம் இன்றி வரும்**

ஏதோ ஒரு காரணத்தினால் முறிந்த நட்பு அந்தக் காரணம் பொருளற்று போகும் போது மீண்டும் இணைந்து விடும்

Forsaken relations will resume once the causes of disagreement become irrelevant

**530. உழைப்பிரிந்து காரணத்தின் வந்தானை வேந்தன்**
**இழைத் திருந்து எண்ணிக் கொளல்**

உறவைப் பிறிந்து சென்று பிறகு ஏதோ காரணத்தினால் நட்பு நாடி வருபவருக்கு, முதலில் வேண்டிய உதவிகள் செய்து பிறகு நன்கு ஆராய்ந்த பிறகே அவரை முழுவதுமாக ஏற்றுக் கொள்ள வேண்டும்

If someone deserts friendship and comes back to resume it, necessary favors may be offered but the friendship should be renewed only after thorough examination

## அதிகாரம் : 54
## பொச்சாவாமை

**531.** இறந்த வெகுளியின் தீதே சிறந்த
உவகை மகிழ்ச்சியிற் சோர்வு

மிகுந்த மகிழ்ச்சியினால் ஏற்படும் மறதி, கடும் கோபத்தினால் ஏற்படும் தீமையைக் காட்டிலும் கொடுமையானது

Forgetfulness caused by overwhelming joy is worse than evil caused by excessive anger

**532.** பொச்சாப்புக் கொல்லும் புகழை அறிவினை
நிச்ச நிரப்புக் கொன் றாங்கு

நீடித்த வறுமை அறிவை மங்கச் செய்வதுபோல, ஒருவருக்கு பணியில் ஏற்படும் மறதி அவரது புகழைக் குறைத்து விடும்

Similar to poverty which affects the knowledge, forgetfulness in duty destroys one's fame

**533.** பொச்சாப்பார்க் கில்லை புகழ்மை அதுஉலகத்து
எப்பால்நூ லோர்க்கும் துணிவு

கற்றறிந்த அறிஞர்களின் கூற்றுப்படி பணியில் மறதி ஏற்படும் இயல்பு உடையவருக்கு நிலையான புகழ் என்பது இல்லை

According to scholars there is no lasting fame for those who have forgetfulness in duty

**534.** அச்ச முடையார்க்கு அரணில்லை ஆங்கில்லை
பொச்சாப் புடையார்க்கு நன்கு

மனதில் அச்சமுடையவருக்கு எத்தகைய பாதுகாப்பாலும் பயன் இல்லை; அதேபோல், மறதி உடையவருக்கு எத்தகைய உயர்ந்த நிலை வாய்த்தாலும் பயனில்லை

The fearful have no use of strong fortress; likewise, the forgetful have no use of high position

**535.** முன்னுறக் காவாது இழுக்கியான் தன்பிழை
பின்னூறு இரங்கி விடும்

வரக்கூடிய இன்னல்களில் இருந்து எச்சரிக்கையுடன் தன்னை முன்கூட்டியே காத்துக் கொள்ள மறந்தவர், துன்பம் நேர்ந்த பிறகு தனது பிழைக்காக வருந்த நேரும்

Those who forget to protect themselves from owes in advance will have to regret for their negligence later

## Chapter : 54
## Not forgetting one's duty

536. **இழுக்காமை யார்மாட்டும் என்றும் வழுக்காமை**
**வாயின் அதுவொப்பது இல்**

*ஒருவர் எவரிடத்திலும் எக்காலத்திலும் மறவாமையை தவறாது கடைப்பிடிப்பாரானால், அதற்கு இணையாக நன்மை தரவல்லது வேறொன்றும் இல்லை எனலாம்*

For those who avoid being oblivion at work, nothing else is more beneficial than that

537. **அரியஎன்று ஆகாத இல்லைபொச் சாவாக்**
**கருவியால் போற்றிச் செயின்**

*மறவாமையை உறுதியுடன் பின்பற்றி கடமையை ஆற்றும் ஒருவருக்கு முடியாத செயல் என்று எதுவுமில்லை*

Nothing is difficult to be accomplished for those who diligently avoid forgetfulness in duties

538. **புகழ்ந்தவை போற்றிச் செயல்வேண்டும் செய்யாது**
**இகழ்ந்தார்க்கு எழுமையும் இல்**

*சான்றோர் புகழ்ந்து கூறிய செயல்களை ஒருவர் விரும்பி செய்ய வேண்டும்; அவ்வாறு செய்ய மறந்தவர் ஏழு தலைமுறைகளுக்கும் உயர்வு பெறுதல் கடினம்*

One should pursue deeds praised by the wise people in life; else it will be difficult to get prosperity even for many generations

539. **இகழ்ச்சியின் கெட்டாரை உள்ளுக தாந்தம்**
**மகிழ்ச்சியின் மைந்துறும் போழ்து**

*ஒருவர் அதீத மகிழ்ச்சியில் கடமையை மறக்கும் தருணத்தில், முற்காலத்தில் அவ்வாறு செய்து துன்புற்றவர்களை மனதிற் கொண்டு தம்மைத் திருத்திக் கொள்ள வேண்டும்*

Those who tend to forget their duties due to overjoy, should learn from those who ruined themselves through forgetfulness

540. **உள்ளியது எய்தல் எளிதுமன் மற்றுந்தான்**
**உள்ளியது உள்ளப் பெறின்**

*எண்ணிய காரியத்தை மனதில் சோர்வில்லாமல் உறுதியுடன் நினைத்திருக்கும் ஒருவரால் எண்ணியதை எண்ணியபடியே அடைவது எளிதாகும்*

Any task is easily achievable if one sets mind upon the intended task and act

## அதிகாரம் : 55
## செங்கோன்மை

**541. ஓர்ந்துகண் ணோடாது இறைபுரிந்து யார்மாட்டும்**
**தேர்ந்துசெய் வஃதே முறை**

*எவரிடத்தும் நடுவுநிலை தவறாமல் குற்றத்தை அறவழியில் ஆராய்ந்து தக்க தண்டனையை வழங்குவதே நேர்மையான ஆட்சியாளரின் தன்மையாகும்*

Just administrator is one who probes the crime virtuously and render justice by giving apt punishment impartially

**542. வானோக்கி வாழும் உலகெல்லாம் மன்னவன்**
**கோல் நோக்கி வாழுங் குடி**

*உலகின் உயிர்கள் மழையை நம்பி வாழ்வது போல, நாட்டின் குடிமக்கள் நேர்மையான ஆட்சியை நம்பி வாழ்கின்றனர்*

As the whole world depends on rain, the people of a country depend on the just rule

**543. அந்தணர் நூற்கும் அறத்திற்கும் ஆதியாய்**
**நின்றது மன்னவன் கோல்**

*அறிவார்ந்த நூல்களுக்கும் அறச் செயல்களுக்கும் அடிப்படையாய் இருப்பது நாடாள்பவரின் நல்லாட்சியே ஆகும்*

Just rule of a leader is the basis of all wise scriptures and virtuous deeds

**544. குடிதழீஇக் கோலோச்சும் மாநில மன்னன்**
**அடிதழீஇ நிற்கும் உலகு**

*தனது குடிமக்களை அன்போடு அரவணைத்து நல்லாட்சி நடத்தும் ஆட்சியாளர் அனைவராலும் போற்றிக கொண்டாடப்படுவார்*

The world hails the administrator who embraces the subjects with love and care

**545. இயல்புளிக் கோலோச்சும் மன்னவன் நாட்ட**
**பெயலும் விளையுளும் தொக்கு**

*நீதிநெறியின்படி நேர்மையாக ஆட்சி செலுத்தும் ஆட்சியாளரின் நாடு தவறாத பருவமழையும் குறையாத விளைச்சலும் உடையதாக இருக்கும்*

Timely rain and promising harvest are the features of a country ruled by a just ruler

## Chapter : 55
## Just Rule

**546. வேலன்று வென்றி தருவது மன்னவன்**
**கோலதூஉங் கோடா தெனின்**

*ஒரு ஆட்சியாளருக்கு வெற்றி தருவது பகைவரை அழிக்கும் படைபலம் அல்ல; குடிமக்களை வாழவைக்கும் நேர்மையான ஆட்சியே ஆகும்*

It is not the arms but only the just rule that brings victory to an administrator

**547. இறைகாக்கும் வையகம் எல்லாம் அவனை**
**முறைகாக்கும் முட்டாச் செயின்**

*ஒரு தேசத்தை அதன் ஆட்சியாளர் காப்பாற்றுவார்; அந்த ஆட்சியாளரை அவரது நேர்மையான ஆட்சி காப்பாற்றும்*

The ruler protects the subjects; the just rule protects the ruler

**548. எண்பதத்தான் ஓரா முறைசெய்யா மன்னவன்**
**தண்பதத்தான் தானே கெடும்**

*பாதிக்கப்பட்ட மக்களால் எளிதில் அணுக முடியாதவரும், நன்கு ஆராய்ந்து நீதி வழங்காதவருமான ஒரு ஆட்சியாளர், பகைவரின் தேவையின்றி தானே கெட்டழிவார்*

A ruler who is not easily accessible by the affected people and who is not offering just rule will face self destruction even without the need of an enemy

**549. குடிபுறங் காத்தோம்பிக் குற்றம் கடிதல்**
**வடுவன்று வேந்தன் தொழில்**

*குடிமக்களைப் பகைவரிடமிருந்து காப்பதும் நடுநிலைமையுடன் குற்றச் செயல்களைச் கண்டிப்பதும் ஒரு ஆட்சியாளரின் கடமையாகும்*

It is the duty of a ruler to guard the citizens from enemies and to curb the crimes with neutrality

**550. கொலையிற் கொடியாரை வேந்தொறுத்தல் பைங்கூழ்**
**களைகட் டதனொடு நேர்**

*கொலை போன்ற கொடிய செயல் புரிபவரை ஒரு ஆட்சியாளர் கடுமையாகத் தண்டிக்கும் செயல், உழவர் தமது பயிரைக் காக்க களையை நீக்கும் செயலுக்கு ஒப்பானதாகும்*

The act of a ruler severely punishing the perpetrators of heinous acts like murder is similar to the act of a farmer removing weeds to protect the crops

## அதிகாரம் : 56
## கொடுங்கோன்மை

**551.** கொலைமேற்கொண் டாரிற் கொடிதே அலைமேற்கொண்டு
அல்லவை செய்தொழுகும் வேந்து

அநீதியின் வழியில் குடிமக்களைத் துன்புறுத்தும் ஒரு ஆட்சியாளர் கொலைத் தொழில் செய்பவரைக் காட்டிலும் கொடியவராவார்

A tyrannical ruler who oppresses the subjects by injustice is worse than a professional murderer

**552.** வேலொடு நின்றான் இடுவென் றதுபோலும்
கோலொடு நின்றான் இரவு

அதிகாரத்தைப் பயன்படுத்தி மக்களிடம் அநியாயமான முறையில் கடுமையாக வரி வசூலிக்கும் ஒரு ஆட்சியாளரின் செயல், ஆயுதத்தைப் பயன்படுத்தி வழிப்போக்கர்களிடம் பொருள் பறிக்கும் ஒரு கொள்ளைக் காரரின் செயலைப் போன்றது

The act of an administrator collecting exorbitant tax from the subjects by unjust means is equivalent to the act of an armed person robbing the passers-by

**553.** நாடொறும் நாடி முறைசெய்யா மன்னவன்
நாடொறும் நாடு கெடும்

நன்மை தீமைகளை நாள் தோறும் ஆராய்ந்து நல்லாட்சி வழங்காத ஆட்சியாளர் தனது மக்கள் செல்வாக்கை மெல்ல மெல்ல இழப்பார்

The ruler who fails to render justice regularly will lose people's support gradually

**554.** கூழுங் குடியும் ஒருங்கிழக்கும் கோல்கோடிச்
சூழாது செய்யும் அரசு

குடிமக்கள் நலனை புறந்தள்ளி கொடுங்கோள் ஆட்சி நடத்தும் ஒரு ஆட்சியாளர், நாட்டின் செல்வத்தையும் மக்கள் செல்வாக்கையும் ஒரு சேர இழப்பார்

The tyrannical ruler who ignores the welfare of citizens will lose wealth of the nation and support of the people altogether

**555.** அல்லற்பட்டு ஆற்றாது அழுதகண் ணீரன்றே
செல்வத்தைத் தேய்க்கும் படை

துன்பம் பொறுக்க முடியாமல் குடிமக்கள் சிந்தும் கண்ணீரே ஒரு கொடுங்கோல் ஆட்சியை அழிக்கும் ஆயுதமாகும்

The tears of oppressed citizens are the weapons which destroy the tyrannical rule

## Chapter : 56
## Tyrannical Rule

556. **மன்னர்க்கு மன்னுதல் செங்கோன்மை அஃதின்றேல்**
**மன்னாவாம் மன்னர்க் கொளி**

ஒரு ஆட்சியாளருக்கு நிலையான புகழைத் தருவது நீதிநெறி தவறாத செங்கோன்மையாகும்; இல்லையேல் அவரது புகழ் மங்கி மறைந்து விடும்

Only the just rule gives a ruler everlasting fame; otherwise, the fame will vanish altogether

557. **துளியின்மை ஞாலத்திற்கு எற்றற்றே வேந்தன்**
**அளியின்மை வாழும் உயிர்க்கு**

இவ்வுலகத்திற்கு மழையைப் போல, குடிமக்களுக்கு ஆட்சியாளரின் அருள் இன்றிமையாதது

As rain is to this globe, so is the just rule to the citizens

558. **இன்மையின் இன்னாது உடைமை முறைசெய்யா**
**மன்னவன் கோற்கீழ்ப் படின்**

ஒரு கொடுங்கோல் ஆட்சியில் வறுமையின்றி வாழ்ந்தாலும் அந்த வாழ்க்கை வறுமை தரும் துன்பத்தை விட அதிகத் துன்பம் தரக் கூடியது

For those who are under a tyrant rule, even possession of wealth is more miserable than a state of poverty

559. **முறைகோடி மன்னவன் செய்யின் உறைகோடி**
**ஒல்லாது வானம் பெயல்**

முறை தவறி ஆட்சி செய்யும் ஒரு ஆட்சியாளரது நாட்டில் மழை நீரும் பயனற்று போகும்

In the rein of a tyrannical ruler, the country would lose even the benefit of rain

560. **ஆபயன் குன்றும் அறுதொழிலோர் நூல்மறப்பர்**
**காவலன் காவான் எனின்**

ஒரு ஆட்சியாளரின் அறமற்ற ஆட்சியில் பொருட்செல்வமும் அறிவுச் செல்வமும் தேய்ந்து போகும்

Under the reign of an unjust ruler the material and intellectual wealths could never get flourished

## அதிகாரம் : 57
## வெருவந்த செய்யாமை

**561. தக்காங்கு நாடித் தலைச்செல்லா வண்ணத்தால்**
**ஒத்தாங்கு ஒறுப்பது வேந்து**

*குற்றங்களை நடுநிலையுடன் ஆராய்ந்து அவற்றைத் தகுந்த தண்டனை மூலம் திரும்பவும் நடக்காதவாறு தடுப்பது ஒரு ஆட்சியாளரின் கடமையாகும்*

It is the duty of a ruler to examine the crimes impartially and prevent them from recurrence by suitable punishment

**562. கடிதோச்சி மெல்ல எறிக நெடிதாக்கம்**
**நீங்காமை வேண்டு பவர்**

*குற்றங்களை ஆக்கப்பூர்வமான வழிகளில் தடுக்க முனையும் ஒரு ஆட்சியாளர் கண்டிப்பதில் கடுமையாகவும் தண்டிப்பதில் மென்மை யாகவும் இருத்தல் நலம்*

A ruler who tends to control the instances of crime effectively, should be strict in reprimand and gentle in punishment

**563. வெருவந்த செய்தொழுகும் வெங்கோல னாயின்**
**ஒருவந்தம் ஒல்லைக் கெடும்**

*குடிமக்களை அஞ்ச வைக்கும் எந்தவொரு கொடுங்கோல் ஆட்சியும் குறுகிய காலத்தில் அடியோடு அழிந்து போவது நிச்சயமாகும்*

It is certain that any tyrannical rule which terrorizes the citizens will get destructed quickly

**564. இறைகடியன் என்றுரைக்கும் இன்னாச்சொல் வேந்தன்**
**உறைகடுகி ஒல்லைக் கெடும்**

*கடுஞ்சொல் பேசும் இயல்புடைய ஆட்சியாளர் விரைவில் தனது பெருமைகளை இழக்க நேரிடும்*

A ruler who has the tendency to utter harsh words will lose the pride quickly

**565. அருஞ்செவ்வி இன்னா முகத்தான் பெருஞ்செல்வம்**
**பேஎய்கண் டன்னது உடைத்து**

*மக்களால் எளிதில் அணுக முடியாதவரும் முகத்தில் கடுமை தாங்கியவருமான ஆட்சியாளரின் செல்வம், தீயசக்திகளிடம் சிக்கி யாருக்கும் பயன்படாத செல்வத்தைப் போன்றது*

The wealth of a ruler who is inaccessible to the citizens and cruel-faced is similar to the evil's treasure which is of no use to anyone

## Chapter : 57
## Avoiding Oppression

**566. கடுஞ்சொல்லன் கண்ணிலன் ஆயின் நெடுஞ்செல்வம்**
**நீடின்றி ஆங்கே கெடும்**

ஒரு ஆட்சியாளர் கடுஞ்சொல் பேசும் இயல்புடனும் கருணையற்ற உள்ளத்துடனும் விளங்கினால் அவரது அனைத்துவிதமான செல்வங்களையும் அவர் விரைவில் இழக்க நேரிடும்

All sort of wealth of a ruler who utters harsh words and is of cruel natured will get perished quickly

**567. கடுமொழியும் கையிகந்த தண்டமும் வேந்தன்**
**அடுமுரண் தேய்க்கும் அரம்**

கடுஞ்சொல் பேசுதலும் முறைகடந்து தண்டனை தருவதும் ஒரு ஆட்சியாளரின் வலிமையை அழிக்கவல்ல கருவிகளாகும்

Uttering unkind words and imposing unjust punishments are the tools which could wane away the strength of any ruler

**568. இனத்தாற்றி எண்ணாத வேந்தன் சினத்தாற்றிச்**
**சீறிற் சிறுகும் திரு**

தகுந்த ஆலோசகர்களுடன் கலந்து செயற்படாமல் சினத்தின் வழியில் செயல்படும் ஒரு ஆட்சியாளரின் புகழ் தானாகவே மங்கி மறைந்து விடும்

The reputation of a ruler guided by anger without seeking experts' advice, automatically gets faded away

**569. செருவந்த போழ்திற் சிறைசெய்யா வேந்தன்**
**வெருவந்து வெய்து கெடும்**

அமைதிக் காலத்தில் தற்காப்பு நடவடிக்கையாக தேவையான பாதுகாப்பு அரண்களை ஏற்படுத்திக் கொள்ளத் தவறும் ஒரு ஆட்சியாளர், போர்க் காலத்தில் தோல்விக்கு அஞ்சியே அழிய நேரிடும்

A ruler who fails to strengthen forts during peace time, has to perish by fear of failure at times of war

**570. கல்லார்ப் பிணிக்கும் கடுங்கோல் அதுவல்லது**
**இல்லை நிலக்குப் பொறை**

அறிவற்றவர்களைத் துணையாகக் கொள்ளும் ஒரு கொடுங்கோல் ஆட்சியாளரை விட இந்தப் பூமிக்குப் பாரமானது வேறு எதுவுமில்லை

There is no greater burden to this earth than a cruel ruler who depends on ignorants for advice

## அதிகாரம் : 58
## கண்ணோட்டம்

**571.** கண்ணோட்டம் என்னும் கழிபெருங் காரிகை
உண்மையான் உண்டிவ் வுலகு

அன்பும் பரிவும் இணைந்த கண்ணோட்டம் எனப்படும் அழகிய குணம் கொண்டவர்கள் வாழ்வதனால்தான் இந்த உலக வாழ்க்கை இன்னும் தொடர்ந்து நீடிக்கிறது

The worldly life sustains only because of the people who value love and kindness

**572.** கண்ணோட்டத் துள்ளது உலகியல் அஃதிலார்
உண்மை நிலக்குப் பொறை

அன்பும் பரிவும் இணைந்த கண்ணோட்டம் எனப்படும் உலகியலுக்கு மாறாக இருப்பவர்கள் இந்தப் பூமிக்குப் பாரமானவர்கள்

Those who do not have love and kindness are considered as burden to this earth

**573.** பண்என்னாம் பாடற்கு இயைபின்றேல் கண்என்னாம்
கண்ணோட்டம் இல்லாத கண்

பாடலோடு பொருந்தாத இசையைப் போல கண்ணோட்டம் இல்லாத கண்ணினால் பயனொன்றுமில்லை

As songs without music, eyes without love and kindness are useless

**574.** உளபோல் முகத்தெவன் செய்யும் அளவினால்
கண்ணோட்டம் இல்லாத கண்

முகத்தில் இருக்கிறது என்பதைத் தவிர கண்ணோட்டம் இல்லாத கண்ணினால் பயனொன்றுமில்லை

Other than being on the face there is no use of eyes, which do not express love and kindness

**575.** கண்ணிற்கு அணிகலம் கண்ணோட்டம் அஃதின்றேல்
புண்ணென்று உணரப் படும்

அன்பும் பரிவும் இணைந்த கண்ணோட்டமே கண்களுக்கான அணிகலனாகும்; இல்லையென்றால் கண்களிரண்டும் வெறும் புண்களெனவே கொள்ளப்படும்

Love and kindness are the ornaments of eyes; otherwise, the eyes are considered as mere sores on the face

# Chapter : 58
# Benign Look

576. மண்ணோ டியைந்த மரத்தனையர் கண்ணோ
டியைந்துகண் ணோடா தவர்

அன்பும் பரிவும் இணைந்த கண்ணோட்டம் இல்லாத கண்களின் இயக்கம் மண்ணோடு பொருந்திய மரத்தின் இயக்கத்திற்கு ஒப்பாகும்

The movement of eyes without love and kindness is similar to the movement of trees rooted to the ground

577. கண்ணோட்டம் இல்லவர் கண்ணிலர் கண்ணுடையார்
கண்ணோட்டம் இன்மையும் இல்

அன்பும் பரிவும் இணைந்த கண்ணோட்டம் உள்ளவரே உண்மையாக கண்ணுடையவராவர்; உண்மையாக கண்ணுடையவர்கள் கண்ணோட்டம் இல்லாமல் இருப்பதுமில்லை

People who possess love and kindness are considered as having real eyes; those who possess real eyes will never be without love and kindness

578. கருமம் சிதையாமல் கண்ணோட வல்லார்க்கு
உரிமை உடைத்திவ் வுலகு

எந்தச் செயலையும் அன்பும் பரிவும் இணைந்த கண்ணோட்டத்துடன் மேற்கொள்பவருக்கு இந்த உலகமே வசப்படும்

This whole world belongs to those who carry out deeds with love and kindness

579. ஒறுத்தாற்றும் பண்பினார் கண்ணும்கண் ணோடிப்
பொறுத்தாற்றும் பண்பே தலை

பிறரை வருத்தும் குணமுடையவரிடத்திலும், அன்பும் பரிவும் இணைந்த கண்ணோட்டம் கொண்டு அவரது தவறைச் சீர்தூக்கி பார்ப்பது மிக உயர்ந்த பண்பாகும்

The quality of assessing the faults of even the habitual offenders with love and kindness is the chief of virtues

580. பெயக்கண்டும் நஞ்சுண் டமைவர் நயத்தக்க
நாகரிகம் வேண்டு பவர்

அன்பும் பரிவும் இணைந்த கண்ணோட்டத்தை விரும்புகின்றவர், பழகியவர் தரும் நஞ்சைக் கூட இன்முகத்துடன் அருந்துவர்

Those who value love and kindness will accept even the poison from their friends with pleasure

## அதிகாரம் : 59
## ஒற்றாடல்

**581. ஒற்றும் உரைசான்ற நூலும் இவையிரண்டும்**
**தெற்றென்க மன்னவன் கண்**

*அதிகாரத்திற்கு அப்பாற்பட்ட வெளிகளின் நடப்புகளை அறிவதற்கு உதவும் ஒற்றரும், அறிவிற்கு அப்பாற்பட்ட ஞானங்களை அறிவதற்கு உதவும் நீதிநூல்களும் ஒரு ஆட்சியாளரின் இரண்டு கண்களாகக் கருதப்பட வேண்டும்*

The spies who help to know the things happening in areas beyond the territory and the books on morals which help to know the wisdom beyond knowledge are considered as two eyes of an administrator

**582. எல்லார்க்கும் எல்லாம் நிகழ்பவை எஞ்ஞான்றும்**
**வல்லறிதல் வேந்தன் தொழில்**

*நண்பர், பகைவர், நடுநிலையாளர் ஆகிய எல்லாரிடத்திலும் நிகழும் எல்லாவற்றையும் எல்லா காலங்களிலும் அறிந்து செயலாற்றுவது ஒரு ஆட்சியாளரின் கடமையாகும்*

It is the duty of a ruler to get apprised by the spies on all the happenings at all the fronts including friends, foes and neutral people at all the time

**583. ஒற்றினான் ஒற்றிப் பொருள்தெரியா மன்னவன்**
**கொற்றங் கொளக்கிடந்தது இல்**

*தன்னைச்சுற்றி நடப்பனவன்றை ஒற்றரின் துணையால் தக்க சமயத்தில் அறிந்து அதற்கேற்ப ஆட்சி நடத்தாத நாடாள்பவர் வெற்றி பெறுவது அரிதாகும்*

It is difficult for a ruler to be victorious if he/she neglect the service of spies in timely knowing of the things happening around

**584. வினைசெய்வார் தம்சுற்றம் வேண்டாதார் என்றாங்கு**
**அனைவரையும் ஆராய்வது ஒற்று**

*நாடாள்பவருக்குப் பணிசெய்பவர், அவரது சுற்றத்தார், பகைவர் என அனைத்துத் தரப்பினரின் செயலையும் ஆராய்வது ஒரு ஒற்றரின் கடமையாகும்*

It is the duty of a spy to keep watch over people of all sorts including employees, friends and foes of the ruler

**585. கடாஅ உருவொடு கண்அஞ்சாது யாண்டும்**
**உகாஅமை வல்லதே ஒற்று**

*பிறர் சந்திக்க முடியாத உடற்தோற்றம், துணிவை வெளிப்படுத்தும் கண்கள், எந்த வகை உபாயத்திற்கும் இணங்காமல் அரசு ரகசியங்களைக் காக்கும் திறமை ஆகியவற்றை உடையவரே ஒற்றராவார்*

Unsuspected appearance, fearless gaze and ability to guard secrets are the features of an able spy

## Chapter : 59
## Espionage

**586. துறந்தார் படிவத்த ராகி இறந்தாராய்ந்து**
**என்செயினும் சோர்விலது ஒற்று**

சூழலுக்கு முற்றிலும் தொடர்பற்றவரைப் போல வேடம் பூண்டு, செல்வதற்வரிய இடங்களிலெல்லாம் சென்று தீர ஆராய்ந்து, எந்த விதமான இன்னல்களுக்கும் பணிந்து விடாமல் அரசு ரகசியங்களைக் காக்க வல்லவரே சிறந்த ஒற்றராவார்

Best spy is the one who could conceal identity, reach out to the challenging sources of desirable information and guard the secrets by withstanding threats of any kind

**587. மறைந்தவை கேட்கவற் றாகி அறிந்தவை**
**ஐயப்பாடு இல்லதே ஒற்று**

மற்றவர் ரகசியமாகச் செய்த செயல்களையும் சந்தேகத்திற்கு இட மின்றி தெளிவுற அறியும் திறன் படைத்தவரே ஒற்றராவார்

Spy is the one who could gather the secret of others and confirm the authenticity of those information beyond doubt

**588. ஒற்றொற்றித் தந்த பொருளையும் மற்றுமோர்**
**ஒற்றினால் ஒற்றிக் கொளல்**

ஓர் ஒற்றரால் கிடைத்த செய்தியை மற்றோர் ஒற்றரின் மூலம் சரிபார்த்தப் பிறகே ஏற்றுக் கொள்ள வேண்டும்

The report of a spy should be accepted only after verifying it by another spy

**589. ஒற்றெற் றுணராமை ஆள்க உடன்மூவர்**
**சொற்றொக்க தேறப் படும்**

ஒற்றர்களை ஒருவருக்கு ஒருவர் அறியாதபடி இயக்கி அவற்றுள் மூவரின் சொல் ஒத்திருந்தால் அது உண்மை என ஏற்றுக் கொள்ள லாம்

Spies should be dealt by without knowing each other's identity; truth should be perceived by comparing inputs of three of them

**590. சிறப்பறிய ஒற்றின்கண் செய்யற்க செய்யின்**
**புறப்படுத்தான் ஆகும் மறை**

ஓர் ஆட்சியாளர் ஒற்றரின் செயலை பிறர் அறிய சிறப்பிப்பது கூடாது; ஏனெனில், அது அந்த ஒற்றரின் இருப்பைப் பிறருக்கு வெளிப்படுத்தும் செயலாகி விடும்

A ruler should avoid rewarding the spy in public; because, it will divulge the identity of the spy to others

## அதிகாரம் : 60
## ஊக்கம் உடைமை

**591. உடையர் எனப்படுவது ஊக்கம் அஃ தில்லார்**
**உடையது உடையரோ மற்று**

*ஊக்கமுடையவரே எல்லாம் உடையவராகக் கருதப்படுவர்; ஊக்கம் இல்லாதவர் மற்றவை எல்லாம் உடையவராய் இருந்தாலும் எதுவும் இல்லாதவராகவே கருதப்படுவர்*

Those who possess zeal are considered to have everything; whereas, those who possess everything without zeal are considered to have nothing

**592. உள்ளம் உடைமை உடைமை பொருளுடைமை**
**நில்லாது நீங்கி விடும்**

*ஊக்கமுடைமையே நிலையான செல்வம்; மற்ற பொருளுடைமை யாவும் நிலையற்றவையாகும்*

Only the possession of zeal is everlasting wealth; other material wealths are momentary

**593. ஊக்கம் இழந்தேமென்று அல்லாவார் ஊக்கம்**
**ஒருவந்தம் கைத்துடை யார்**

*ஊக்கத்தை உறுதியாகக் கொண்டவர்கள் ஆக்கத்தை இழக்க நேர்ந்தாலும் ஒருபோதும் அதற்காகக் கலங்க மாட்டார்கள்*

Those who have tireless zeal will never lament the loss of worldly wealth

**594. ஆக்கம் அதர்வினாய்ச் செல்லும் அசைவிலா**
**ஊக்க முடையா னுழை**

*உறுதியான ஊக்கமுடையவரிடத்தில் எல்லாவகைச் செல்வங்களும் தானே போய் சேரும்*

Wealth of all kinds will get accrued automatically to those who have tireless zeal

**595. வெள்ளத் தனைய மலர்நீட்டம் மாந்தர்தம்**
**உள்ளத் தனையது உயர்வு**

*மலரின் தண்டின் நீளம் அது நிற்கும் நீரின் அளவினதாகும்; அதேபோல், மனிதரின் உயர்வு அவரது மனதின் ஊக்கத்தின் அளவினதாகும்*

Water flower rises according to the level of water; likewise, greatness of life rises as per one’s zeal

# Chapter : 60
## Zeal

**596. உள்ளுவ தெல்லாம் உயர்வுள்ளல் மற்றது**
**தள்ளினுந் தள்ளாமை நீர்த்து**

*ஒருவர் எண்ணுவதெல்லாம் உயர்ந்ததாகவே இருக்க வேண்டும்; உயர்வு கைகூடாவிட்டாலும் உயர்ந்த எண்ணத்தை ஒருபோதும் கைவிடவே கூடாது*

One should always think high; even at failures, one should never give up the zeal

**597. சிதைவிடத்து ஒல்கார் உரவோர் புதையம்பிற்**
**பட்டுப்பா டூன்றுங் களிறு**

*அம்புகளால் துளைக்கப்பட்டு, கடுமையாகக் காயம்பட்டாலும் போர்க் களத்தில் தனது பெருமையை நிலைநிறுத்தும் யானையைப் போல், மிகக்கடுமையான துன்பத்திலும் ஊக்கமுடையவர்கள் மனம் தளர மாட்டார்கள்*

Like a brave elephant which maintains pride at the battlefield despite of severe wounds, the strong minded people never give up zeal even at failures

**598. உள்ளம் இலாதவர் எய்தார் உலகத்து**
**வள்ளியம் என்னுஞ் செருக்கு**

*மனதில் ஊக்கமில்லாதவர்களால் தாம் பிறர்க்கு உதவும் வள்ளல் என ஒருபோதும் பெருமைப்பட்டுக் கொள்ள முடியாது*

Those who are lack of zeal can never boast of being generous in helping others

**599. பரியது கூர்ங்கோட்டது ஆயினும் யானை**
**வெரூஉம் புலிதாக் குறின்**

*யானை, தான் உருவத்தில் பெரியதாகவும் கூரிய கொம்புகளை உடையதாகவும் இருப்பினும், ஊக்கமுடன் தாக்கும் புலியைக் கண்டு அஞ்சி நடுங்கும்*

Although the elephant is huge and sharp-tusked, it fears when tiger attacks it with zeal

**600. உரமொருவற்கு உள்ள வெறுக்கைஅஃ தில்லார்**
**மரம்மக்க ளாதலே வேறு**

*மனிதருக்கு மனவலிமை தருவது ஊக்கமுடைமையே ஆகும்; அது இல்லாத வர்கள் உருவத்தில் மனிதர்களாகக் காணப்பட்டாலும் மரவகைகளுக்கு ஒப்பானவரேயாவர்*

Possession of zeal is the real strength of humans; those who are lacking zeal can only be compared with trees though they appear humans in form

## அதிகாரம் : 61
### மடியின்மை

**601.** குடியென்னும் குன்றா விளக்கம் மடியென்னும்
மாசூர மாய்ந்து கெடும்

எவ்வளவு பெருமை வாய்ந்தவராய் இருப்பினும் சோம்பலுக்கு இடம் கொடுத்தால் அவரது வாழ்வின் செழுமை மங்கி மறைந்து விடும்

One should strictly avoid laziness, as it has the capacity to ruin the life completely

**602.** மடியை மடியா ஒழுகல் குடியைக்
குடியாக வேண்டு பவர்

தனக்கும் தனது சுற்றத்திற்கும் பெருமை சேர்க்க முனைபவர், சோம்பலுக்கு ஒருபோதும் இடம்கொடாமல் ஊக்கமுடன் செயலாற்ற வேண்டும்

Those who intend to uphold prestige in life should never give place for laziness

**603.** மடிமடிக் கொண்டொழுகும் பேதை பிறந்த
குடிமடியும் தன்னினும் முந்து

அறியாமையால் சோம்பலுக்கு இடமளிப்பவரின் சுற்றம் அவருக்கு முன் அழிய நேரிடும்

Those who are ignorant enough to give place for laziness, may have to witness the downfall of their family before their lifetime

**604.** குடிமடிந்து குற்றம் பெருகும் மடிமடிந்து
மாண்ட உஞற்றி லவர்க்கு

சோம்பலுக்கு இடம் கொடுப்பவரின் வாழ்வில் குற்றம் பெருகுவதோடு சுற்றத்தின் பெருமையும் சீர்கெடும்

Laziness multiplies the crimes and ruins the family life of those who give space for it

**605.** நெடுநீர் மறவி மடிதுயில் நான்கும்
கெடுநீரார் காமக் கலன்

காலம் தாழ்த்துதல், மறதி, சோம்பல், அளவுக்கு மீறிய தூக்கம் ஆகிய நான்கும், கெடுகின்ற இயல்புடையவர் விரும்பி ஏற்கும் பழக்கங்களாகும்

Procrastination, forgetfulness, laziness, and excessive sleep are the favorite habits of those who prone to ruin

# Chapter : 61
# Avoiding Laziness

606. படியுடையார் பற்றமைந்தக் கண்ணும் மடியுடையார்
மாண்பயன் எய்தல் அரிது

உலகையே ஆள்பவரின் உறவு கிடைத்தாலும் கூட, சோம்பலை உடையவர்களுக்கு அதனால் பயனேதும் இல்லை

Even if the friendship of highly influential people is obtained, it is of no use to those who possess laziness

607. இடிபுரிந்து எள்ளுஞ் சொல் கேட்பர் மடிபுரிந்து
மாண்ட உஞற்றி லவர்

சோம்பலுக்கு ஆட்பட்டு வாழ்வில் சிறப்படைவதற்கான முயற்சியைக் கைவிட்டவர்கள், பிறரின் இகழ்ச்சிக்கு ஆளாவர்

Those who give up taking efforts in life by getting addicted to laziness will have to face the scornful words of others

608. மடிமை குடிமைக்கண் தங்கின்தன் ஒன்னார்க்கு
அடிமை புகுத்தி விடும்

பெருமையுடன் வாழ்பவரேயாயினும் ஒருவர் சோம்பலுக்கு இடமளிப்பாரேயானால், அது அவரை அவரது பகைவரிடம் அடிமையாக்கி விடக் கூடும்

If given space, laziness could enslave people to their enemies, even if they are people of nobility

609. குடியாண்மை யுள்வந்த குற்றம் ஒருவன்
மடியாண்மை மாற்றக் கெடும்

ஒருவர் சோம்பலை அறவே நீக்கி விட்டால், அவரது வாழ்வில் பெருமை தானே வந்து சேரும்

Once get rid of laziness completely, one will get all pride and prosperity in life

610. மடியிலா மன்னவன் எய்தும் அடியளந்தான்
தாஅய தெல்லாம் ஒருங்கு

சோம்பல் இல்லாத ஒரு ஆட்சியாளரால் தனது காலடி படும் அனைத்து இடங்களையும் தனது ஆளுமைக்குள் கொண்டு வர இயலும்

Rulers who got rid of laziness could bring all the territories under their influence where they set foot

## அதிகாரம் : 62
### ஆள்வினை உடைமை

**611.** அருமை உடைத்தென்று அசாவாமை வேண்டும்
பெருமை முயற்சி தரும்

எந்தச் செயலையும் முடிப்பதற்குக் கடினமானது என்று மனம் தளராமல் நம்பிக்கையுடன் முயன்றால், அந்த முயற்சியே செயலைச் சிறப்பாக முடிப்பதற்கான ஆற்றலைத் தரும்

If tried without getting discouraged, the effort itself will render requisite energy to accomplish any task successfully

**612.** வினைக்கண் வினைகெடல் ஓம்பல் வினைக்குறை
தீர்ந்தாரின் தீர்ந்தன்று உலகு

தொடங்கிய செயலை முழுமையாக முடிக்காமல் இடையிலேயே கைவிடுபவரை இந்த உலகமும் கைவிட்டு விடும்

One should not give up any intended work in between without completing; because, the world will also do the same for such people

**613.** தாளாண்மை என்னும் தகைமைக்கண் தங்கிற்றே
வேளாண்மை என்னுஞ் செருக்கு

விடாமுயற்சி என்னும் உயர்ந்த பண்பு உடையவரிடத்தில்தான் பிறர்க்கு உதவும் மேன்மையான குணம் நிலைபெற்றிருக்கிறது

The glory of helping humanity rests on the excellence of perseverance

**614.** தாளாண்மை இல்லாதான் வேளாண்மை பேடிகை
வாளாண்மை போலக் கெடும்

முயற்சி இல்லாத ஒருவர் பிறர்க்கு உதவ எண்ணுவது, வீரம் இல்லாதவர் வாள் வீசுவதைப் போல பயனற்ற செயலாகும்

A lazy person's thought of charity is as useless as a sword handled by coward

**615.** இன்பம் விழையான் வினைவிழைவான் தன்கேளிர்
துன்பம் துடைத்தூன்றும் தூண்

தன்னலம் கருதாமல் தான் மேற்கொண்ட செயலில் ஆக்கபூர்வமாய் ஈடுபடுபவர், தனது சுற்றத்தாரின் துன்பத்தைத் தாங்கி நிற்கும் தூண் போன்றவர்

Those who focus only on their intended task by neglecting own prospects are said to be the supporting pillars who withstand the sufferings of their kins

## Chapter : 62
## Perseverance

616. **முயற்சி திருவினை ஆக்கும் முயற்றின்மை**
**இன்மை புகுத்தி விடும்**

முயற்சி ஒருவருக்கு அனைத்து விதமான செல்வங்களையும் பெற்றுத் தரும்; முயற்சியின்மையோ ஒருவரது வாழ்வில் வெறுமையை ஏற்படுத்தி விடும்

Perseverance brings all sorts of wealths; whereas, effortlessness makes one's life empty

617. **மடியுளாள் மாமுகடி என்ப மடியிலான்**
**தாளுளான் தாமரையி னாள்**

முயற்சி உடையவரது வாழ்வில் அனைத்து விதமான வளங்களும் குவிந்திருக்கும்; சோம்பல் உடையவரது வாழ்வில் அனைத்து விதமான அவப்பேறுகளும் நிறைந்திருக்கும்

Perseverance brings all sorts of fortunes; whereas, effortlessness brings all sorts of misfortunes

618. **பொறியின்மை யார்க்கும் பழியன்று அறிவறிந்து**
**ஆள்வினை இன்மை பழி**

ஒருவர் வாழ்வில் நற்பேறு இல்லாதிருத்தல் தவறன்று; அறிய வேண்டியவற்றை அறிந்து செயல்படும் முயற்சியின்றி இருப்பதே பெரும் தவறாகும்

Having misfortune in one's life is not at all a fault; whereas, lack of knowledge and effortlessness are grave faults indeed

619. **தெய்வத்தான் ஆகா தெனினும் முயற்சிதன்**
**மெய்வருத்தக் கூலி தரும்**

எத்தகைய அசாத்திய சக்தியினாலும் இயலாமல் போன ஒரு செயல், ஒருவரின் விடாமுயற்சியினால் கைகூடும்

All sorts of super-natural powers may get failed; but one's perseverance will surely accomplish the intended task

620. **ஊழையும் உப்பக்கம் காண்பர் உலைவின்றித்**
**தாழாது உஞற்று பவர்**

ஒரு செயலை மனம் தளராமல் இடைவிடாது முயற்சி செய்பவர்கள் எத்தகைய வலிமையான இடையூறுகளையும் தோல்வியுறச் செய்வர்

Those who pay relentless and sincere efforts to accomplish a task will overcome obstacles of any sorts

## அதிகாரம் : 63
## இடுக்கண் அழியாமை

**621.** இடுக்கண் வருங்கால் நகுக அதனை
அடுத்தூர்வது அஃதொப்ப தில்

சோதனைகளைக் கண்டு துவண்டு விடாமல் அதனை மகிழ்வுடன் எதிர்கொள்ளும் மனது, எத்தகைய துன்பத்தையும் வெல்லும் வல்லமை உடையது

It is better to smile at the troubles, as nothing could match it in getting rid of adversities of life

**622.** வெள்ளத் தனைய இடும்பை அறிவுடையான்
உள்ளத்தின் உள்ளக் கெடும்

அமைதியான மனத்துடன் ஆராய்ந்து பார்த்தால், எத்தகைய பெரிய துன்பமும் வலிமை குன்றி தானே மறைந்து போகும்

If examined with a poised mind, adversity of any kind will get faded away

**623.** இடும்பைக்கு இடும்பை படுப்பர் இடும்பைக்கு
இடும்பை படாஅ தவர்

துன்பத்தில் தளராத மன உறுதி கொண்டவரிடம் துன்பமே தளர்ந்து போகும்

In front of those who are steadfast in suffering, even the suffering will get suffered

**624.** மடுத்தவா யெல்லாம் பகடன்னான் உற்ற
இடுக்கண் இடர்ப்பாடு உடைத்து

கடினமான பாதையில் பெரும்பாரத்தை வெற்றிகரமாக இழுத்துச் செல்லும் எருதைப்போல, வாழ்வில் விடாமுயற்சியுடன் செயல் படுபவருக்கு முன்னால் துன்பங்கள் தானே மறைந்து போகும்

Sufferings will get vanished in front of those who pay relentless efforts in life similar to an ox that successfully carries heavy loads in rough terrain

**625.** அடுக்கி வரினும் அழிவிலான் உற்ற
இடுக்கண் இடுக்கட் படும்

அடுக்கடுக்காய்த் துன்பம் வந்தாலும் தளராத மன உறுதி உடையவரைக் கண்டு அந்தத் துன்பமே துன்பப்பட்டு அழிந்து போகும்

Even waves of suffering will get weakened in front of those who have unwavering determination

# Chapter : 63
# Fortitude

626. அற்றேமென்று அல்லற் படுபவோ பெற்றேமென்று
ஓம்புதல் தேற்றா தவர்

செல்வத்தைத் தமக்காக மட்டுமே சேர்த்து வைக்காமல் பிறருடன் பகிர்ந்து கொள்பவர், வறுமை நிலையிலும் பொருள் இல்லாததற்காக ஒருபோதும் கலங்க மாட்டார்கள்

Those who do not hoard wealth during prosperity will never grieve even in poverty

627. இலக்கம் உடம்பிடும்பைக் கென்று கலக்கத்தைக்
கையாறாக் கொள்ளாதாம் மேல்

மனித உடல் துன்பத்திற்கு இலக்காவது இயல்பு என்பதை உணர்ந்தவர்கள் உடலுக்கு வரும் துன்பத்தைக் கண்டு ஒருபோதும் மனம் தளர மாட்டார்கள்

Those who realize that human body is subject to suffering will never get worried on sorrows

628. இன்பம் விழையான் இடும்பை இயல்பென்பான்
துன்பம் உறுதல் இலன்

இன்பத்தை மட்டுமே விரும்பி இருக்காமல் துன்பமும் உடலுக்கு இயல்பானதுதான் என்பதை உணர்ந்தவர் துன்பத்தைக் கண்டு ஒருபோதும் மனம் கலங்குவதில்லை

Those who do not long only for pleasures but realize that suffering is natural will never get worried on sorrows

629. இன்பத்துள் இன்பம் விழையாதான் துன்பத்துள்
துன்பம் உறுதல் இலன்

இன்பம் வரும் பொழுது அதிகமாக மகிழாதவர் துன்பம் வரும் பொழுது மனம் தளர்வதில்லை

Those who do not get overjoyed by pleasure will never lose heart at times of hardships

630. இன்னாமை இன்பம் எனக்கொளின் ஆகுந்தன்
ஒன்னார் விழையுஞ் சிறப்பு

ஒரு செயலை மேற்கொள்ளும் பொழுது வரும் இன்னல்களை இன்பமுடன் எதிர்கொள்பவருக்கு பகைவராலும் விரும்பப்படும் சிறப்பு உண்டாகும்

Those who face the challenges of a task with cheer will attain glory laudable even by enemies

## அதிகாரம் : 64
## அமைச்சு

**631.** கருவியும் காலமும் செய்கையும் செய்யும்
அருவினையும் மாண்டது அமைச்சு

ஒரு காரியத்திற்கு உரிய கருவி, ஏற்ற காலம், செய்யும் முறை, அரிய செயல் ஆகியவற்றை ஆய்ந்தறிந்து செயல்படுபவரே சிறந்த அமைச்சராவார்

Best minister is the one who contemplates over the right tool, suitable time, appropriate way and rare actions required before starting any task

**632.** வன்கண் குடிகாத்தல் கற்றறிதல் ஆள்வினையோடு
ஐந்துடன் மாண்டது அமைச்சு

அஞ்சாமல் செயலாற்றுதல், குடிமக்களைப் பாதுகாத்தல், அறநூல் களைக் கற்றல், பணிக்கு வேண்டியவற்றை அறிதல், விடாமுயற்சியுடன் செயல்படுதல் ஆகிய இவ்வைந்தையும் பெற்றவர் சிறந்த அமைச்சராவார்

An ideal minister possesses the following five traits of fearless delivery of duty, safeguarding citizens, learning virtuous texts, knowing the things required for work and tireless efforts

**633.** பிரித்தலும் பேணிக் கொளலும் பிரிந்தார்ப்
பொருத்தலும் வல்ல தமைச்சு

பகைவருக்குத் துணை நிற்பவரைப் பிரித்தலும், தனக்குத் துணை நிற்பவரைத் தக்க வைத்தலும், தன்னிடமிருந்து பிரிந்து சென்றவரை மீண்டும் இணைத்துக் கொள்ளலும் ஆகியவற்றில் வல்லவரே அமைச்சராவார்

Able minister is the one who divides the supporters of enemy, cherishes own supporters and re-unites the separated friends

**634.** தெரிதலும் தேர்ந்து செயலும் ஒருதலையாச்
சொல்லலும் வல்லது அமைச்சு

ஒரு செயலைச் செய்யும் வழிகளை ஆராய்ந்து அறிதலும், அவ்வழிகளில் சிறந்ததை தேர்ந்தெடுத்து செயலை சிறப்பாக செய்தலும், அவ்வாறு தேர்ந்ததற்கான சரியான கருத்தை துணிந்து சொல்லுதலும் சிறந்த அமைச்சரின் சிறப்புகளாகும்

Knowing differnt ways of doing a task, accomplishing the task as per the best chosen option, and justifying boldly on the decision taken are the best qualities of an able minister

**635.** அறனறிந்து ஆன்றமைந்த சொல்லான்எஞ் ஞான்றுந்
திறனறிந்தான் தேர்ச்சித் துணை

அறநெறி உணர்ந்தவராகவும், அறிவார்ந்த சொற்களைப் பேசுபவராகவும், எந்த சூழ்நிலையிலும் சிறப்பாக செயலாற்று பவராகவும் விளங்குவதே ஆலோசனை கூறும் அமைச்சரின் தகுதிகளாகும்

Being virtuous, speaking intellectually and executing tasks efficiently at all times are the qualities of an able Minister who renders advice to the ruler

# Chapter : 64
# Ministry

**636.** மதிநுட்பம் நூலோடு உடையார்க்கு அதிநுட்பம்
யாவுள முன்நிற் பவை

நுண்ணறிவும் நூலறிவும் ஒருங்கே உடைய ஒரு அமைச்சருக்கு முன்னால் எத்தகைய நுட்பமான சூழ்ச்சிகளாலும் நிற்க முடியாது

No subtle intrigues can challenge the minister who possesses inherent intelligence and acquired knowledge together

**637.** செயற்கை அறிந்தக் கடைத்தும் உலகத்து
இயற்கை அறிந்து செயல்

ஒருவர் செயலாற்றுதல் பற்றிய நூலறிவைப் பெற்றிருந்தாலும், உலக இயல்பை உணர்ந்து அதற்கேற்றவாறு செயலை முயல வேண்டும்

In spite of possessing acquired knowledge on accomplishing tasks, one should try doing them in tune with reality of the world

**638.** அறிகொன்று அறியான் எனினும் உறுதி
உழையிருந்தான் கூறல் கடன்

அறிஞர்களின் சொற்களையும் கேட்காமல், செயலாற்றுவதற்கான சொந்த அறிவும் இல்லாமல் இருக்கும் ஒரு நாடாள்பவருக்கு, துணிவுடன் நல்ல யோசனைகளை எடுத்துக் கூறுவது அமைச்சர்களின் கடமையாகும்

It is the duty of ministers to boldly render apt advices to a ruler who neither possesses own knowledge nor listens to the words of scholars

**639.** பழுதெண்ணும் மந்திரியின் பக்கத்துள் தெவ்வோர்
எழுபது கோடி உறும்

தவறான ஆலோசனைகளைக் கூறுகின்ற ஒரு அமைச்சரை விட எண்ணற்ற எதிரிகள் பக்கத்தில் இருப்பது ஒரு நாடாள்பவருக்கு எவ்வளவோ மேலாகும்

It is far better for a ruler to be surrounded by innumerable enemies than having a minister who renders wrong guidance

**640.** முறைப்படச் சூழ்ந்தும் முடிவிலவே செய்வர்
திறப்பாடு இலாஅ தவர்

ஒரு திட்டம் முறையாக வடிவமைக்கப்பட்டாலும் கூட செயல் திறன் இல்லாத அமைச்சரின் வசம் சென்றால் அது வெற்றி பெறாமல் போகும்

Even a well thought out plan will go in vain if it gets landed up in the hands of an incompetent minister

## அதிகாரம் : 65
## சொல்வன்மை

**641.** நாநலம் என்னும் நலனுடைமை அந்நலம்
யாநலத்து உள்ளதூஉம் அன்று

சொல்வன்மை என்னும் செல்வம் அனைத்துச் செல்வங்களையும் விட அரிதானதும் சிறப்பானதும் ஆகும்

Power of speech is the rarest wealth and is better than any other wealth in the world

**642.** ஆக்கமுங் கேடும் அதனால் வருதலால்
காத்தோம்பல் சொல்லின்கட் சோர்வு

பேசும் சொற்கள் நன்மை மற்றும் தீமையை ஏற்படுத்தும் வல்லமை உடையவை என்பதால், ஒருவர் தனது பேச்சில் தவறு நேராமல் கவனமாக இருக்க வேண்டும்

As words have the potential to make gain or lead to ruin, one has to be careful in uttering each and every word

**643.** கேட்டார்ப் பிணிக்கும் தகையவாய்க் கேளாரும்
வேட்ப மொழிவதாம் சொல்

கேட்பவரைக் கவர்வதோடு மட்டுமன்றி கேட்காதவரும் கேட்க விழையும் தன்மையுடையதாக உள்ளதே சொல்வன்மை எனப்படும்

Powerful speech not only captivates the listeners but also makes even the non-listeners long for it

**644.** திறனறிந்து சொல்லுக சொல்லை அறனும்
பொருளும் அதனினூஉங்கு இல்

இடம், பொருள், காரணம் ஆகியவற்றை அறிந்து பேசும் சொல்வன்மையை விட சிறந்த அறமும் செல்வமும் வேறு இல்லை

There is no better virtue and wealth than speaking with the sense of the situation, subject and cause

**645.** சொல்லுக சொல்லைப் பிறிதோர்சொல் அச்சொல்லை
வெல்லுஞ்சொல் இன்மை அறிந்து

தான் பேசும் சொல்லை மிஞ்சும் வேறு சொல் இல்லை என்பதை உறுதி செய்து ஒருவர் பேச வேண்டும்

While speaking, one should ensure using such words which could not be surpassed by any other words

## Chapter : 65
## Power of Speech

646. வேட்பத்தாஞ் சொல்லிப் பிறர்சொல் பயன்கோடல்
மாட்சியின் மாசற்றார் கோள்

பிறர் விரும்பி ஏற்கும்படியாகப் பேசுவதும் பிறர் பேச்சின் உட்பொருளை ஆய்ந்து அறிவதும் அறிவுடையோரின் இயல்பாகும்

It is the nature of the wise to converse in a way desirable to others and to grasp the gist of others' speech

647. சொலல்வல்லன் சோர்விலன் அஞ்சான் அவனை
இகல்வெல்லல் யார்க்கும் அரிது

தனது கருத்தை பிறர் ஏற்கும்படியும், உறுதியுடனும் துணிவுடனும் பேசக் கூடியவரை எவராலும் வெல்ல முடியாது எனலாம்

It is impossible for anybody to defeat one who could able to converse efficiently, firmly and boldly

648. விரைந்து தொழில்கேட்கும் ஞாலம் நிரந்தினிது
சொல்லுதல் வல்லார்ப் பெறின்

கருத்துகளை ஒழுங்காக வகைப்படுத்தியும் இனிமையாகவும் பேசக்கூடிய திறன் பெற்றவரின் சொல் கேட்டு நடக்க முனைவர் இவ்வுலகத்தார்

The world will readily listen to the words of those who could speak clearly and pleasantly

649. பலசொல்லக் காமுறுவர் மன்றமா சற்ற
சிலசொல்லல் தேற்றா தவர்

உண்மையான சில சொற்களைக் கொண்டு தெளிவாக விளக்கத் தெரியாதவர்கள், தேவையற்ற சொற்களைக் கொண்டு பேசியதையே திரும்பத் திரும்பப் பேசிக் கொண்டிருப்பர்

Those who are unable to explain briefly with the help of genuine words, will tend to utter unnecessary words repeatedly

650. இணர்ஊழ்த்தும் நாறா மலரனையர் கற்றது
உணர விரித்துரையா தார்

தான் கற்றதை பிறர்க்கு எளிமையாக விளக்கும் திறன் அற்றவர், கொத்தாக மலர்ந்தும் மணம் தராத மலருக்கு ஒப்பானவர்

Those who unable to express their acquired knowledge are similar to bunch of flowers without fragrance

## அதிகாரம் : 66
## வினைத்தூய்மை

**651. துணைநலம் ஆக்கம் தருஉம் வினைநலம்**
**வேண்டிய எல்லாந் தரும்**

*நல்ல துணை ஒருவரின் வலிமையைப் பெருக்கும்; நல்ல செயலோ ஒருவருக்கு வேண்டிய எல்லாவற்றையும் தரும்*

Good company gives strength; whereas, good deeds give everything one aspires

**652. என்றும் ஒருவுதல் வேண்டும் புகழொடு**
**நன்றி பயவா வினை**

*புகழையும் நன்மையையும் தராத செயல்களை ஒருவர் எந்நிலையிலும் செய்யாமல் தவிர்த்தல் வேண்டும்*

One should avoid indulging in acts that do not yield fame and benefit at any instant

**653. ஓஒதல் வேண்டும் ஒளிமாழ்கும் செய்வினை**
**ஆஅதும் என்னு மவர்**

*வாழ்வில் மேன்மேலும் உயர்ந்திட விரும்புபவர் தனது புகழைக் கெடுக்கும் செயல்களைத் தவிர்த்தல் வேண்டும்*

Those who want to progress in life should strictly avoid indulging in activities that could spoil their fame

**654. இடுக்கண் படினும் இளிவந்த செய்யார்**
**நடுக்கற்ற காட்சி யவர்**

*தெளிந்த அறிவினை உடையவர்கள் துன்பத்திலிருந்து தம்மை விடுவித்துக் கொள்ளும் நோக்கில் கூட இழிவான செயல்களைச் செய்ய மாட்டார்கள்*

Those who have foresight will not do anything shameful even in order to free themselves from distress

**655. எற்றென்று இரங்குவ செய்யற்க செய்வானேல்**
**மற்றன்ன செய்யாமை நன்று**

*பின்னர் நினைத்து வருந்துவதற்குறிய எந்தச் செயலையும் ஒருவர் செய்யக் கூடாது; ஒருவேளை தவறி செய்தாலும், ஒருபோதும் அதனை மீண்டும் செய்யக் கூடாது*

One should avoid doing acts which make one regret later; even if done by negligence, it should never be repeated

## Chapter : 66
## Purity in action

656. ஈன்றாள் பசிகாண்பான் ஆயினுஞ் செய்யற்க
சான்றோர் பழிக்கும் வினை

பெற்ற தாய் பசியால் வருந்தும் சூழ்நிலையிலும் கூட ஒருவர் இழிவான செயல்களில் ஈடுபடக்கூடாது

One should not indulge in disgraceful deeds even in order to feed one's own starving mother

657. பழிமலைந்து எய்திய ஆக்கத்தின் சான்றோர்
கழிநல் குரவே தலை

பழிக்கு அஞ்சாமல் ஈட்டும் செல்வத்தைக் காட்டிலும் வினைத் தூய்மையால் வரும் கொடும் வறுமையே சிறந்தது

Extreme poverty out of clean deeds is far better than wealth gained through shameful deeds

658. கடிந்த கடிந்தொரார் செய்தார்க்கு அவைதாம்
முடிந்தாலும் பீழை தரும்

தகாத செயல்களைச் செய்பவர்களுக்கு முதலில் தற்காலிக வெற்றி கிடைத்தாலும் இறுதியில் நிலையான துன்பமே மிஞ்சும்

Those who indulge in forbidden deeds will surely end up in permanent distress though gaining temporary success initially

659. அழக் கொண்ட எல்லாம் அழப்போம் இழப்பினும்
பிற்பயக்கும் நற்பா லவை

பிறரை வருத்தி ஒருவர் திரட்டும் செல்வம் அவரை விட்டு விரைவில் நீங்கி நீங்கா வருத்தத்தை விளைவிக்கும்; நேர்மையான வழியில் சேர்க்கும் செல்வம் ஒருவரை விட்டு தற்காலிகமாக நீங்கினாலும் மீண்டும் ஒருநாள் உறுதியாக வந்து சேரும்

Wealth acquired by unfair means will be lost permanently soon; whereas, wealth acquired by fair means, though lost, will be regained shortly

660. சலத்தால் பொருள்செய்தே மார்த்தல் பசுமண்
கலத்துள்நீர் பெய்திரீஇ யற்று

தவறான வழிகளில் செல்வத்தைச் சேர்த்து அதனைக் காப்பாற்ற முனைவது, சுடாத பச்சைமண் பானையில் நீரைச் சேமிக்க முயல்வதைப் போன்றது

Trying to hoard wealth earned by unfair means is similar to the act of preserving water in an unbaked clay vessel

## அதிகாரம் : 67
## வினைத்திட்பம்

**661. வினைத்திட்பம் என்பது ஒருவன் மனத்திட்பம்
மற்றைய எல்லாம் பிற**

*மற்ற எவற்றையும் விட மன உறுதியே ஒருவருக்கு செயலை செய்து முடிப்பதற்கான உறுதியைத் தரும்*

More than anyother abilities, firmness of mind is the one which ensures firmness of action

**662. ஊறொரால் உற்றபின் ஒல்காமை இவ்விரண்டின்
ஆறென்பர் ஆய்ந்தவர் கோள்**

*இடையூறுகளை வருவதற்கு முன்பே களைவதும், மீறி வந்தாலும் மனம் தளராமல் இருத்தலும் செயல் உறுதி கொண்டவரின் கொள்கைகளாகும்*

Removing hindrances beforehand and successfully overcoming if facing them on the way are two principles of those who have firmness in action

**663. கடைக்கொட்கச் செய்தக்க தாண்மை இடைக்கொட்கின்
எற்றா விழுமந் தரும்**

*ஒரு செயலை முழுவதுமாக முடித்த பிறகு வெளிப்படுத்துவதே செயல் உறுதியாகும்; மாறாக, இடையிலேயே வெளிப்படுத்தினால் இடையூறுகளைச் சந்திக்க நேரும்*

A task should only be revealed at the end after successful completion; revealing it midway may attract obstacles

**664. சொல்லுதல் யார்க்கும் எளிய அரியவாம்
சொல்லிய வண்ணம் செயல்**

*ஒரு செயலைச் செய்யப்போவதாகச் சொல்வது எவர்க்கும் எளியதாகும்; ஆனால், சொல்லியதைச் செய்து முடிப்பதுதான் கடினமானதாகும்*

It is quite easy for anyone to talk about a task; but putting it in action is the actual challenge

**665. வீறெய்தி மாண்டார் வினைத்திட்பம் வேந்தன்கண்
ஊறெய்தி உள்ளப் படும்**

*செயல் திறனால் பெருமைபெற்று உயர்ந்தவரின் மன உறுதியானது நாடாள்பவர்களாலும் மதிக்கப்பட்டுப் போற்றப்படும் சிறப்புடையது*

The fame achieved by one through firmness in action will be praised by all and will reach even the highly influential people of a country

## Chapter : 67
## Firmness in action

**666. எண்ணிய எண்ணியாங்கு எய்துவர் எண்ணியார்**
**திண்ணியர் ஆகப் பெறின்**

செயலாற்றுவதில் மன உறுதி கொண்டவர், தாம் எண்ணிய செயலை எண்ணியபடியே வெற்றிகரமாக முடிப்பர்

Those who have firmness in action, can surely accomplish their desired tasks as intended

**667. உருவுகண்டு எள்ளாமை வேண்டும் உருள்பெருந்தேர்க்கு**
**அச்சாணி அன்னார் உடைத்து**

உருவத்தைக் கொண்டு ஒருவரின் செயல் திறனைக் குறைத்து மதிப்பிடுதல் கூடாது; ஏனெனில், தேர் உருவத்தில் மிகப் பெரியதாக இருந்தாலும் அது உருள்வதற்கு உருவில் சிறிய அச்சாணி இன்றிமையாததாகும்

Capability of one should not be underestimated by appearance; because, small sized linchpin is absolutely essential for the functioning of a huge chariot

**668. கலங்காது கண்ட வினைக்கண் துளங்காது**
**தூக்கங் கடிந்து செயல்**

ஒருவர் மனத்தெளிவுடன் துணிந்து முடிவு செய்த ஒரு செயலை தாமதமும் சோர்வும் இன்றி விரைந்து நிறைவேற்ற வேண்டும்

One should promptly accomplish the task which was decided with clear mind, with out delay and fatigue

**669. துன்பம் உறவரினும் செய்க துணிவாற்றி**
**இன்பம் பயக்கும் வினை**

ஒரு செயலைச் செய்யும் போது துன்பம் அதிகமாக வந்த போதிலும் துணிவுடன் செய்து முடித்தால் முடிவில் இன்பம் கிடைக்கும்

A task may cause lot of suffering while being done; however, if completed with firmness in action, it will certainly give pleasure at the end

**670. எனைத்திட்பம் எய்தியக் கண்ணும் வினைத்திட்பம்**
**வேண்டாரை வேண்டாது உலகு**

ஒருவர் எத்தகைய வலிமை உடையவராக இருந்தாலும், செய்யும் தொழிலில் உறுதி இல்லையேல் இந்த உலகத்தாரால் மதிக்கப்பட மாட்டார்

Irrespective of the strength one may possess, the world will not respect, if there is no quality of firmness in action

## அதிகாரம் : 68
## வினைசெயல்வகை

**671.** சூழ்ச்சி முடிவு துணிவெய்தல் அத்துணிவு
தாழ்ச்சியுள் தங்குதல் தீது

சாதக பாதகங்களை ஆராய்ந்து ஒரு செயலைச் செய்ய துணிந்த பிறகு, அதனைச் செய்யாமல் காலம் தாழ்த்துவது தீமையை விளைவிக்கும்

It is harmful to delay action, after reaching a decision to proceed a task following due deliberation

**672.** தூங்குக தூங்கிச் செயற்பால தூங்கற்க
தூங்காது செய்யும் வினை

செயலின் தேவையைப் பொருத்து, காலந்தாழ்த்தி செய்ய வேண்டிய வற்றைத் தாமதமாகவும், காலம் தாழ்த்தாமல் செய்ய வேண்டியவற்றை உடனடியாகவும் செய்தல் வேண்டும்

Based upon the nature of the task, while few deeds need to be delayed, few others should never be delayed

**673.** ஒல்லும்வா யெல்லாம் வினைநன்றே ஒல்லாக்கால்
செல்லும்வாய் நோக்கிச் செயல்

இயலும் சூழ்நிலைகளில் எல்லாம் செயலை செய்து முடிக்க வேண்டும்; இயலாத நிலையில் அதற்கான சூழ்நிலையை உருவாக்க வேண்டும்

Action should be performed at all possible situations; if not possible, suitable situations need to be created

**674.** வினைபகை என்றிரண்டின் எச்சம் நினையுங்கால்
தீயெச்சம் போலத் தெறும்

முடிக்கப்படாத செயலும் அழிக்கப்படாத பகையும், முழுமையாக அணைக்கப்படாமல் மிஞ்சி இருக்கும் தீயைப் போல கேடு விளைவிக்கக் கூடியவை

Unfinished action and ignored enmity both are destructive similar to the unextinguished fire

**675.** பொருள்கருவி காலம் வினையிடனொடு ஐந்தும்
இருள்தீர எண்ணிச் செயல்

எந்தச் செயலையும் தொடங்குவதற்கு முன்பு அதற்குத் தேவையான பொருள், பொருத்தமான கருவி, ஏற்ற காலம், சரியான செயல், உரிய இடம் ஆகிய ஐந்தினையும் ஐயத்திற்கு இடமின்றி ஆய்ந்தறிந்து கொள்ள வேண்டும்

One should thoroughly examine the required resources, appropriate tools, suitable time, proper actions and apt place before commencing any task

# Chapter : 68
# Mode of action

676. முடிவும் இடையூறும் முற்றியாங்கு எய்தும்
 படுபயனும் பார்த்துச் செயல்

 ஒரு செயலைச் செய்யும் போது அதனை முடிக்கும் வழியையும், இடையில் வரக்கூடிய தடைகளையும், செயலை முடித்த பிறகு கிடைக்கக் கூடிய பயனையும் எண்ணிப் பார்த்து செய்ய வேண்டும்

 A task should be performed after considering the efforts required, possible obstacles and the potential outcome

677. செய்வினை செய்வான் செயன்முறை அவ்வினை
 உள்ளறிவான் உள்ளம் கொளல்

 ஒரு செயலை மேற்கொள்பவர், ஏற்கெனவே அத்தகைய செயலைச் செய்தவரின் அனுபவ அறிவைக் கருத்தில் கொள்ளுதல் வேண்டும்

 One intends to carry out a task should consider the expert knowledge of those who have already done such a task

678. வினையான் வினையாக்கிக் கோடல் நனைகவுள்
 யானையால் யானையாத் தற்று

 ஒரு வினையைக் கொண்டு மற்றொரு வினையை முடிப்பது, ஒரு யானையைக் கொண்டு மற்றொரு யானையைப் பிடிப்பதைப் போன்றது

 Accomplishing a task by another task is similar to the act of using a trained elephant to capture another elephant

679. நட்டார்க்கு நல்ல செயலின் விரைந்ததே
 ஒட்டாரை ஒட்டிக் கொளல்

 நன்பர்களுக்கு நன்மை செய்வதை விட பகைவர்களை நன்பர் களாக்கிக் கொள்வதே ஒருவர் உடனடியாக செய்யத்தக்கது ஆகும்

 It is more urgent for one to befriend enemies than doing good to friends

680. உறைசிறியார் உள்நடுங்கல் அஞ்சிக் குறைபெறின்
 கொள்வர் பெரியார்ப் பணிந்து

 வலிமை குறைந்த ஒரு ஆட்சியாளர் தனது குடிமக்களின் நலன் கருதி வலிமைமிக்கவரின் ஆளுமையைக்கூட பணிந்து ஏற்றுக் கொள்வர்

 A less powerful ruler will accede even to reconciliation with powerful enemy, in the interest of getting peace for the subjects

## அதிகாரம் : 69

## தூது

**681. அன்புடைமை ஆன்ற குடிப்பிறத்தல் வேந்தவாம்**
**பண்புடைமை தூதுரைப்பான் பண்பு**

அன்புடைமை, நற்குணம் நிறைந்த குடிப்பிறப்பு, ஆட்சியாளர் விரும்பும் பண்புடைமை ஆகியவை தூதருக்குரிய தகுதிகளாகும்

Love, noble birth and courteous qualities that please the ruler are the qualities of an ambassador

**682. அன்பறிவு ஆராய்ந்த சொல்வன்மை தூதுரைப்பார்க்கு**
**இன்றி யமையாத மூன்று**

அன்பு, அறிவு, ஆராய்ந்து பேசும் சொல்வன்மை ஆகிய மூன்றும் தூதருக்கு வேண்டிய மூன்று முக்கியமான பண்புகளாகும்

Kindness, intelligence and eloquence are the three most essential qualities of an ambassador

**683. நூலாருள் நூல்வல்லன் ஆகுதல் வேலாருள்**
**வென்றி வினையுரைப்பான் பண்பு**

வேற்று நாட்டு ஆட்சியாளர்களிடம் தனது நாட்டுக்கு வெற்றி ஏற்படும் வண்ணம் செய்தி உரைத்திடும் தூதுவர், நூலறிந்தவருள் நூல் வல்லவனாக விளங்குதல் வேண்டும்

An envoy who deals with foreign affairs of a country should possess sound scholarly knowledge

**684. அறிவுரு வாராய்ந்த கல்விஇம் மூன்றன்**
**செறிவுடையான் செல்க வினைக்கு**

அறிவு, தோற்றப் பொலிவு, ஆய்ந்து தெளிந்த கல்வி இம்மூன்றும் ஒரு தூதருக்குத் தேவையான தகுதிகளாகும்

Knowledge, personality and deep learning are three essential qualities of an envoy

**685. தொகச் சொல்லித் தூவாத நீக்கி நகச்சொல்லி**
**நன்றி பயப்பதாந் தூது**

தனது நாட்டிற்குத் தேவையான செய்திகளைத் தொகுத்தும், தேவையற்றவற்றை நீக்கியும், பயனளிக்கும் விதமாகவும் கூறும் வல்லமை உடையவரே தூதராவார்

An ambassador is one who gathers necessary information, filters out the unnecessary details and narrates them in a way useful to own country

## Chapter : 69
## Envoy

**686. கற்றுக்கண் அஞ்சான் செலச்சொல்லிக் காலத்தால்**
**தக்கது அறிவதாம் தூது**

*அறிவார்ந்த நூல்களைக் கற்று, எதிரிகளுக்கு சற்றும் அஞ்சாமல், கேட்பவர் உள்ளத்தில் பதியுமாறு எடுத்துக் கூறி, சூழ்நிலைக்குத் தக்கவாறு நடந்து கொள்பவரே தூதராவார்*

An ambassador is one who is well-learned; who does not fear the enemies; who could convince the listeners and who behaves according to the situation

**687. கடனறிந்து காலங் கருதி இடனறிந்து**
**எண்ணி உரைப்பான் தலை**

*தனது கடமையைத் தெளிவாக உணர்ந்து, தக்க இடத்தையும் ஏற்ற காலத்தையும் அறிந்து, சொல்ல வேண்டியதை நன்கு ஆய்ந்து உரைப்பவரே தூதராவார்*

An ambassador is one who is well aware of own duty, knows the appropriate situation and time and contemplates before conveying the message

**688. தூய்மை துணைமை துணிவுடைமை இம்மூன்றின்**
**வாய்மை வழியுரைப்பான் பண்பு**

*தூய ஒழுக்கம், அறிவார்ந்தவர் துணை, துணிவுடைமை ஆகிய மூன்றும் ஒரு தூதருக்குத் தேவையான தகுதிகளாகும்*

Honesty, wise company and courage are the three necessary traits of an ambassador

**689. விடுமாற்றம் வேந்தர்க்கு உரைப்பான் வடுமாற்றம்**
**வாய்சோரா வன்க ணவன்**

*தனது அரசின் கருத்துகளை பிற நாட்டு அரசிடம் எடுத்துரைக்கும் தூதர், தவறியும் குற்றமான சொற்களைக் கூறாத உறுதி உடையவராய் இருத்தல் வேண்டும்*

An ambassador who handles sensitive information should be firm in conveying exact messages in a faultless language

**690. இறுதி பயப்பினும் எஞ்சாது இறைவற்கு**
**உறுதி பயப்பதாம் தூது**

*தனக்கு அழிவு ஏற்படும் சூழ்நிலை வந்தாலும் அதற்காக அஞ்சாமல், தனது நாட்டிற்கு உறுதியுடன் கடமையாற்றும் இயல்புடையவரே தூதராவார்*

An ambassador is one who is determined to fearlessly perform duty befitting the country even at the cost of own life

## அதிகாரம் - மன்னரைச் : 70
## சேர்ந்தொழுகல்

**691. அகலாது அணுகாது தீக்காய்வார் போல்க**
**இகல்வேந்தர்ச் சேர்ந்தொழுகு வார்**

*ஆட்சியாளர்களுடன் இருப்பவர்கள் நெருப்பில் குளிர்காய்வது போல அவர்களை அதிகமாக நெருங்கிவிடாமலும், அதிகமாக நீங்கிவிடாமலும் பழக வேண்டும்*

Those who deal with the rulers should neither be too closer nor too away from them, similar to enjoying the warmth of a campfire

**692. மன்னர் விழைப விழையாமை மன்னரால்**
**மன்னிய ஆக்கந் தரும்**

*ஆட்சியாளர் விரும்புகின்றவைகளைத் தாமும் விரும்பாமலிருத்தல் அவரைச் சார்ந்திருப்பவர்களுக்கு நிலையான ஆக்கத்தைப் பெற்றுத் தரும்*

Not craving for what the rulers desire for will gain everlasting benefit to those who depend on them

**693. போற்றின் அரியவை போற்றல் கடுத்தபின்**
**தேற்றுதல் யார்க்கும் அரிது**

*ஆட்சியாளர்களுடன் பழகுபவர்கள் கடும் தவறுகள் நேராமல் தம்மைக் காத்துக் கொள்ள வேண்டும்; அவ்வாறு தவறுகள் நடந்தப் பின் ஆட்சியாளர்களின் நம்பிக்கையைத் தக்க வைப்பது மிகவும் கடினமாகும்*

Those who deal with rulers must avoid themselves from grave blunders; otherwise it will be very difficult to sustain the confidence of rulers

**694. செவிச்சொல்லும் சேர்ந்த நகையும் அவித்தொழுகல்**
**ஆன்ற பெரியா ரகத்து**

*ஆற்றல் வாய்ந்த பெரியவர்கள் முன்னே பிறருடன் காதருகே மெல்லப் பேசுவதையும் சேர்ந்து நகைத்தலையும் தவிர்க்க வேண்டும்*

Ministers should avoid whispering and exchange of smiles in front of their king/queen

**695. எப்பொருளும் ஓரார் தொடரார்மற்று அப்பொருளை**
**விட்டக்கால் கேட்க மறை**

*ஆட்சியாளர் பிறருடன் மறைவாகப் பேசுவதை அமைச்சர்கள் ஒட்டுக் கேட்பதோ, விவரித்துக் கேட்பதோ கூடாது; அவராகத் தெரிவித்தால் மட்டுமே தெரிந்து கொள்ள வேண்டும்*

Ministers should avoid overhearing or showing interest in the secret conversations of ruler; rather they should wait for the ruler to disclose the matter

## Chapter : 70
## Associating with ruler

**696. குறிப்பறிந்து காலங் கருதி வெறுப்பில**
**வேண்டுப வேட்பச் சொலல்**

*அமைச்சர்கள் ஆட்சியாளரின் மனநிலையை அறிந்து தக்க காலத்திற்காகக் காத்திருந்து அவரது வெறுப்புக்குரியவைகளை தவிர்த்து அவரது விருப்ப மானவற்றை அவர் விரும்பும் வண்ணம் பேச வேண்டும்*

While conversing with ruler, ministers should take into account the mood of ruler and appropriate time and to speak in a likable way by avoiding matters of dislike

**697. வேட்பன சொல்லி வினையில எஞ்ஞான்றும்**
**கேட்பினும் சொல்லா விடல்**

*அமைச்சர்கள், ஆட்சியாளரிடம் பேசும்போது அவருக்குப் பயனுள்ளவற்றை அவர் கேட்காத போதும் சொல்ல வேண்டும்; பயனில்லாதவற்றை அவரே கேட்ட போதிலும் சொல்லாமல் தவிர்க்க வேண்டும்*

While conversing with rulers, ministers should always talk about useful things even without being asked and should avoid talking about useless things even if requested

**698. இளையர் இனமுறையர் என்றிகழார் நின்ற**
**ஒளியோடு ஒழுகப் படும்**

*ஆட்சியாளர்களை தம்மினும் இளையவர், தமக்கு உறவினர் என்றெல்லாம் கருதாமல் அவர்களது பொறுப்பான பதவிக்கு ஏற்ப பண்புடன் பழக வேண்டும்*

Ministers should not take advantage at the rulers by the name of seniority in age or relatives; rather they should deal with them keeping in mind the responsible position being held by the rulers

**699. கொளப்பட்டேம் என்றெண்ணிக் கொள்ளாத செய்யார்**
**துளக்கற்ற காட்சி யவர்**

*தெளிந்த அறிவுடையவர்கள் தாம் ஆட்சியாளரால் ஏற்றுக்கொள்ளப் பட்டவர் என்ற துணிவில், ஆட்சியாளரால் ஏற்றுக்கொள்ள முடியாதவற்றை ஒருபோதும் செய்ய மாட்டார்கள்*

Wise people will never dare to do things undesirable to the rulers, by considering themselves enjoying the grace of the rulers

**700. பழையம் எனக்கருதிப் பண்பல்ல செய்யும்**
**கெழுதகைமை கேடு தரும்**

*தனக்கு ஆட்சியாளருடன் உள்ள நீண்ட நாள் பழக்கத்தின் காரணமாக தகாத செயல்களைச் செய்யத் துணிவது ஒருவருக்கு அழிவை ஏற்படுத்தும்*

Involving in unworthy deeds by the name of one’s long time acquaintance with the rulers will lead to utter destruction

## அதிகாரம் : 71
## குறிப்பறிதல்

**701.** கூறாமை நோக்கிக் குறிப்பறிவான் எஞ்ஞான்றும்
மாறாநீர் வையக் கணி

சொல்லைக் கொண்டு அல்லாமல் முகக்குறிப்பைக் கொண்டு பிறரது மனதை அறியும் திறன் பெற்றவர் இந்த உலகத்திற்கு அணிகலன் போன்றவர்

One who has the ability to read others' mind by facial expressions is like a jewel of the world

**702.** ஐயப் படாஅது அகத்தது உணர்வானைத்
தெய்வத்தோ டொப்பக் கொளல்

பிறர் மனதை சந்தேகத்திற்கு இடமின்றி அறிந்து கொள்ளும் ஆற்றலை தெய்வத்தன்மையோடு ஒப்பிடலாம்

The ability of reading others' mind precisely could be equated with godness

**703.** குறிப்பிற் குறிப்புணர் வாரை உறுப்பினுள்
யாது கொடுத்தும் கொளல்

முகக்குறிப்பில் பிறர் மனதை அறியும் ஆற்றலுடையவரை, ஒருவர் எத்தகைய செல்வத்தைக் கொடுத்தேனும் துணையாக்கிக் கொள்ள வேண்டும்

One should at any cost secure the service of those who could able to read others' mind from facial expressions

**704.** குறித்தது கூறாமைக் கொள்வாரோ டேனை
உறுப்போ ரனையரால் வேறு

பிறர் மனதை அவர் கூறாமலேயே அறியும் ஆற்றல் பெற்றவர் பிற மனிதரோடு உருவத்தில் ஒத்தவராக இருந்தாலும் அறிவில் மேம்பட்டவரே ஆவர்

Those who have the ability to read others' mind resemble others physically but differ intellectually indeed

**705.** குறிப்பிற் குறிப்புணரா வாயின் உறுப்பினுள்
என்ன பயத்தவோ கண்?

முகக்குறிப்பைக் கொண்டு பிறரது உள்ளக்குறிப்பை அறிய முடியாத கண்களால் ஒருவருக்குப் பயனில்லை எனலாம்

There is no use of eyes if one can not able to read the mind of others from facial expressions

# Chapter : 71
## reading Mind

706. அடுத்தது காட்டும் பளிங்குபோல் நெஞ்சம்
 கடுத்தது காட்டும் முகம்

 *தனக்கு முன் இருப்பவற்றை அப்படியே காட்டும் கண்ணாடியைப் போல, ஒருவருடைய மனதில் உள்ளதை அவரது முகம் காட்டி விடும்*

 As a mirror reflects the objects in front of it, face expresses one's mind clearly

707. முகத்தின் முதுக்குறைந்தது உண்டோ உவப்பினும்
 காயினும் தான்முந் துறும்

 *உள்ளத்தின் விருப்பு வெறுப்புகளை உடனடியாக வெளிப்படுத்தும் முகத்தைப் போல அறிவு மிக்கது வேறெதுவுமில்லை*

 There is no other part better than human face which could express one's mind readily

708. முகம்நோக்கி நிற்க அமையும் அகம்நோக்கி
 உற்ற துணர்வார்ப் பெறின்

 *மனதைக் குறிப்பால் அறிந்து உணர்பவரை ஒருவர் துணையாகப் பெற்றால், தனது உணர்வை வெளிப்படுத்த அவருடைய முகத்திற்கு எதிரில் நின்றாலே போதுமானது ஆகும்*

 For expressing thoughts without using any word, it is enough for the ruler to stand in front of the ministers who could read others' mind

709. பகைமையும் கேண்மையும் கண்ணுரைக்கும் கண்ணின்
 வகைமை உணர்வார்ப் பெறின்

 *கண்பார்வையின் வேறுபாடுகளை உணரவல்லவர்கள் ஒருவரின் கண்களைக் கொண்டே அவரின் மனதிலுள்ள நட்பையும் பகைமையையும் எளிதில் கண்டு கொள்வர்*

 Those who could read others' mind will easily figure out the friendship and enmity, by perceiving the difference of eye sight

710. நுண்ணியம் என்பார் அளக்குங்கோல் காணுங்கால்
 கண்ணல்லது இல்லை பிற

 *நுட்பமான அறிவை உடையவர்கள் பிறர் மனதை அறியப் பயன்படுத்தும் அளவுகோல் அவரது கண்களே ஆகும்*

 Eyes are the suitable measuring tools of the wise who has the ability to read others' mind

## அதிகாரம் : 72
## அவையறிதல்

711. அவையறிந்து ஆராய்ந்து சொல்லுக சொல்லின்
தொகையறிந்த தூய்மை யவர்

சொற்களின் தன்மையை நன்கு அறிந்த அறிஞர்கள், அவையில் இருப்போரின் தன்மையை உணர்ந்து அதற்கேற்ப ஆராய்ந்து பேசுவர்

Scholars who are well aware of the power of words, speak sensibly as per the nature of audience

712. இடைதெரிந்து நன்குணர்ந்து சொல்லுக சொல்லின்
நடைதெரிந்த நன்மை யவர்

சொற்களின் தன்மையை ஆராய்ந்து அறிந்த பேச்சாளர்கள், அவையில் இருப்போரின் நேரத்தையும் நிலைமையையும் உணர்ந்து அதற்கேற்ப பேச வேண்டும்

People of eloquence who are good in words, should also consider the time and situation of audience while speaking

713. அவையறியார் சொல்லல்மேற் கொள்பவர் சொல்லின்
வகையறியார் வல்லதூஉம் இல்

அவையின் தன்மையை உணராமல் பேசுபவர், சொற்களின் வகையை அறியாதவராகவும் பேசும் திறமை இல்லாதவராகவும் கருதப்படுவர்

Those who speak without realizing the nature of audience are considered as those who lack choice of words and skill of eloquence

714. ஒளியார்முன் ஒள்ளிய ராதல் வெளியார்முன்
வான்சுதை வண்ணம் கொளல்

அறிவில் சிறந்தவருடன் பேசும்போது தன்னுடைய அறிவு வெளிப்படும் படியும், அறிவில் குறைந்தவருடன் பேசும்போது அவருக்கு ஏற்றபடி எளிமையாகவும் பேச வேண்டும்

While conversing with others, one should express brilliance in front of bright people and should behave as ignorant in front of less knowledgeable

715. நன்றென்ற வற்றுள்ளும் நன்றே முதுவருள்
முந்து கிளவாச் செறிவு

அறிவிற் சிறந்தோர் அவையில் முந்திச் சென்று பேசாத நாவடக்கம் ஒருவருக்கு நன்மை யாவற்றிலும் நன்மையாகும்

Being modest by restraining one's tongue in the assembly of wise is the best among all qualities

## Chapter : 72
## Knowing the assembly

716. ஆற்றின் நிலைதளர்ந் தற்றே வியன்புலம்
ஏற்றுணர்வார் முன்னர் இழுக்கு

அறிவிற் சிறந்தோர் அவையில் ஒரு பேச்சாளர் தனது சொல்லால் சிறுமைப்படுவது, ஒழுக்கநெறியிலிருந்து ஒருவர் தளர்ந்து கெடுவற்கு ஒப்பானதாகும்

Orator getting humiliated by committing mistakes in the assembly of wise is as painful as one stumbling out of virtuous path

717. கற்றறிந்தார் கல்வி விளங்கும் கசடறச்
சொல்தெரிதல் வல்லார் அகத்து

சொற்களை ஆராய்ந்து அறிய வல்ல அறிஞர் அவையில் பேசும்போது ஒரு பேச்சாளரின் கல்வி அறிவு பெருமையுற்று விளங்கும்

An orator with scholarly knowledge will shine only in the assembly of wise

718. உணர்வ துடையார்முன் சொல்லல் வளர்வதன்
பாத்தியுள் நீர்சொரிந் தற்று

கேட்டு உணர்ந்து கொள்ளும் ஆர்வம் உடையவரிடையே பேசுதல், நன்கு வளரக்கூடிய பயிர்கள் நிறைந்த நிலத்திற்கு நீர் பாய்ச்சுவதைப் போல பயன் அளிப்பதாகும்

Speaking before a receptive audience is as effective as watering a land of fertile plants

719. புல்லவையுள் பொச்சாந்தும் சொல்லற்க நல்லவையுள்
நன்குசலச் சொல்லு வார்

அறிஞர் நிறைந்த அவையில் பொருள்பட பேசும் திறன் பெற்றவர், அறிவற்றவர் நிறைந்த அவையில் சிறிதும் பேசாமலிருத்தலே நல்லது

Those who speak meaningfully in the assembly of wise should strictly avoid doing so in the assembly of ignorants

720. அங்கணத்துள் உக்க அமிழ்தற்றால் தங்கணத்தார்
அல்லார்முன் கோட்டி கொளல்

தேவையான அறிவு பெறாதவர்கள் முன்னிலையில் அறிவிற் சிறந்த ஒருவர் புரிந்துகொள்ள கடினமானவற்றைப் பேசுவது நிலத்தில் சிந்திடும் அமிழ்தம்போல் பயனற்றதாகி விடும்

A scholar addressing the assembly of ignorants is as wasteful as spilling nectar on the ground

## அதிகாரம் : 73
## அவையஞ்சாமை

**721.** வகையறிந்து வல்லவை வாய்சோரார் சொல்லின்
தொகையறிந்த தூய்மை யவர்

சொல்லின் வகையறிந்த அறிஞர்கள், அவையின் வகையையும் அறிந்து இருப்பாரானால் எவ்விடத்திலும் பிழையின்றி பேச முடியும்

Scholars who are aware of the power of words, will never falter in their speech, if they are also aware of the nature of audience

**722.** கற்றாருள் கற்றார் எனப்படுவர் கற்றார்முன்
கற்ற செலச்சொல்லு வார்

கற்றவர் முன்னிலையில் தான் கற்றவற்றை அவர் மனதில் பதியுமாறு எடுத்து சொல்வதில் வல்லவர், கற்றவர் எல்லாரினும் கற்றவராக மதிக்கப்படுவர்

Those who could successfully use their acquired knowledge in front of the learned are regarded as learned among the learned

**723.** பகையகத்துச் சாவார் எளியர் அரியர்
அவையகத்து அஞ்சா தவர்

போர்க்களத்தில் பகைவருக்கு சிறிதும் அஞ்சாமல் வீரமுடன் போரிட்டு இறப்பதற்குக்கூட துணிந்தவர் பலருண்டு; ஆனால், கற்றவர் நிறைந்த அவைக்களத்தில் அஞ்சாமல் பேசும் வல்லமை உடையவர் சிலரேயாவார்

There are many who have the courage to fight and even die at the battlefield; whereas, there are only few who have the courage to address the assembly of learned

**724.** கற்றார்முன் கற்ற செலச்சொல்லித் தாம்கற்ற
மிக்காருள் மிக்க கொளல்

ஒருவர், கற்றவர் முன்னிலையில் தான் கற்றவைகளை அவர் மனதில் பதியுமாறு எடுத்துச் சொல்ல வேண்டும்; மேலும், தன்னைவிட மிகுதியாகக் கற்றவரிடம் இருந்து தனக்குத் தெரியாதவற்றை அறிந்து கொள்ள வேண்டும்

An orator should impress the assembly of wise by his/her acquired knowledge and should also learn more from them

**725.** ஆற்றின் அளவறிந்து கற்க அவையஞ்சா
மாற்றங் கொடுத்தற் பொருட்டு

ஒருவர் அறிஞர் நிறைந்த அவையில் அச்சாமல் பேசுவதற்கு, ஏற்ற பேச்சுத்திறன் வளர்க்கும் நூல்களைக் கற்றல் வேண்டும்

For facing the assembly of wise fearlessly, one should master the oratorical skills essential to counter the arguments

# Chapter : 73
## Not fearing the assembly

726. வாளொடென் வன்கண்ணர் அல்லார்க்கு நூலொடென்
 நுண்ணவை அஞ்சு பவர்க்கு

கோழைகளுக்கு வாளினால் பயனில்லாததைப் போல அவைக்கு அஞ்சுபவருக்கு நூலறிவினால் பயனில்லை

As there is no use of sword for cowards, there is no use of scholarly knowledge for those who fear assembly

727. பகையகத்துப் பேடிகை ஒள்வாள் அவையகத்து
 அஞ்சு மவன்கற்ற நூல்

அவையில் பேசுவதற்கு அஞ்சுகின்றவர் கற்ற நூல்கள், போர்க் களத்தில் அஞ்சுகின்ற கோழையின் வாளைப் போல பயனற்றவைகள் ஆகும்

The scholarly knowledge of those who fear assembly is as useless as the sword of cowards who fear the battlefield

728. பல்லவை கற்றும் பயமிலரே நல்லவையுள்
 நன்கு செலச்சொல்லா தார்

அறிவுடையோர் நிறைந்த அவையில் நல்ல முறையில் தனது கருத்துகளை எடுத்துரைக்க முடியாதவர் எவ்வளவு கற்றிருந்தாலும் அதனால் சிறிதும் பயனில்லை

There is absolutely no use of one's scholarly knowledge if it could not be expressed in the assembly of learned

729. கல்லா தவரின் கடையென்ப கற்றறிந்தும்
 நல்லா ரவையஞ்சு வார்

நன்கு கற்றவராயிருந்தும் அறிஞர் நிறைந்த அவையில் பேசுவதற்கு அஞ்சுபவர் கல்லாதவரைவிட இழிவானவராகவே மதிக்கப்படுவர்

The scholars who afraid to face assembly of wise are considered inferior to ignorants

730. உளரெனினும் இல்லாரொடு ஒப்பர் களன்அஞ்சிக்
 கற்ற செலச்சொல்லா தார்

அவைக்கு அஞ்சி தான் கற்றவைகளை கேட்பவர் மனதில் பதியுமாறு சொல்ல இயலாதவர், உயிரோடு இருந்தாலும் இறந்தவருக்கு சமமாகவே கருதப்படுவர்

Those who unable to express their acquired knowledge in the assembly of wise due to fear, are considered one among the dead

## அதிகாரம் : 74
## நாடு

**731. தள்ளா விளையுளும் தக்காரும் தாழ்விலாச்**
**செல்வரும் சேர்வது நாடு**

குறையாத உணவு உற்பத்தியும், அற உணர்வு நிறைந்த அறிஞர்களும், பொது நலம் விரும்பும் செல்வந்தரும் உடையதே சிறந்த நாடாகும்

The ideal country is one with undiminished food production, virtuous scholars, and wealthy people who are altruistic in nature

**732. பெரும்பொருளால் பெட்டக்க தாகி அருங்கேட்டால்**
**ஆற்ற விளைவது நாடு**

மிகுந்த பொருள் வளம் உடையதாகவும், உலகின் பிற நாட்டினரால் விரும்பப்படுவதாகவும், கேடுகள் இல்லாத தன்மையைக் கொண்டதாகவும், மிகுதியான விளைபொருள் ஈட்டுவதாகவும் அமைவதே சிறந்த நாடாகும்

Possessing abundant resources, being favorite for other countries, free from destructive calamities and sustained productivity are the features of an ideal country

**733. பொறையொருங்கு மேல்வருங்கால் தாங்கி இறைவற்கு**
**இறையொருங்கு நேர்வது நாடு**

புதிதாக ஏற்படும் சுமைகளைத் தாங்கிக் கொண்டு அரசுக்கு வரி வகைகளையும் செலுத்தும் வல்லமை படைத்ததே சிறந்த நாடாகும்

An ideal country is one whose prople are capable enough to bear the fresh burdens cheerfully and pay the taxes willingly

**734. உறுபசியும் ஓவாப் பிணியும் செறுபகையும்**
**சேரா தியல்வது நாடு**

கொடும் பசியும், கடும் நோய்களும், தீராத பகைமையும் இல்லாமல் இருப்பதே சிறந்த நாடு எனக் கருதப்படும்

An ideal country is considered to be free from hunger, epidemics and enmity

**735. பல்குழுவும் பாழ்செய்யும் உட்பகையும் வேந்தலைக்கும்**
**கொல்குறும்பும் இல்லது நாடு**

பல்வேறு பிரிவினைக் குழுக்களால் விளையும் உட்பகையும், தீந்தொழில் புரிபவர்களால் அரசுக்கு ஏற்படும் நெருக்கடியும் இல்லாததே சிறந்த நாடாகும்

An ideal country is considered to be free from internal strife caused by various separatist groups and influence of criminals in the governance

## Chapter : 74
## Country

**736. கேடறியாக் கெட்ட இடத்தும் வளங்குன்றா**
**நாடென்ப நாட்டின் தலை**

பகைவரால் அழிவைச் சந்திக்காததும், அப்படியே அழிவைச் சந்தித்தாலும் வளம் குன்றாத நிலையிலும் உள்ளதே சிறந்த நாடு எனக் கொள்ளப்படும்

The best country is one which has never faced destructions from enemies and is still prosperous even if it had faced destructions

**737. இருபுனலும் வாய்ந்த மலையும் வருபுனலும்**
**வல்லரணும் நாட்டிற்கு உறுப்பு**

ஊற்றுநீர், மழைநீர் ஆகிய இருவகை நீர்வளமும், சரியான வகையில் அமைந்த மலை வளமும், அத்தகைய மலை தரும் ஆற்றுநீர் வளமும், வலிமையான அரணும் ஒரு நாட்டிற்கு இன்றிமையாத உறுப்புகளாகும்

Rain and ground water resources, aptly located mountains, river water resources and strong forts are the vital components of a country

**738. பிணியின்மை செல்வம் விளைவின்பம் ஏமம்**
**அணியென்ப நாட்டிவ் வைந்து**

நோயின்மை, வளமான பொருளாதாரம், மிகுதியான விளை பொருள், மகிழ்ச்சியான மக்கள், பாதுகாப்பு ஆகிய ஐந்தும் ஒரு நாட்டிற்கு அழகாகும்

Health, prosperous economy, abundant produce, happiness and security are the five ornaments of a country

**739. நாடென்ப நாடா வளத்தன நாடல்ல**
**நாட வளந்தரு நாடு**

கடும் முயற்சியின் பலனாக வளம் பெறும் நாடுகளைவிட, அரிய முயற்சி எதுவும் இல்லாமல் இயற்கையிலேயே வளம் தருபவையே சிறந்த நாடுகளாகும்

An ideal country is the one which prospers with own resources without any hard Labour

**740. ஆங்கமை வெய்தியக் கண்ணும் பயமின்றே**
**வேந்தமை வில்லாத நாடு**

ஒரு நாட்டில் எல்லா விதமான வளமும் அமைந்திருந்தாலும், குடிமக்கள் மீது அக்கறை இல்லாத அரசு அமைந்து விட்டால், அனைத்து வளங்களும் பயனற்று போகும்

All the resources of a country become worthless, if there is a government which fails to take care of the citizens

## அதிகாரம் : 75
## அரண்

**741. ஆற்று பவர்க்கும் அரண்பொருள் அஞ்சித்தற்**
**போற்று பவர்க்கும் பொருள்**

பிற நாட்டின் மீது படை எடுத்துச் செல்பவருக்கும், பிற நாட்டுப் படைகளிடமிருந்து தம்மைக் காத்துக் கொள்பவருக்கும், கோட்டை ஒரு பெருஞ்செல்வமாகும்

Fort is a paramount resource to those who carry out invasions and to those who defend themselves from invasions

**742. மணிநீரும் மண்ணும் மலையும் அணிநிழற்**
**காடும் உடைய தரண்**

தெளிந்த நீர், பரந்த நிலம், உயர்ந்த மலை, அடர்ந்த காடு ஆகியவற்றை உள்ளடக்கியதே சிறந்த கோட்டையாகும்

An ideal fort is one which encompasses clear water, vast land, high mountains and dense forest cover

**743. உயர்வகலம் திண்மை அருமைஇந் நான்கின்**
**அமைவரண் என்றுரைக்கும் நூல்**

உயரம், அகலம், உறுதி, பாதுகாப்பான அமைவிடம் ஆகிய நான்கையும் கொண்டிருப்பதே ஒரு சிறந்த கோட்டையாகும்

An ideal fort is one which possesses the qualities of height, breadth, strength, and strategic location

**744. சிறுகாப்பிற் பேரிடத்த தாகி உறுபகை**
**ஊக்கம் அழிப்ப தரண்**

பெரிய நிலப்பரப்பை உள்ளடக்கியதாகவும், இயற்கை அரண் தவிர்த்து காவல் தேவைப்படும் பகுதி சிறியதாகவும் இருந்து பகைவரின் ஊக்கத்தை அழிக்க வல்லதே சிறந்த கோட்டையாகும்

Encompassing vast area within, and having only small vulnerable area to be guarded are the features of an ideal fort, which will demoralize the invaders

**745. கொளற்கரிதாய்க் கொண்டகூழ்த் தாகி அகத்தார்**
**நிலைக்கெளிதாம் நீரது அரண்**

பகைவரால் முற்றுகையிடப்பட்டுக் கைப்பற்ற முடியாதவாறு உறுதியுடனும், மக்களுக்கும் படையினருக்கும் தேவையான உணவுப்பொருளை வழங்கும் வல்லமையுடனும், எதிர்த்துப் போரிட ஏதுவான தன்மையுடனும் அமைக்கப்படுவதே சிறந்த கோட்டையாகும்

An ideal fort is one that is strong enough to withstand a siege by supplying enough foodstuff and enabling counter attack

## Chapter : 75
## Fort

**746. எல்லாப் பொருளும் உடைத்தாய் இடத்துதவும்**
**நல்லாள் உடையது அரண்**

உள்ளிருப்பவர்க்குத் தேவையான அனைத்துப் பொருட்களையும் கொண்டதாகவும், பகைவரை எதிர்த்துப் போரிடும் வல்லமை உடைய வீரர்களை உடையதாகவும் அமைக்கப்படுவதே சிறந்த அரண் ஆகும்

Ideal fort is one that contains all the necessary provisions to support the inhabitants, and brave warriors to defend

**747. முற்றியும் முற்றா தெறிந்தும் அறைப்படுத்தும்**
**பற்றற் கரியது அரண்**

முற்றுகையிடல், போரிடல், வஞ்சித்தல் ஆகிய எந்த வழிகளினாலும் கைப்பற்ற முடியாத தன்மையை உடையதே சிறந்த கோட்டையாகும்

An ideal fort is one which withstands siege, attack and treachery

**748. முற்றாற்றி முற்றி யவரையும் பற்றாற்றிப்**
**பற்றியார் வெல்வது அரண்**

முற்றுகையிடுவதில் வல்லமை வாய்ந்த பகைவரையும்கூட, உள்ளிருந்து கொண்டே போரிட்டு வெல்லும் வகையில் அமைந்ததே சிறந்த கோட்டையாகும்

An ideal fort is the one that enable, counter fighting from within and defeating even the siege of strongest enemy

**749. முனைமுகத்து மாற்றலர் சாய வினைமுகத்து**
**வீறெய்தி மாண்டது அரண்**

பகைவரை எளிதில் வெல்லும் வகையில் போர்செய்யும் வல்லமையைத் தருவதே சிறந்த கோட்டைக்குப் பெருமையாகும்

An ideal fort gains glory by enabling effortless defeat of enemies

**750. எனைமாட்சித் தாகியக் கண்ணும் வினைமாட்சி**
**இல்லார்கண் இல்லது அரண்**

பகைவரின் தன்மையை உணர்ந்து துணிவுடன் போர் செய்யும் வல்லமை இல்லாதவரிடத்தில், எத்தகைய சிறப்புகளை உடைய கோட்டையாக இருந்தாலும் பயனற்றுப் போகும்

Even a fort good at all aspects will become useless at the hands of warriors who lack strategy and courage to defend

## அதிகாரம் : 76
## பொருள் செயல்வகை

**751.** பொருளல் லவரைப் பொருளாகச் செய்யும்
பொருளல்லது இல்லை பொருள்

மதிக்கத் தகாதவர்களையும் மதிப்புடையவராகச் செய்வதில் பொருட் செல்வத்தைவிட சிறப்பானது வேறு இல்லை

There is nothing better than the material wealth in making worthless person worthy

**752.** இல்லாரை எல்லாரும் எள்ளுவர் செல்வரை
எல்லாரும் செய்வர் சிறப்பு

பொருள்செல்வம் இல்லாதவரை இகழ்ந்து சிறுமைக்குள்ளாக்குவதும் பொருள்செல்வம் மிகுந்தவரைப் போற்றிப் புகழ்வதும் உலக இயல்பாகும்

It is the nature of the world to belittle those who do not have material wealth and honor those who are rich in material wealth

**753.** பொருளென்னும் பொய்யா விளக்கம் இருளறுக்கும்
எண்ணிய தேயத்துச் சென்று

பொருட்செல்வம் என்னும் அணையா விளக்கு, ஒருவர் விரும்பிய இடத்தில் உள்ள துன்பம் என்னும் இருளை நீக்க உதவுகிறது

Wealth is an everlasting lamp that removes darkness called sufferings from any place on one's desire

**754.** அறன்ஈனும் இன்பமும் ஈனும் திறனறிந்து
தீதின்றி வந்த பொருள்

திறமையுடன் நல்ல வழியில் சேர்த்த பொருள் ஒருவருக்கு அறத்தையும் இன்பத்தையும் கொடுக்கும்

Wealth acquired by fair means will yield virtue and happiness

**755.** அருளொடும் அன்பொடும் வாராப் பொருளாக்கம்
புல்லார் புரள விடல்

அருளோடும், அன்போடும் பொருந்தாமல் ஈட்டப்படும் எத்தகைய செல்வத்தையும் ஒருவர் தீமையாகக் கருதி முற்றிலுமாக புறக்கணிக்க வேண்டும்

Wealth being acquired without considering grace and love should utterly be neglected as evil

# Chapter : 76
# Earning Wealth

**756.** உறுபொருளும் உல்கு பொருளும்தன் ஒன்னார்த்
தெறுபொருளும் வேந்தன் பொருள்

உரிமையாளர் இன்மையால் சேர்ந்த பொருளும், சுங்க வரியின் மூலம் வரும் பொருளும், வெற்றி கொண்ட பகை நாட்டினால் செலுத்தப்படும் கப்பமும் ஒரு நாட்டை ஆள்பவரின் பொருள்களாகும்

Unclaimed wealth, customs taxes and tributes of defeated nations constitute the wealth of a ruler

**757.** அருளென்னும் அன்பீன் குழவி பொருளென்னும்
செல்வச் செவிலியால் உண்டு

அன்பென்னும் தாயின் குழந்தையாகிய அருளை சிறப்பாக வளர்ப்பதில் செல்வம் என்னும் வளர்ப்புத் தாயின் பங்கு இன்றிமையாததாகும்

The role of foster mother called wealth is immense in nurturing the child of love called grace

**758.** குன்றேறி யானைப் போர் கண்டற்றால் தன்கைத்தொன்று
உண்டாகச் செய்வான் வினை

ஒருவர் தனது கைப்பொருளைக் கொண்டு ஒரு செயலைத் தொடங்குவது, குன்று ஒன்றின் உச்சியில் இருந்து யானைச் சண்டையைக் காண்பதைப் போல பாதுகாப்பானது

The act of one intends to start an endeavor with own resources, is as safer as watching elephant-fight from a hill top

**759.** செய்க பொருளைச் செறுநர் செருக்கறுக்கும்
எஃகதனிற் கூரிய தில்

பகைவரின் செருக்கை அழிக்கவல்ல கூரிய கருவி செல்வமாதலால், ஒருவர் தனது செல்வ வளத்தை மேம்படுத்திக் கொள்வது நல்லதாகும்

It is better one should improve material resources, as it is considered as a sharp tool to destroy the arrogance of enemies

**760.** ஒண்பொருள் காழ்ப்ப இயற்றியார்க்கு எண்பொருள்
ஏனை இரண்டும் ஒருங்கு

பொருட்செல்வத்தை நேர்மையான வழியில் ஒருவர் ஈட்டினால், அறமும் இன்பமும் தாமாகவே அவரை வந்து சேரும்

Those who acquire material wealth honestly, will get both virtue and joy easily

## அதிகாரம் : 77
### படைமாட்சி

**761.** உறுப்பமைந்து ஊறஞ்சா வெல்படை வேந்தன்
வெறுக்கையுள் எல்லாம் தலை

அனைத்து வகையான படைப்பிரிவுகளையும் கொண்டதாகவும், எத்தகைய இடையூறுகளுக்கும் அஞ்சாமல் வெற்றிகளைக் குவிப்பதாகவும் உள்ள ஒரு படை நாடாள்பவருக்குத் தலைசிறந்த செல்வமாகும்

An armed force which contains all forms of defence divisions and is capable of securing victories by overcoming hindrances of any sorts is the greatest wealth of a ruler

**762.** உலைவிடத்து ஊறஞ்சா வன்கண் தொலைவிடத்துத்
தொல்படைக் கல்லால் அரிது

போரில் சேதமுற்று வலிமை குன்றினாலும், எவ்வித இடையூறு களுக்கும் அஞ்சாத மனஉறுதி, போர்க்களத்தில் நெடிய அனுபவம் கொண்ட படைகளுக்கே உரியதாகும்

Even after getting weakened at the battle, the feature of maintaining bravery belongs only to the forces that have long experience in battle fields

**763.** ஒலித்தக்கால் என்னாம் உவரி எலிப்பகை
நாகம் உயிர்ப்பக் கெடும்

எலிகள் கடல்போல கூடி நின்று எதிர்த்தாலும் நாகத்தின் சீற்றத்தில் அவை சிதறி ஓடுவதைப் போல, போரில் வெல்வதற்குத் தேவை படையின் வீரம்தானே தவிர எண்ணிக்கையில்லை

Similar to a pack of rats disappear on seeing a hissing cobra, it is the valor of army that brings victory in the battlefield, not the numbers

**764.** அழிவின்றி அறைபோகா தாகி வழிவந்த
வன்க ணதுவே படை

தோல்வியினால் அழிவடையாததும், பகைவரின் சூழ்ச்சிக்குப் பலியாகாததும், தொன்று தொட்டு பகைவர்க்கு அஞ்சாத மன உறுதியை உடையதுமே சிறந்த படையாகும்

The best army is one which is unaffected by defeat, not susceptible to the treachery and maintains hereditary courage

**765.** கூற்றுடன்று மேல்வரினும் கூடி எதிர்நிற்கும்
ஆற்ற லதுவே படை

போரில் மரணத்தை எதிர்கொள்ளும் வேளையிலும், அஞ்சாமல் ஒற்றுமையுடன் எதிர்த்து நிற்கும் ஆற்றல் உடையதே சிறந்த படையாகும்

The best army is one which has the courage to stand together fearlessly, even at the verge of facing death in the battle

## Chapter : 77
## Greatness of an army

766. மறமானம் மாண்ட வழிச்செலவு தேற்றம்
 எனநான்கே ஏமம் படைக்கு

*வீரம், மானம், போர் நெறியின்படி நடத்தல், படைத்தலைவரின் நம்பிக்கைக்கு உரியதாய் இருத்தல் ஆகிய நான்கும் ஒரு படையைப் பாதுகாக்கும் பண்புகளாகும்*

Valor, honor, following the rules of war and being loyal to the ruler are the safeguards of an army

767. தார்தாங்கிச் செல்வது தானை தலைவந்த
 போர்தாங்கும் தன்மை அறிந்து

*பகைவரின் முன்னணி வீரர்களுடைய தாக்குதல் முறையை சரியாக உணர்ந்து அவர்களை வெற்றிகரமாகத் தகர்த்து முன்னேறவல்லதே சிறந்த படையாகும்*

The able army is one which successfully breaks through the vanguards of enemy forces, by perceiving their strategy in advance

768. அடல்தகையும் ஆற்றலும் இல்லெனினும் தானை
 படைத்தகையால் பாடு பெறும்

*பகைவரைத் தாக்கும் திறனோ, அவரது தாக்குதலைத் தடுக்கும் ஆற்றலோ இல்லை என்றாலும் ஒரு படையின் அணிவகுப்புத் தோற்றம் அதற்கு மேன்மையைத் தரும்*

Even if an army is lacking the courage to attack and the ability to defend, its grand appearance will give superiority to it

769. சிறுமையும் செல்லாத் துனியும் வறுமையும்
 இல்லாயின் வெல்லும் படை

*அளவில் சிறுத்துவிடாமலும், படைத்தலைவரை வெறுத்து விடாமலும், படைக்கருவிகளில் வறுமையுறாமலும் இருக்கும் படையே வெற்றிகளைக் குவிக்கும்*

An army free from weakening of troops by diminution, aversion on the leader and poverty in arms will certainly bag victories

770. நிலைமக்கள் சால உடைத்தெனினும் தானை
 தலைமக்கள் இல்வழி இல்

*நீண்ட அனுபவமிக்க உறுதியான வீரர்களை உடையதாய் இருப்பினும், ஒரு திறமைமிக்க தலைவர் இல்லாத படை ஒருபோதும் சிறப்புப் பெறாது*

An army without an able leader will never stand, even if it is full of strong and experienced warriors

## அதிகாரம் : 78
## படைச்செருக்கு

**771. என்னைமுன் நில்லன்மின் தெவ்விர் பலரென்னை**
**முன்நின்று கல்நின் றவர்**

*தன் படைத் தலைவரை எதிர்த்து நிற்க வேண்டாம் என்றும், அவ்வாறு எதிர்த்து நின்று நினைவுக் கல்லாய்ப் போனவர் பலர் என்றும் பகைவரிடம் கூறுகிறான் போர்க்கள வீரனொருவன்*

A warrior warns the enemy not to stand against his leader, as those who have tried were turned into memorial stones

**772. கான முயலெய்த அம்பினில் யானை**
**பிழைத்தவேல் ஏந்தல் இனிது**

*அஞ்சி ஓடும் முயலைக் கொன்ற அம்பை விட, எதிர்த்து வரும் யானையை வீழ்த்த முயன்று தோற்ற வேலை ஏந்துவதே சிறந்தது*

It is better to hold a spear that missed a fighting tusker than an arrow that killed an escaping rabbit

**773. பேராண்மை என்ப தறுகண்ஒன் றுற்றக்கால்**
**ஊராண்மை மற்றதன் எஃகு**

*பகைவருக்கு அஞ்சாத வீரம் ஆண்மை எனப்படும்; அப்பகைவருக்கு ஆபத்து ஏற்படும் நேரத்தில் இரக்கத்துடன் அவருக்கு உதவிடும் பண்பு ஆண்மையின் உச்சம் எனப்படும்*

Fighting the enemy with courage is known as great-valor; showing mercy to that enemy at time of danger is known as extreme form of great-valor

**774. கைவேல் களிற்றொடு போக்கி வருபவன்**
**மெய்வேல் பறியா நகும்**

*கையில் இருந்த வேலால் ஒரு போர் யானையை வீழ்த்தி விட்டு, எதிர்த்து வரும் மற்றொரு யானையை எதிர்க்க வேல் தேடும் வீரனொருவன், தன் மார்பில் பாய்ந்த நிலையில் இருந்த ஒரு வேலைக் கண்டு மகிழ்ந்து அதனைப் பறித்துப் போர் புரிகிறான்*

A warrior after defeating a war-elephant with spear, is searching a spear to attack another approaching elephant; after noticing the spear pierced on his chest, he got rejoiced and continue the war by plucking it

**775. விழித்தகண் வேல்கொண் டெறிய அழித்திமைப்பின்**
**ஓட்டன்றோ வன்க ணவர்க்கு**

*பகைவரை சினந்து நோக்கும் கண் அவர் வீசிடும் வேலைக் கண்டு இமைக்குமானால், ஒரு போர்வீரரைப் பொருத்தவரை அதுகூட தோல்விக்கு ஒப்பான செயலாகும்*

Even blinking at the spear thrown by the enemy is counted as defeat, as far as a warrior is concerned

# Chapter : 78
# Military Might

776. விழுப்புண் படாதநாள் எல்லாம் வழுக்கினுள்
 வைக்கும்தன் நாளை எடுத்து

 போரினால் விளையும் வீரத் தழும்புகளால் பெருமை கொள்ளும் போர் வீரர்கள், தாம் வாழ்ந்த நாட்களில் தமது உடலில் விழுப்புண் படாத நாட்களை பயனற்றவைகளாகக் கருதி ஒதுக்குவர்

 Warriors who are proud of their battle scars neglect the days where there were no battle scars as worthless, while reckoning the days they lived

777. சுழலும் இசைவேண்டி வேண்டா உயிரார்
 கழல்யாப்புக் காரிகை நீர்த்து

 தனிப் பெருமையுடைய வீரக்கழலைக் காலில் அணியும் போர் வீரர்கள், உயிரைக்கூட விரும்பாது வீரத்தினால் விளையும் புகழை மட்டுமே விரும்பும் தன்மையுடையவர்கள்

 Warriors who wear valor-anklet on their feet, do not mind about even their life but strive only for the glory of valor

778. உறின்உயிர் அஞ்சா மறவர் இறைவன்
 செறினும் சீர்குன்றல் இலர்

 உயிருக்கு அஞ்சாமல் போர் புரியத் துணியும் வீரர்கள் தமது தலைவர் சினந்தாலும் சிறப்புக் குறையாமல் கடமையாற்ற வல்லவர் ஆவர்

 Soldiers who dare to fight without fear of their lives are able to accomplish their duties despite the ire of their leader

779. இழைத்தது இகவாமைச் சாவாரை யாரே
 பிழைத்தது ஒறுக்கிற் பவர்

 வெற்றிக்காக சபதம் செய்து அதன்படி வீரமுடன் போரிட்டு களத்தில் உயிர்நீத்த வீரரை, தோற்றவர் என்று இழித்துப் பேசுபவர் எவரும் இலர்

 No one could blame the warriors who pledge to win but lose their lives at the battle field, as losers

780. புரந்தார்கண் நீர்மல்கச் சாகிற்பின் சாக்காடு
 இரந்துகோள் தக்கது உடைத்து

 தனது தலைவரின் கண்கள் நீர் பெருகுமாறு ஒரு போர்வீரர் வீரமரணம் அடையப் பெற்றால், அத்தகைய வாய்ப்பு பிறரிடம் யாசித்தாவது பெற்றுக் கொள்ளத் தக்க பெருமை உடையதாகும்

 The heroic death of a warrior that causes tears of his/her ruler is worth seeking even by begging

## அதிகாரம் : 79
### நட்பு

**781.** செயற்கரிய யாவுள நட்பின் அதுபோல்
வினைக்கரிய யாவுள காப்பு

உண்மையான நட்பைப் பெறுவதைவிட ஒருவருக்கு அரிய செயல் வேறு எதுவுமில்லை; அவ்வாறு பெற்ற நட்பை விட ஒருவரை தீமையிலிருந்து காப்பதில் சிறந்தது வேறு எதுவுமில்லை

There is nothing rarer for someone than to gain a true friendship; there is nothing better than that true friendship in protecting someone from evils

**782.** நிறைநீர நீரவர் கேண்மை பிறைமதிப்
பின்னீர பேதையார் நட்பு

அறிவிற் சிறந்தவருடனான நட்பு பிறைநிலவு முழுமதியாக வளர்வதைப் போன்ற தன்மையுடையது; பேதைகளின் நட்போ முழுமதி பிறைநிலவாகத் தேய்வதைப் போன்ற தன்மையுடையது

The friendship of wise grows similar to a waxing moon; whereas, the friendship of ignorants diminishes similar to a waning moon

**783.** நவில்தொறும் நூல்நயம் போலும் பயில்தொறும்
பண்புடை யாளர் தொடர்பு

மீண்டும் படிக்க படிக்க இன்பம் தரும் நூலின் நற்பொருள் போல, நெருங்கிப் பழகப் பழக இன்பம் தருவது பண்புடையாளர்கள் உடனான நட்பு

As repeated reading of a book gives more insight, close friendship with a noble person gives more delight

**784.** நகுதற் பொருட்டன்று நட்டல் மிகுதிக்கண்
மேற்சென்று இடித்தற் பொருட்டு

ஒருவரோடு நட்பு கொள்வது சிரித்து மகிழ மட்டுமன்று, நண்பர் நெறிதவறி செல்லும் போது கண்டித்து நல்வழி படுத்துவதற்காகவும் ஆகும்

Friendship is not only for mere enjoyment, but also for correcting one's friends by pointing out their mistakes

**785.** புணர்ச்சி பழகுதல் வேண்டா உணர்ச்சிதான்
நட்பாங் கிழமை தரும்

உண்மையான நட்பு ஏற்படுவதற்கு தொடர்பும் பழக்கமும் வேண்டியதில்லை, ஒத்த மன உணர்வே போதுமானது

True friendship does not require familiarity or frequent meetings, just mutual feeling itself is enough

# Chapter : 79
# Friendship

786. முகநக நட்பது நட்பன்று நெஞ்சத்து
    அகநக நட்பது நட்பு

   முகம் மட்டும் மலரும்படி பழகுவது உண்மையான நட்பு அல்ல, மனமும் மலரும்படி உள்ளன்புடன் பழகுவதே உண்மையான நட்பாகும்

   True friendship is not mere smile on the face but is being felt deep within the heart

787. அழிவி னவைநீக்கி ஆறுய்த்து அழிவின்கண்
    அல்லல் உழப்பதாம் நட்பு

   நண்பர்களைத் தீய வழியிலிருந்து தடுத்து, நல்வழியில் செலுத்தி, அவருக்கு நேரும் துன்பத்தையும் பகிர்வதே உண்மையான நட்பின் இலக்கணமாகும்

   True friendship prevents friends from ruin, guides them in a right way and shares their sufferings during distress

788. உடுக்கை இழந்தவன் கைபோல ஆங்கே
    இடுக்கண் களைவதாம் நட்பு

   பிறர்முன் உடை நழுவும்போது உடனே உதவிக்கு வரும் கைகளைப் போல, நண்பருக்கு ஒரு துன்பம் நேரும்போது உடனடியாக தானே முன்வந்து நிற்பதே உண்மையான நட்பாகும்

   Similar to one's own hands which swiftly set the slipping garments in order, true friends hastens to remove distress of their friends

789. நட்பிற்கு வீற்றிருக்கை யாதெனின் கொட்பின்றி
    ஒல்லும்வாய் ஊன்றும் நிலை

   பழகுவதில் மனவேறுபாடு கொள்ளாமல், இயலும் வழிகளிலெல்லாம் நண்பர்களுக்கு உதவி செய்து தாங்குவதே நட்பின் சிறப்பாகும்

   True friendship is one which shows consistency in supporting friends in all the possible circumstances with unwavering mind

790. இனையர் இவரெமக்கு இன்னம்யாம் என்று
    புனையினும் புல்லென்னும் நட்பு

   நண்பர்கள் ஒருவரை ஒருவர் செயற்கையாகப் புகழ்ந்து பேசுவது அந்த நட்பின் பெருமையைக் குறைத்து விடும்

   Friends, praising each other artificially, is an act of diminishing the pride of friendship

## அதிகாரம் : 80
## நட்பாராய்தல்

**791. நாடாது நட் டலிற் கேடில்லை நட்பின்**
**வீடில்லை நட்பாள் பவர்க்கு**

ஒருவரோடு கொண்ட நட்பை எளிதில் விட்டு விட முடியாது என்பதால், ஆராய்ந்து அறியாமல் நட்பு கொள்வதை விட பெரிய கேடு வேறு கிடையாது

As the friendship once made can not be abandoned easily, one should avoid having thoughtless friendship at any cost

**792. ஆய்ந்தாய்ந்து கொள்ளாதான் கேண்மை கடைமுறை**
**தான்சாம் துயரம் தரும்**

தீர ஆராய்ந்து நட்பு கொள்ளாதவர், அத்தகைய நட்பின் மூலம் தனது இறப்பிற்குக் காரணமாகிற அளவுக்குத் துன்பத்தைச் சந்திக்க நேரிடலாம்

Those who failed to choose friendship after thorough examination may have to face deadly sufferings

**793. குணமும் குடிமையும் குற்றமும் குன்றா**
**இனனும் அறிந்தியாக்க நட்பு**

ஒருவருடைய குணம், குடும்பம், குற்றம், சுற்றம் ஆகியவற்றை ஆய்ந்தறிந்து அவரோடு நட்பு கொள்ள வேண்டும்

One's character, family, flaws and relatives should be assessed before befriending him/her

**794. குடிப்பிறந்து தன்கண் பழிநாணு வானைக்**
**கொடுத்தும் கொளல்வேண்டும் நட்பு**

பண்பார்ந்த குடியில் பிறந்து, பழிக்கு அஞ்சும் இயல்புடையவரின் நட்பை எவ்வளவு பொருள் கொடுத்தேனும் பெறுதல் வேண்டும்

The friendship of one who born in a noble family and afraid of guilt should be secured at any price

**795. அழச்சொல்லி அல்லது இடித்து வழக்கறிய**
**வல்லார்நட்பு ஆய்ந்து கொளல்**

தவறைச் சுட்டிக் காட்டி, கடும் சொற்களால் கண்டித்து நல்வழியில் செல்ல அறிவுரை கூறும் ஆற்றலுடையவரை ஒருவர் நட்பாகக் கொள்ள வேண்டும்

One should choose right people as friends, who point out faults, reprimand and show the right path

## Chapter : 80
## Choosing Friendship

796. **கேட்டினும் உண்டோர் உறுதி கிளைஞரை**
**நீட்டி அளப்பதோர் கோல்**

*உண்மையான நட்பை உணர்ந்து கொள்ள உதவுவதால், ஒருவருக்கு ஏற்படும் தீமையிலும் நன்மை உண்டு எனலாம்*

Even misfortune is considered as good, as it is helpful in realizing true friendship

797. **ஊதியம் என்பது ஒருவற்குப் பேதையார்**
**கேண்மை ஒரீஇ விடல்**

*பக்குவமில்லாதவருடன் கொண்ட நட்பைத் துறந்து விடுவதே ஒருவருக்கு மிகுந்த நன்மை பயக்கும் செயலாகும்*

Renouncing the friendship of immature people is the most beneficial thing for anyone

798. **உள்ளற்க உள்ளம் சிறுகுவ கொள்ளற்க**
**அல்லற்கண் ஆற்றறுப்பார் நட்பு**

*ஊக்கத்தைக் குறைக்கும் செயல்களை மனதால்கூட எண்ணுதல் கூடாது; அதுபோல், துன்பத்தில் கைவிடும் நட்பை ஒருபோதும் தொடரக் கூடாது*

One should avoid thinking about deeds discouraging enthusiasm; likewise, one should never continue the friendship which gives up during adversity

799. **கெடுங்காலைக் கைவிடுவார் கேண்மை அடுங்காலை**
**உள்ளினும் உள்ளஞ் சுடும்**

*இக்கட்டான நேரத்தில் தன்னைக் கைவிட்ட நட்பை ஒருவர் இறக்கும் தருணத்தில் நினைக்க நேர்ந்தால்கூட அவரது மனது மிகுந்த வருத்தமடையும்*

Even at time of death, the thought of friendship abandoned one at time of adversity will hurt deeply

800. **மருவுக மாசற்றார் கேண்மைஒன் றீத்தும்**
**ஒருவுக ஒப்பிலார் நட்பு**

*தீய எண்ணம் இல்லாதவருடன் மட்டுமே ஒருவர் நட்பை ஏற்படுத்திக்கொள்ள வேண்டும்; தீய எண்ணம் உள்ளவருடன் அறியாமல் ஏற்படுத்திக்கொண்ட நட்பை ஒருவர் எந்த விலை கொடுத்தாவது விட்டுவிட வேண்டும்*

One should make friendship with only spotless people and should renounce friendship with evil hearted people at any cost

## அதிகாரம் : 81
## பழைமை

**801. பழைமை எனப்படுவது யாதெனின் யாதும்**
**கிழமையைக் கீழ்ந்திடா நட்பு**

*நெடுங்கால நண்பர்கள் உரிமையுடன் செய்யும் செயலைக் கீழ்ப்படுத்தாமல் இன்முகத்துடன் ஏற்கும் நட்பே பழைமை எனப்படும்*

True intimacy is the friendship which willingly submits to the liberties taken by long-time friends

**802. நட்பிற் குறுப்புக் கெழுதகைமை மற்றதற்கு**
**உப்பாதல் சான்றோர் கடன்**

*நட்பிற்கு இலக்கணம் பழைமையாகும்; நீண்ட நாள் நண்பர்களின் அத்தகைய உரிமைச் செயலுக்கு உடன்படுதல் சான்றோரின் இயல்பாகும்*

The essence of friendship is long-standing intimacy; cherishing the liberties of such long-standing friendship is the nature of wise

**803. பழகிய நட்பெவன் செய்யுங் கெழுதகைமை**
**செய்தாங்கு அமையாக் கடை**

*பழைய நண்பர்களின் உரிமைச் செயலுக்கு உடன்படாவிட்டால், அத்தகைய நீண்ட நாள் நட்பினால் பயனொன்றும் இல்லை*

There is no use of long-standing friendship, if the liberty out of such long-standing intimacy is not respected

**804. விழைதகையான் வேண்டி இருப்பர் கெழுதகையாற்**
**கேளாது நட்டார் செயின்**

*நீண்ட நாள் பழகிய உரிமையில் தம்மை கேட்காமலேயே தனது நண்பர் ஒரு செயலைச் செய்துவிட்டால், அதனை விரும்பி ஏற்றுக் கொள்வர் அறிவுடையோர்*

Even if the friends do deeds without asking out of long-standing intimacy, the wise will accept it lovingly

**805. பேதைமை ஒன்றோ பெருங்கிழமை என்றுணர்க**
**நோதக்க நட்டார் செயின்**

*ஒருவருக்கு வருத்தம் தரக்கூடிய செயல்களை அவரது நீண்ட நாள் நண்பர் ஒருவர் செய்தால், அதற்குக் காரணம் அறியாமை என்றோ மிகுந்த உரிமை என்றோ கருத வேண்டும்*

One should ignore the painful offense of long-time friends, as it may either be due to ignorance or long-standing intimacy

# Chapter : 81
# Long-standing intimacy

806. எல்லைக்கண் நின்றார் துறவார் தொலைவிடத்தும்
தொல்லைக்கண் நின்றார் தொடர்பு

*நட்பின் வரம்பிற்குள் உரிமையோடு பழகியவர்கள், தமக்குக் கேடு விளைவதாய் இருந்தாலும் கூட நீண்ட நாள் நட்பைக் கைவிட மாட்டார்கள்*

Those who know the boundaries of intimacy will never abandon long-standing friendship even in adversity

807. அழிவந்த செய்யினும் அன்பறார் அன்பின்
வழிவந்த கேண்மை யவர்

*தமக்கு அழிவு தரும் செயல்களை நீண்ட நாள் பழகிய நண்பர் ஒருவர் செய்தாலும், அன்பின் அடிப்படையில் பழகியவர் நண்பர்மீது கொண்ட அன்பை ஒருபோதும் விலக்கிக் கொள்ள மாட்டார்*

Those who honor true friendship will never forsake their friendship, even if their friends commit ruinous deeds to them

808. கேளிழுக்கம் கேளாக் கெழுதகைமை வல்லார்க்கு
நாளிழுக்கம் நட்டார் செயின்

*நண்பரின் தவறை பிறர் எடுத்துச் சொல்லியும் பொருட்படுத்தாத வகையில் நம்பிக்கையான நட்பு கொண்டவரிடமே ஒரு நண்பர் தவறிழைத்தால், அவருடன் நட்பு கொண்ட நாட்கள் பயனற்றவைகளாகவே கருதப்படும்*

A faithful friend does not mind the comments of others on the faults of his/her friends; if those friends commit fault in spite of that, then the days spent with them will be considered as futile

809. கெடாஅ வழிவந்த கேண்மையார் கேண்மை
விடாஅர் விழையும் உலகு

*நெடுங்காலம் உரிமையுடன் பழகிய நட்பை விடாமல் போற்றி பாதுகாப்பவரை இந்த உலகத்தார் விரும்பிப் போற்றுவர்*

The world appreciates those who cherishes long-time friendship

810. விழையார் விழையப் படுப பழையார்கண்
பண்பின் தலைப்பிரியா தார்

*நீண்ட நாள் பழகிய நண்பர் பிழையே செய்தாலும், அவர்மீது கொண்ட அன்பை விலக்கிக் கொள்ளாதவர், பகைவராலும் விரும்பப்படும் பெருமையை அடைவர்*

Those who do not desert long-standing friends in spite of their mistakes, will be loved even by their enemies

## அதிகாரம் : 82
## தீ நட்பு

**811. பருகுவார் போலினும் பண்பிலார் கேண்மை**
**பெருகலிற் குன்றல் இனிது**

*நற்பண்பு இல்லாதவரின் நட்பு அன்பை வெள்ளம்போல் வெளிப் படுத்தினாலும், அதனை மேலும் வளர்ப்பதைவிட குறைத்துக் கொள்வதே நல்லது*

It is better for the friendship of virtueless people to shrink rather than shine

**812. உறின்நட்டு அறின்ஒரூஉம் ஒப்பிலார் கேண்மை**
**பெறினும் இழப்பினும் என்?**

*தனது தேவையின்போது நட்பு கொண்டு, தேவை தீர்ந்ததும் நட்பைத் துறக்கும் இயல்புள்ளவரின் நட்பை ஒருவர் பெற்றாலும் இழந்தாலும் அதனால் பெரிய வேறுபாடில்லை*

There is no substantial difference for someone in getting or losing the friendship of those who tend to befriend when they are in need and renounce friendship when the need is satisfied

**813. உறுவது சீர்தூக்கும் நட்பும் பெறுவது**
**கொள்வாரும் கள்வரும் நேர்**

*கிடைக்கும் பயனை எண்ணிப்பார்த்து அதற்காகவே நட்புக் கொள்பவரும், பாலியல் தொழிலாளரும், திருடரும் ஆகிய இந்த மூவரும் ஒரே மாதிரியான வர்களே ஆவார்கள்*

People who are selfish in friendship are similar to sex professionals and thieves

**814. அமரகத்து ஆற்றறுக்கும் கல்லாமா அன்னார்**
**தமரின் தனிமை தலை**

*போர்க்களத்தில் கீழே தள்ளிவிட்டு ஓடிவிடும் அறிவற்ற குதிரையைப் போன்றவர்களின் நட்பைப் பெறுவதைவிட, ஒருவர் தனிமையில் இருப்பதே சிறந்தது*

It is better to be alone than getting a faithless friendship similar to an untrained horse which deserts warrior at the battlefield

**815. செய்துஏமம் சாராச் சிறியவர் புன்கேண்மை**
**எய்தலின் எய்தாமை நன்று**

*செய்நன்றி மறந்த கீழ்மக்களின் நட்பு ஒருவருக்கு ஏற்படுவதைவிட ஏற்படாமல் இருப்பதே நல்லது*

It is better not to get the friendship of those who, though benefitted, are not rendering any support when needed

## Chapter : 82
## Bad Friendship

**816. பேதை பெருங்கெழீஇ நட்பின் அறிவுடையார்**
**ஏதின்மை கோடி உறும்**

அறிவற்றவரின் நெருங்கிய நட்பைவிட அறிவுடையோரின் பகை ஒருவருக்குக் கோடி மடங்கு நன்மை தருவதாகும்

Enmity of the wise is million times better than the intimate friendship of ignorants

**817. நகைவகைய ராகிய நட்பின் பகைவரால்**
**பத்தடுத்த கோடி உறும்**

அகத்தில் அன்பு இன்றி புறத்தில் போலியாகப் சிரித்து பழகுபவரின் நட்பைவிட பகைவரால் ஏற்படும் துன்பம் ஒருவருக்குப் பத்து கோடி மடங்கு நன்மை தரும்

Suffering from an enemy is million times better than the friendship of pretenders

**818. ஒல்லும் கருமம் உடற்று பவர்கேண்மை**
**சொல்லாடார் சோர விடல்**

செய்து முடிக்கக் கூடிய செயல்களை நிறைவேற்ற முடியாதபடி கடினமாக்குபவரின் நட்பை அவர் அறியாதபடி கைவிட்டுவிட வேண்டும்

One should quietly abandon the friendship of those who make the possible deeds impossible

**819. கனவினும் இன்னாது மன்னோ வினைவேறு**
**சொல்வேறு பட்டார் தொடர்பு**

சொல் வேறாகவும் செயல் வேறாகவும் உள்ளவரின் நட்பு, ஒருவருக்குக் கனவில்கூட துன்பத்தைத் தருவதாகும்

The friendship of those whose words and actions are different, cause pain to one even in dreams

**820. எனைத்தும் குறுகுதல் ஓம்பல் மனைக்கெழீஇ**
**மன்றில் பழிப்பார் தொடர்பு**

தனியே சந்திக்கும்போது நட்புடன் பழகிவிட்டு, பலர் கூடியிருக்கும் சபையில் பழித்துப் பேசுவோரின் நட்பை சிறிதளவும் சேரவிடாமல் அறவே விலக்கிவிட வேண்டும்

The friendship of those who act friendly in private but curse in public, should utterly be abandoned

## அதிகாரம் : 83

## கூடா நட்பு

**821. சீரிடம் காணின் எறிதற்குப் பட்டடை**
**நேரா நிரந்தவர் நட்பு**

*மனத்தால் நட்பு கொள்ளாமல் வெறுமனே புறத்தால் நட்பு கொள்வது போல் நடிப்பவரின் உறவு, பொருளை வெட்டுவதற்காகவே அதனைத் தாங்கும் பட்டடைக் கல்லுக்கு ஒப்பானது*

The relationship of those who pretend as friends is similar to an anvil used to destroy an object by striking at suitable place

**822. இனம்போன்று இனமல்லார் கேண்மை மகளிர்**
**மனம்போல வேறு படும்**

*வேண்டியவர் போல தோன்றி மனத்தால் வேண்டாதவராக இருப்பவரின் நட்பு, உள்ளொன்றும் புறமொன்றுமாக இருக்கும் பாலியல் தொழிலாளர் மனத்தை ஒத்தது*

Relationship of those who pretend to be one's friend is as unsteady as the mind of a sex worker

**823. பலநல்ல கற்றக் கடைத்து மனநல்லர்**
**ஆகுதல் மாணார்க் கரிது**

*நல்ல நூல்கள் பலவற்றைக் கற்றறிந்தவராய் இருந்தாலும், ஒருவரின் எதிரி மனந்திருந்தி நல்ல நண்பராய் ஆவது அரிதாகும்*

In spite of reading many good books, it is rare for an enemy to become a true friend

**824. முகத்தின் இனிய நகாஅ அகத்தின்னா**
**வஞ்சரை அஞ்சப் படும்**

*முகத்தின் முன்னால் சிரித்துப் பழகி அகத்தின் ஆழத்தில் வஞ்சகத்துடன் பழகுபவரின் நட்பைக் கண்டு ஒருவர் அஞ்ச வேண்டும்*

One should fear the friendship of those who smile outwardly but conspire inwardly

**825. மனத்தின் அமையா தவரை எனைத்தொன்றும்**
**சொல்லினால் தேறற்பாற்று அன்று**

*மனத்தோடு ஒன்றி பழகாதவரை அவருடைய சொல்லைக் கொண்டு எத்தகைய ஒரு செயலிலும் நம்பித் தெளியக்கூடாது*

One should not trust the words of those with whom their mind is not in unison

## Chapter : 83
## Undesirable Friendship

**826. நட்டார்போல் நல்லவை சொல்லினும் ஒட்டார்சொல்**
**ஒல்லை உணரப் படும்**

நண்பர்போல நன்மையானவற்றை இனிமையாகப் பேசினாலும் பகைமை உணர்வு உடையவரின் குணம் விரைவில் வெளிப்பட்டே தீரும்

Even if the foes speak sweetly like friends, their evil nature will soon be realized

**827. சொல்வணக்கம் ஒன்னார்கண் கொள்ளற்க வில்வணக்கம்**
**தீங்கு குறித்தமை யான்**

பகைவரின் பணிவான நடத்தையும் சொற்களும் தனது இலக்கை வீழ்த்துவதற்காகக் குனியும் வில்லின் தன்மையை ஒத்ததால், அவற்றை அப்படியே நம்பி ஏற்கக் கூடாது

One should never trust the polite words/behavior of foes, as they are similar to the bow which bends just to bring down its target

**828. தொழுதகை யுள்ளும் படையொடுங்கும் ஒன்னார்**
**அழுதகண் ணீரும் அனைத்து**

பகைவரின் வணங்கும் கைகளுக்குள் கொலைக்கருவி பதுங்கி இருக்கும்; அதுபோல, அவரது அழும் கண்களுக்குப் பின்னே வஞ்சம் மறைந்திருக்கும்

As the folded hands of foes may conceal arms, their tearful eyes may hide evils

**829. மிகச்செய்து தம்மெள்ளு வாரை நகச்செய்து**
**நட்பினுள் சாப்புல்லற் பாற்று**

புறத்தில் நட்பாகப் புகழ்ந்து அகத்தில் வஞ்சத்துடன் இகழ்பவரின் நட்பை, நம்புவது போல காட்டி அறவே முறித்துக் கொள்ள வேண்டும்

The friendship of those who act like friends but keep vengeance inside should be pretended to be believed and terminated at the earliest

**830. பகைநட்பாம் காலம் வருங்கால் முகநட்டு**
**அகநட்பு ஒரீஇ விடல்**

பகைவருடன் நெருங்கிப் பழக வேண்டிய சமயத்தில் அகத்தில் அறவே இடம் தராமல் புறத்தே மட்டும் நட்பு கொண்டு, வாய்ப்பு கிடைக்கும் போது அதையும் விட்டுவிட வேண்டும்

If it is happened to move closely with foes, one may keep friendly face, but should strive to abandon that relationship at the earliest

## அதிகாரம் : 84
## பேதைமை

**831. பேதைமை என்பதொன்று யாதெனின் ஏதங்கொண்டு**
**ஊதியம் போக விடல்**

தனக்கு நன்மை தருவதை ஒதுக்கிவிட்டு தீமையானதை நாடுவதே பேதைமை எனப்படும்

Choosing things which cause evil and neglecting deeds which are beneficial is said to be called folly

**832. பேதைமையுள் எல்லாம் பேதைமை காதன்மை**
**கையல்ல தன்கட் செயல்**

ஒருவருக்குப் பேதைமை அனைத்திலும் பெரிய பேதைமை என்பது, தனது நிலைக்குப் பொருந்தாதவற்றில் விருப்பம் கொள்வதாகும்

Folly of follies is to desire for deeds not suitable for one's situation

**833. நாணாமை நாடாமை நாரின்மை யாதொன்றும்**
**பேணாமை பேதை தொழில்**

தீயவற்றிற்கு வெட்கப்படாதிருத்தல், நன்மையானவற்றை நாடாமலிருத்தல், அன்பு செலுத்தாமலிருத்தல், பாதுகாக்க வேண்டியவற்றைப் பேணாமலிருத்தல் ஆகியவை பேதைகளின் செயல்களாகும்

Shame-less on evils, desire-less over good, love-less on others and regard-less on cherishable are the nature of follies

**834. ஓதி உணர்ந்தும் பிறர் க்குரைத்தும் தானடங்காப்**
**பேதையின் பேதையார் இல்**

சிறந்த நூல்கள் பலவற்றைக் கற்று, அவற்றின் அறிவார்ந்த பொருளை உணர்ந்து, அதனைப் பிறர்க்கு எடுத்துரைத்து, தான் மட்டும் அதன்வழி நடக்காதவர்களைப் போன்ற பேதையர் வேறு எவருமிலர்

The fool of fools is one who reads great books, realizes the virtues, conveys to others but never practices

**835. ஒருமைச் செயலாற்றும் பேதை எழுமையும்**

**தான்புக் கழுந்தும் அளறு**

ஒருவர் பேதைமையினால் செய்யும் செயல்கள் அவரது ஏழு தலை முறைகளுக்கும்கூட துன்பத்தை விளைவிக்கக் கூடியவை

The deeds of one's folly are prone to inflict sufferings even for generations

# Chapter : 84
## Folly

836. பொய்படும் ஒன்றோ புனைபூணும் கையறியாப்
பேதை வினைமேற் கொளின்

ஒழுக்க நெறி அறியாத பேதையர் ஒரு செயலை மேற்கொண்டால், அச்செயலையும் கெடுத்து தன்னையும் கெடுத்துக் கொள்வர்

An unethical fool, not only spoils the committed task but ruins oneself as well

837. ஏதிலார் ஆரத் தமர்பசிப்பர் பேதை
பெருஞ்செல்வம் உற்றக் கடை

பேதையர் அடைந்த பெருஞ்செல்வம் தொடர்பில்லாத அயலாருக்குப் பயன்படுமேயன்றி, உரிமையுள்ள சுற்றாருக்கு ஒருபோதும் பயன் படுவதில்லை

The ample fortune accumulated by a folly will help flourishing the strangers while leaving the rightful relatives get starved

838. மையல் ஒருவன் களித்தற்றால் பேதைதன்
கையொன்று உடைமை பெறின்

தனது கையில் செல்வம் கிடைக்கப்பெற்ற பேதையின் நிலைமை, ஏற்கெனவே பித்து பிடித்த ஒருவர் கள்குடித்து மேலும் மயங்குவற்கு ஒப்பானதாகும்

A fool happened to get wealth will behave like a mad person got intoxicated

839. பெரிதினிது பேதையார் கேண்மை பிரிவின்கண்
பீழை தருவதொன் றில்

பேதையரோடு ஒருவர் கொள்ளும் நட்பு மிகவும் இனியதாகும், ஏனெனில் பிரிய நேரும் போது சிறிதும் துன்பம் ஏற்படுவதில்லை

The friendship one makes with a fool is a pleasant one, as it never brings any pain on separation

840. கழாஅக்கால் பள்ளியுள் வைத்தற்றால் சான்றோர்
குழாஅத்துப் பேதை புகல்

அறிஞர் அவையில் ஒரு பேதை நுழைவது, கழுவாத காலை படுக்கையில் வைப்பதைப் போன்றது

Entry of a fool into the assembly of learned is similar to the act of staining a clean bed with dirty feet

## அதிகாரம் : 85
## புல்லறிவாண்மை

**841. அறிவின்மை இன்மையுள் இன்மை பிறிதின்மை
இன்மையா வையா துலகு**

இவ்வுலகைப் பொருத்தவரை மற்ற எந்த வகைப் பஞ்சங்களையும் விட அறிவுப் பஞ்சமே மிகக் கொடியதாகும்

According to the world, the want of wisdom is the greatest of all wants

**842. அறிவிலான் நெஞ்சுவந்து ஈதல் பிறிதியாதும்
இல்லை பெறுவான் தவம்**

அறிவில்லாதவர் மனம் மகிழ்ந்து ஒரு பொருளைக் கொடுப்பாரானால், அதற்குக் காரணம் அதனைப் பெறுகிறவர் செய்த தவம் என்றுதான் கொள்ள முடியும்

If a fool donates something willingly, it can only be considered as a reward for the penance of the receiver

**843. அறிவிலார் தாந்தம்மைப் பீழிக்கும் பீழை
செறுவார்க்கும் செய்தல் அரிது**

அறிவில்லாதவர் தமக்குத்தாமே ஏற்படுத்திக் கொள்ளும் துன்பமானது, அவரது பகைவரால் கூட அவருக்கு ஏற்படுத்த முடியாத அளவிற்கு மிகப் பெரியதாகும்

Even enemies cannot inflict more sufferings than what an ignorant inflicts on him/herself

**844. வெண்மை எனப்படுவ தியாதெனின் ஒண்மை
உடையம்யாம் என்னும் செருக்கு**

ஒருவர் தன்னைத்தானே அறிவுடையவராகக் கருதிக் கொள்ளும் செருக்குதான் அறிவின்மை எனப்படும்

The stupidity of boasting one's own wisdom is considered as ignorance

**845. கல்லாத மேற்கொண் டொழுகல் கசடற
வல்லதூஉம் ஐயம் தரும்**

ஒருவர் தான் அறிந்து கொள்ளாதவற்றை அறிந்தது போல் காட்டிக் கொண்டால், அவர் தெளிவாக அறிந்து கொண்டவற்றின் மேலும் பிறருக்கு ஐயம் உண்டாகும்

If one pretends to know what he/she does not know, it will make others doubt about what he/she clearly knows

## Chapter : 85
## Silly-mindedness

**846. அற்றம் மறைத்தலோ புல்லறிவு தம்வயின்**
**குற்றம் மறையா வழி**

*ஒருவர் தம்முடைய குற்றத்தை உணர்ந்து அதனை நீக்க முயலாமல், உடலை மறைக்க மட்டும் உடை அணிவது அறிவின்மையாகும்*

It is foolish for someone to cover his/her nakedness, without trying to get rid of own faults

**847. அருமறை சோரும் அறிவிலான் செய்யும்**
**பெருமிறை தானே தனக்கு**

*நல்வழிக்கான அரிய அறிவுரைகளைப் போற்றிப் பின்பற்றும் அறிவில்லாதவர்கள், பெருந்துன்பத்தைத் தாமே தேடிக் கொள்வார்கள்*

Ignorants who neglect precious advices will seek all miseries upon themselves

**848. ஏவவும் செய்கலான் தான்தேறான் அவ்வுயிர்**
**போஒம் அளவுமோர் நோய்**

*சொந்த புத்தியும் இல்லாமல் சொல் புத்தியும் கேளாத இயல்புடையவருக்கு, அத்தகைய அறியாமை அவர் உயிருள்ள வரை நீடித்திருக்கும் நோயாகும்*

For those who neither think on own nor listen to the advice of wise, such ignorance is an eternal disease last for their lifetime

**849. காணாதான் காட்டுவான் தான்காணான் காணாதான்**
**கண்டானாம் தான்கண்ட வாறு**

*அறிவில்லாதவர் தான் அறிந்த வகையில் தன்னை அறிவாளியாகவும், தனக்கு அறிவுரை கூறுபவரை அறிவற்றவராகவும் கருதுவார்*

As ignorants continue to see things in their own way, they consider themselves as knowledgeable and those who guide them as ignorants

**850. உலகத்தார் உண்டென்பது இல்லென்பான் வையத்து**
**அலகையா வைக்கப் படும்**

*உலகத்தார் கண்டறிந்த உண்மையை வேண்டுமென்றே மறுக்கும் அறிவற்றவர் தீயசக்தியாகக் கருதப்பட்டு விலக்கப்படுவார்*

The ignorants who deliberately reject what the world believes as truth will be excluded by considering as devils

## அதிகாரம் : 86
## இகல்

**851.** இகலென்ப எல்லா உயிர்க்கும் பகலென்னும்
பண்பின்மை பாரிக்கும் நோய்

மனவேற்றுமையால் ஏற்படும் பகையுணர்வு பிற உயிர்களிடத்தில் இணங்கிச் சேராமல் இருக்கும் தீய குணத்தை வளர்க்கும் நோயாகும்

Hatred caused by difference of mind is a disease that breeds evil of discord among all beings

**852.** பகல்கருதிப் பற்றா செயினும் இகல்கருதி
இன்னாசெய் யாமை தலை

மனவேறுபாடு காரணமாக அன்பற்ற செயல்களை ஒருவர் செய்தாலும் அவர்மீது வெறுப்பு கொண்டு துன்பம் தரும் செயல்களைச் செய்யாதிருத்தல் சிறந்ததாகும்

Even if someone does unpleasant things due to difference of mind, it is better not to retaliate out of hatred

**853.** இகலென்னும் எவ்வநோய் நீக்கின் தவலில்லாத்
தாவில் விளக்கம் தரும்

மனவேறுபாடு என்னும் துன்பம் தரும் நோயை ஒருவர் மனத்திலிருந்து நீக்கிவிட்டால், அது அவருக்கு மாசற்ற நிலைத்த புகழைக் கொடுக்கும்

If one removes the painful disease of discordance from the mind, it will give him/her eternal blameless fame

**854.** இன்பத்துள் இன்பம் பயக்கும் இகலென்னும்
துன்பத்துள் துன்பங் கெடின்

துன்பங்களில் கொடியதாகிய பகையுணர்வை ஒருவர் அகற்றி விட்டால், அவருக்கு இன்பம் அனைத்திலும் சிறந்த இன்பம் கிடைக்கும்

By getting rid of the evil of hatred one can get the best of all joys

**855.** இகலெதிர் சாய்ந்தொழுக வல்லாரை யாரே
மிகலூக்கும் தன்மை யவர்

மனதில் தோன்றும் வேறுபாட்டினை மேலும் வளர்க்காமல் எதிர்த்து நடக்கும் ஆற்றலுடையவரை வெல்லும் வலிமையுடையவர் எவருமிலர்

No one will dare to conquer those who has the courage to surmount all sorts of mental discordance

# Chapter : 86
# Discordance

856. இகலின் மிகலினிது என்பவன் வாழ்க்கை
தவலும் கெடலும் நணித்து

பிறருடன் மனவேறுபாடு கொள்வதால் எளிதில் வெற்றி பெறலாம் என கருதுபவர் வாழ்க்கை மிக விரைவில் அழிந்து போகும்

The life of one who considers it easy to get succeeded by having discordance with others will get perished quickly

857. மிகல்மேவல் மெய்ப்பொருள் காணார் இகல்மேவல்
இன்னா அறிவி னவர்

பகை உணர்வை விரும்பும் தீய அறிவுடையவர்கள் வெற்றிக்கு உதவும் உண்மைப் பொருளை ஒருபோதும் அறிய மாட்டார்கள்

The ignorants longing for hostility will never realize the truth guiding to victory

858. இகலிற்கு எதிர்சாய்தல் ஆக்கம் அதனை
மிகலூக்கின் ஊக்குமாம் கேடு

மனவேறுபாட்டினால் தோன்றும் பகையுணர்வை எதிர்த்து நடத்தல் ஒருவருக்கு நன்மையைத் தரும்; அதனை ஊக்கப்படுத்தி வளர்ப்பது தீமையை மட்டுமே தரும்

Resisting hatred will bring gain to oneself; whereas, yielding to it will bring ruin for sure

859. இகல்காணான் ஆக்கம் வருங்கால் அதனை
மிகல்காணும் கேடு தரற்கு

ஆக்கத்தைத் தேடுபவர் மனவேறுபாட்டைப் பொருட்படுத்தமாட்டார்; அழிவைத் தேடுபவரோ மனவேறுபாட்டைப் பெரிதுபடுத்துவர்

Those who aim for prosperity will neglect discordance; whereas, those who desire for self destruction will exaggerate it

860. இகலானாம் இன்னாத எல்லாம் நகலானாம்
நன்னயம் என்னும் செருக்கு

மனவேறுபாட்டினால் ஏற்படும் பகையுணர்வு ஒருவருக்கு அனைத்து வகையான துன்பங்களையும் தரும்; மாறாக, நல்லிணக்கத்தினால் ஏற்படும் நட்புணர்வோ ஒருவருக்குப் பெருமகிழ்ச்சி என்னும் நற்பயனைத் தரும்

Enmity caused by discordance brings all kinds of suffering; whereas, the friendship that results from cooperation gives great happiness

## அதிகாரம் : 87
## பகைமட்சி

861. வலியார்க்கு மாறேற்றல் ஓம்புக ஒம்பா
 மெலியார்மேல் மேக பகை

தம்மினும் மெலியோரை விடுத்து தம்மினும் வலியோரை எதிர்த்துப் போர் புரிய விரும்புவதே பகைமாட்சி என போற்றப்படும்

The desire to stand against the stronger rather than the weaker is said to be the majesty of enmity

862. அன்பிலன் ஆன்ற துணையிலன் தான்துவ்வான்
 என்பரியும் ஏதிலான் துப்பு

உடனிருப்போரிடம் அன்பின்றியும், ஏதுவான துணையின்றியும், வலிமையின்றியும் இருக்கும் ஒரு ஆட்சியாளர் தன்னுடைய பகையை வெல்வது அரிதாகும்

A ruler who is unkind, friendless and weak can never overcome his/her enmity

863. அஞ்சும் அறியான் அமைவிலன் ஈகலான்
 தஞ்சம் எளியன் பகைக்கு

ஒருவர் அச்சம் மிகுந்தவராகவும், அறிவு குறைந்தவராகவும், இணைந்து வாழும் தன்மையற்றவராகவும், பிறருக்குக் கொடுத்து மகிழும் குணமற்றவராவும் இருந்தால், அவர் பகவரால் தோற்கடிக்கப்படுவது மிகவும் எளிதாகும்

Those who are fearful, ignorant, uncooperative and miserly will get easily defeated by the enemies

864. நீங்கான் வெகுளி நிறையிலன் எஞ்ஞான்றும்
 யாங்கணும் யார்க்கும் எளிது

சினத்தையும் மனத்தையும் கட்டுப்படுத்த முடியாதவரை, எவராலும், எப்போதும், எங்கும் எளிதாக வீழ்த்திவிட முடியும்

Those who are ill-tempered and unrestrained fall prey to anyone anytime and anywhere easily

865. வழிநோக்கான் வாய்ப்பன செய்யான் பழிநோக்கான்
 பண்பிலன் பற்றார்க்கு இனிது

நல்வழியை நாடாமலும், பொருத்தமானவற்றைச் செய்யாமலும், பழிக்கு அஞ்சாமலும், நற்பண்பு இல்லாமலும் இருக்கும் ஒருவர் பகைவரால் வெல்லப்படுவது மிக எளிதாகும்

Those who are immoral, careless, shameless and virtueless are easy prey to their enemies

## Chapter : 87
## Majesty of enmity

**866. காணாச் சினத்தான் கழிபெருங் காமத்தான்**
**பேணாமை பேணப் படும்**

உண்மையை உணராத அளவுக்கு சினம் கொள்பவராகவும், பேராசை உடையவராகவும் இருப்பவருடன், பிறர் விரும்பிப் பகை மேற்கொள்வர்

Those who are blind with anger and inordinate lust will become easy target for enmity

**867. கொடுத்தும் கொளல்வேண்டும் மன்ற அடுத்திருந்து**
**மாணாத செய்வான் பகை**

தன்னுடன் நட்புடன் பழகுவதாகக் காட்டி, தனக்குத் தகாதவற்றைச் செய்பவரை ஒருவர் எத்தகைய பொருளைக் கொடுத்தாவது பகைவராக்கிக் கொள்ள வேண்டும்

One should earn at any cost the enmity of those who pretend to be friendly but are disloyal

**868. குணனிலனாய்க் குற்றம் பலவாயின் மாற்றார்க்கு**
**இனனிலனாம் ஏமாப் புடைத்து**

ஒருவர் கெட்ட குணமுடையவராகவும் குற்றம் புரியும் இயல்புடையவராகவும் இருந்தால் அவர் நண்பர்களை விரைவில் இழப்பதோடு எதிரிகளால் எளிதில் வீழ்த்தவும் படுவார்

Those who are Ill-mannered and are fond of indulging in crimes will quickly lose friends and get defeated by enemies

**869. செறுவார்க்குச் சேணிகவா இன்பம் அறிவிலா**
**அஞ்சும் பகைவர்ப் பெறின்**

அறிவு குறைவுடைய, அஞ்சும் இயல்புடைய பகைவரைப் பெற்ற ஒருவரை விட்டு வெற்றி என்னும் இன்பம் நீங்காமல் நிலைத்து நிற்கும்

The joy of victory will never get diminished from those who are gifted with enemies of timid and ignorant in nature

**870. கல்லான் வெகுளும் சிறுபொருள் எஞ்ஞான்றும்**
**ஒல்லானை ஒல்லா தொளி**

அறவழி கல்லாதவரைப் பகைவராக ஏற்கத் தயங்குபவரிடம் எக்காலத்திலும் புகழ் வந்து தங்காது

Fame will never come to those who hesitate to gain the enmity of non-virtuous

## அதிகாரம் : 88
## பகைத்திறம் தெரிதல்

**871. பகைஎன்னும் பண்பி லதனை ஒருவன்**
**நகையேயும் வேண்டற்பாற் றன்று**

*பகை எனப்படும் பண்பற்ற தீமையை ஒருவர் விளையாட்டாகக் கூட விரும்புதல் கூடாது*

One should never desire for the evil of ignoble enmity even for fun

**872. வில்லேர் உழவர் பகைகொளினும் கொள்ளற்க**
**சொல்லேர் உழவர் பகை**

*ஒருவர் வில்லாற்றல் மிக்க படைவீரருடன் பகை கொண்ட போதிலும், சொல்லாற்றல் மிக்க அறிஞருடன் ஒருபோதும் பகை கொள்ளக் கூடாது*

One may even desire to earn the enmity of warriors but never the enmity of scholars

**873. ஏமுற் றவரினும் ஏழை தமியனாய்ப்**
**பல்லார் பகைகொள் பவன்**

*தன்னைத் தானே தனிமைப்படுத்திக் கொள்ளும் வகையில் பலருடைய பகையையும் ஒருங்கே தேடிக் கொள்ளும் ஒருவர், மனநலம் குன்றியவரைவிட அறிவில் குறைந்தவராகக் கருதப்படுவார்*

One who incur enmity of many simultaneously, thereby isolating oneself is considered as more ignorant than the insane

**874. பகைநட்பாக் கொண்டொழுகும் பண்புடை யாளன்**
**தகைமைக்கண் தங்கிற்று உலகு**

*பகையையும் நட்பாக மாற்றி இணைந்து வாழும் பண்புடையவரின் பெருந்தன்மையில் இவ்வுலகம் தழைத்திருக்கிறது*

The world flourishes under the generosity of those who turn even their enemies into friends

**875. தன்துணை இன்றால் பகையிரண்டால் தான்ஒருவன்**
**இன்துணையாக் கொள்கவற்றின் ஒன்று**

*தகுந்த துணையில்லாத ஒருவர் இருவேறு பகைவரை ஒருங்கே எதிர்கொள்ள நேர்கையில், அவர்களில் ஒருவரை இனியத் துணையாக்கிக் கொள்ள வேண்டும்*

If one is alone and needs to face two enemies at a time, then should make one among them a close ally

# Chapter : 88
## Assessing power of enmity

876. தேறினும் தேறா விடினும் அழிவின்கண்
தேறான் பகாஅன் விடல்

ஒருவரது பகையை ஆய்ந்து தெளிந்திருந்தாலும் இல்லாவிட்டாலும், நெருக்கடி நேரத்தில் அவரை நெருங்காமலும் விலக்காமலும் விட்டு விட வேண்டும்

An enmity either tested or not, should be kept neither too close nor too far at times of crisis

877. நோவற்க நொந்தது அறியார்க்கு மேவற்க
மென்மை பகைவர் அகத்து

ஒருவர் தனது துன்பத்தை அதனைப்பற்றி அறியாத நண்பரிடம் சொல்லி அவரைத் துன்பப்படுத்தக் கூடாது; அஃதேபோல், பகைவரிடத்தில் தனது பலவீனத்தைச் சொல்லி அவரைப் பலப்படுத்தக் கூடாது

One should not share one's suffering with friends who are unaware of it; likewise, one should not reveal one's weakness with enemies who should never aware of it

878. வகையறிந்து தற்செய்து தற்காப்ப மாயும்
பகைவர்கண் பட்ட செருக்கு

தக்க வழிமுறையின்படி ஒருவர் தன்னையும் பலப்படுத்தி தனது தற்காப்பையும் உறுதிப்படுத்திக் கொண்டால், பகைவரின் பலம் தானே அழிந்து போகும்

The pride of enemy will get collapsed if one strengthens and defends oneself with proper Know-how

879. இளைதாக முள்மரம் கொல்க களையுநர்
கைகொல்லும் காழ்த்த இடத்து

முள் செடியை இளம் பருவத்திலேயே அழிப்பது எளிதானது; ஏனெனில், அது மரமாக வளர்ந்த பிறகு அழிக்க முனைபவரின் கைகளை வருத்தும்; பகைமையும் அத்தகையதே

Thorny plant needs to be removed when it is tender as it hurts those who intends to remove it once becoming a tree. The enmity is same as well

880. உயிர்ப்ப உளரல்லர் மன்ற செயிர்ப்பவர்
செம்மல் சிதைக்கலா தார்

பகைவருடைய செருக்கை அழிக்காமல் அலட்சியமாக விடுபவர்கள் தமது அழிவை உறுதி செய்பவர் ஆவர்

Those who fails to destroy the pride of their enemies are consider ensuring self destruction

## அதிகாரம் : 89
## உட்பகை

881. நிழல்நீரும் இன்னாத இன்னா தமர்நீரும்
இன்னாவாம் இன்னா செயின்

இன்பம் தரும் நிழலும் நீரும் நோய் விளைவிப்பனவாக இருந்தால் தீமை ஆகும்; அஃதேபோல், அன்பு செலுத்த வேண்டிய சுற்றத்தாரும் துன்பம் விளைவிப்பராக இருந்தால் பெருந் தீமையே ஆகும்

Shade and water are bad if they cause diseases; likewise, relatives are bad as well, if they are harmful

882. வாள்போல பகைவரை அஞ்சற்க அஞ்சுக
கேள்போல் பகைவர் தொடர்பு

வாள் கொண்டு எதிர்க்கும் பகைவரை விட கேளிர் போல் உறவாடிக் கெடுப்பவரிடம் ஒருவர் எச்சரிக்கையாக இருத்தல் வேண்டும்

One need not be wary of open enemies but should be careful with the enemies who pretend to be kith and kins

883. உட்பகை அஞ்சித்தற் காக்க உலைவிடத்து
மட்பகையின் மாணத் தெறும்

உட்பகைக்கு அஞ்சி ஒருவர் தன்னைக் காத்துக்கொள்ள வேண்டும்; ஏனெனில் பச்சை மண்கலத்தை அறுக்கும் கருவி போல உட்பகை தளர்ச்சியான நேரத்தில் ஒருவரை அடியோடு அழித்து விடும்

One should guard oneself from the danger of hidden enmity, as it is capable of destroying someone easily similar to a potter's knife

884. மனமாணா உட்பகை தோன்றின் இனமாணா
ஏதம் பலவும் தரும்

மனம் திருந்தாத அளவுக்கு ஒருவர் உட்பகைக்கு ஆட்பட்டுவிட்டால், அது அவரது நெருங்கிய சுற்றத்தாரையே பகைவராக்கும் கேட்டினை உருவாக்கும்

Those who develop un-repenting hidden enmity will ruin their surroundings by making foes out of own relatives

885. உறல்முறையான் உட்பகை தோன்றின் இறல்முறையான்
ஏதம் பலவும் தரும்

நெருங்கிய உறவினருக்கிடையே தோன்றும் உட்பகையானது இறப்பு உள்ளிட்ட கடுந்துன்பம் பலவற்றையும் ஏற்படுத்தும்

Hidden enmity among close relatives is capable of causing severe sufferings including death

## Chapter : 89
## Hidden enmity

886. **ஒன்றாமை ஒன்றியார் கட்படின் எஞ்ஞான்றும்**
**பொன்றாமை ஒன்றல் அரிது**

*ஒற்றுமையுடன் வாழ வேண்டிய குடும்பம், அலுவலகம், சமூகம் போன்ற சூழல்களில் உட்பகையை அனுமதித்தால், அதனால் ஏற்படும் அழிவைத் தடுப்பது அரிதிலும் அரிதாகும்*

If hidden enmity is allowed in environments such as family, office and society, utter destruction resulting out of it is unavoidable

887. **செப்பின் புணர்ச்சிபோல் கூடினும் கூடாதே**
**உட்பகை உற்ற குடி**

*சிமிழுடன் அதன் மூடி வெளித் தோற்றத்திற்கு மட்டும் பொருந்தி இருப்பதைப் போல, உட்பகை கொண்ட குடும்பத்தில் மனிதர்களும் அகத்தே பொருந்தி இருக்கமாட்டார்கள்*

Family with hidden enmity seems united only outwardly, similar to the lid on a jar

888. **அரம்பொருத பொன்போலத் தேயும் உரம்பொருது**
**உட்பகை உற்ற குடி**

*அரத்தினால் தேய்க்கப்பட்டால் உருவம் சிறுத்து வலிமை இழக்கும் இரும்பைப் போல, உட்பகை நுழைந்த குடும்பமும் பலமிழந்து உருக்குலையும்*

Family with hidden enmity will fade away similar to iron getting crumbled when filed

889. **எட்பக வன்ன சிறுமைத்தே ஆயினும்**
**உட்பகை உள்ளதாங் கேடு**

*எள்ளின் பிளவைப் போல சிறிய அளவினதாய் ஆயினும், உட்பகை ஒரு குடியை அடியோடு அழிக்கும் வல்லமை உடையதாகும்*

Hidden enmity of even the size of a slit in sesame seed is detrimental to ruin a family utterly

890. **உடம்பாடு இலாதவர் வாழ்க்கை குடங்கருள்**
**பாம்போடு உடனுறைந் தற்று**

*மன ஒற்றுமை இல்லாதவர்கள் கூடி வாழ்வது, கொடிய பாம்புடன் ஒருவர் சிறிய வீட்டில் சேர்ந்து வாழ்வதற்கு ஒப்பானதாகும்*

Living together with people in disagreement is similar to living with a cobra in a small domicile

**அதிகாரம் : 90**
**பெரியாரைப் பிழையாமை**

891. ஆற்றுவார் ஆற்றல் இகழாமை போற்றுவார்
 போற்றலுள் எல்லாம் தலை

 மேற்கொண்ட செயல்களை வெற்றிகரமாகச் செய்து முடிக்க வல்லவரின் ஆற்றலை இகழாதிருத்தல், தீமையிலிருந்து தற்காத்துக் கொள்ள விரும்பும் எவரும் செய்ய வேண்டிவற்றுள் முதன்மையானதாகும்

 Avoid offending the capability of go-getters is the chief self-defence from evil of all sorts, for anyone

892. பெரியாரைப் பேணாது ஒழுகிற் பெரியாரால்
 பேரா இடும்பை தரும்

 ஆற்றல் மிகுந்த பெரியோர்களை விரும்பி மதிக்கத் தவறிய ஒருவர் தீராத பெருந்துன்பத்தை அடைய நேரிடும்

 Those who fail to respect the great people will have to face endless sufferings

893. கெடல்வேண்டின் கேளாது செய்க அடல்வேண்டின்
 ஆற்று பவர்கண் இழுக்கு

 ஒருவர் தன்னைத்தானே அழித்துக் கொள்ள விரும்பினால், பகைவரை எளிதில் அழிக்கும் ஆற்றல் படைத்தவரிடம் சிறிதும் எண்ணிப் பார்க்காமல் பிழை செய்யலாம்

 Those who want self destruction can recklessly err with the mighty who have the capability to annihilate enemies in no time

894. கூற்றத்தைக் கையால் விளித்தற்றால் ஆற்றுவார்க்கு
 ஆற்றாதார் இன்னா செயல்

 ஆற்றல் குறைந்தவர் ஆற்றல் மிகுந்தவருக்குத் தீமை செய்யத் துணிவது, எப்போதோ வரப்போகும் இறப்பை ஒருவர் இருகரம் கூப்பி அழைப்பதற்கு ஒப்பானது

 The act of a weak intending to commit evil to the mighty is similar to inviting the death by oneself

895. யாண்டுச் சென்று யாண்டும் உளராகார் வெந்துப்பின்
 வேந்து செறப்பட் டவர்

 வலிமை மிக்க அரசின் கோபத்திற்கு உள்ளானவர்கள், தப்பித்து எங்கு சென்றாலும் உயிர்வாழ்வது கடினமாகும்

 Those who incur the wrath of mighty ruler could never survive wherever they flee

# Chapter : 90
## Not offending the great

896. எரியால் சுடப்படினும் உய்வுண்டாம் உய்யார்
பெரியார்ப் பிழைத்தொழுகு வார்

தீயிலிருந்து கூட தப்பி ஒருவரால் வாழ முடியும்; ஆனால், ஆற்றல் வாய்ந்த பெரியவரிடத்தில் தவறிழைத்து வாழ்வது அரிதாகும்

One can even survive the burns of fire, but certainly can not escape from the ire of great people

897. வகைமாண்ட வாழ்க்கையும் வான்பொருளும் என்னாம்
தகைமாண்ட தக்கார் செறின்

குணத்திற் சிறந்த பெரியவரின் சினத்திற்கு முன்னால் ஒருவரின் வளமான வாழ்க்கையும் செல்வச் செழிப்பும் பயனற்றுப் போகும்

For those who incur the wrath of great people, there is no use of glorious life and immense wealth

898. குன்றன்னார் குன்ற மதிப்பின் குடியொடு
நின்றன்னார் மாய்வர் நிலத்து

மலை போன்ற நிலைத்த புகழை உடையவர்களின் பெருமையைக் குலைப்பதற்குத் துணிபவர்கள் எத்தனை செல்வாக்கு உடையவர்களாயினும் அடியோடு அழிந்து போய் விடுவர்

Those who intend to spoil the pride of great people with mountain-like fame, will utterly get ruined by themselves

899. ஏந்திய கொள்கையார் சீறின் இடைமுரிந்து
வேந்தனும் வேந்து கெடும்

உயர்ந்த கொள்கையுடைய பெரியவர்களின் சீற்றம் ஆட்சி அதிகாரத்தையும் நிலை குலையச் செய்யும் ஆற்றலுடையது

The anger of noble people has the capability of ruining utterly even the mighty ruling authority

900. இறந்தமைந்த சார்புடையர் ஆயினும் உய்யார்
சிறந்தமைந்த சீரார் செறின்

பல்வேறு பெருமைகளையும் வசதிகளையும் உடையவராய் இருப்பினும் ஒருவர் சிறந்த குணங்களையுடைய சான்றோரின் சினத்திலிருந்து தப்பிப் பிழைக்க முடியாது

Even those who possess glory and influence can not escape from the anger of great people

## அதிகாரம் : 91
## பெண்வழிச் சேறல்

**901. மனைவிழைவார் மாண்பயன் எய்தார் வினைவிழையார்**
**வேண்டாப் பொருளும் அது**

சிறப்பாகச் செயலாற்ற விரும்புபவர்கள் இல்லற சுகத்தை மட்டுமே பெரிதெனக் கருதுவதில்லை; அவ்வாறு கருதுபவர்கள் சிறந்த புகழை ஒருநாளும் அடைவதில்லை

Those who want to perform extraordinary deeds never consider only homely affairs as prominent; those who consider like that could never achieve everlasting fame

**902. பேணாது பெண்விழைவான் ஆக்கம் பெரியதோர்**
**நாணாக நாணுத் தரும்**

கடமையைத் தவிர்த்து துணைவர் மேல் அதீத உடல்ஈர்ப்புடன் வாழ்பவரின் நிலை வெட்கி நாணத்தக்கதாய் ஆகிவிடும்

The life of those who are excessively infatuated with spouse unmindful of duties will become shameful

**903. இல்லாள்கண் தாழ்ந்த இயல்பின்மை எஞ்ஞான்றும்**
**நல்லாருள் நாணுத் தரும்**

நற்குணமில்லாத வாழ்க்கைத் துணையைத் திருத்த முனையாமல் பணிந்து போகிறவர் ஒருநாள் நல்லவர் முன்னிலையில் நாணி நிற்க நேரிடும்

Those who submit to errant spouse without trying to correct him/her will have to get ashamed in front of virtuous people

**904. மனையாளை அஞ்சும் மறுமையி லாளன்**
**வினையாண்மை வீறெய்த லின்று**

வாழ்க்கைத் துணைக்கு அஞ்சி நடக்க வேண்டிய நிலையில் உள்ளவரின் செயலாற்றும் தன்மை ஒருபோதும் சிறப்பாக அமைவதில்லை

The deeds of those who are in the situation of fearing their spouse will never gain glory

**905. இல்லாளை அஞ்சுவான் அஞ்சுமற் றெஞ்ஞான்றும்**
**நல்லார்க்கு நல்ல செயல்**

வாழ்க்கைத் துணைக்கு அஞ்சி நடக்க வேண்டிய நிலையில் உள்ளவர்கள், நல்லார்க்கும் கூட நல்லது செய்ய எப்போதும் அஞ்சுவார்கள்

Those who fear spouse will always be afraid of doing good deeds even to the virtuous

# Chapter : 91
# Being henpecked

906. இமையாரின் வாழினும் பாடிலரே இல்லாள்
அமையார்தோள் அஞ்சு பவர்

நற்குணமில்லாத வாழ்க்கைத் துணைக்கு அஞ்சி நடக்க வேண்டிய நிலையில் உள்ளவர்கள் வளமான நிலையில் வாழ்ந்த போதிலும் பெருமை இல்லாதவரே ஆவர்

Life of who are in the situation of fearing their errant spouse, though prosperous, is considered as dishonorable

907. பெண்ணேவல் செய்தொழுகும் ஆண்மையின் நாணுடைப்
பெண்ணே பெருமை உடைத்து

மனைவியின் ஏவலை ஆராயாமல் ஏற்கும் கணவனின் ஆண்மையைவிட, மான உணர்வுள்ள மனைவியின் பெண்மையே பெருமைக்குரியதாகும்

Dignity of modest womanhood is better than manliness of a henpecked husband

908. நட்டார் குறைமுடியார் நன்றாற்றார் நன்னுதலாள்
பெட்டாங்கு ஒழுகு பவர்

வாழ்க்கைத் துணையின் மேல் அதீத மையல் கொண்டு அறிவிழந்து நடப்பவர்கள், நண்பர்களைப் பற்றியோ நற்பணிகளைப் பற்றியோ கவலை கொள்ள மாட்டார்கள்

Those who blindly submit to their spouse will never take care of friends and perform good deeds

909. அறவினையும் ஆன்ற பொருளும் பிறவினையும்
பெண்ஏவல் செய்வார்கண் இல்

நற்குணமில்லாத வாழ்க்கைத் துணையின் ஏவலை ஆராயாமல் ஏற்பவரிடம் ஒருவர் அறச்செயலையோ அறிவார்ந்த செயலையோ எதிர்பார்க்க கூடாது

One should neither expect virtuous deeds nor intellectual deeds from those who blindly submit to their spouse

910. எண்சேர்ந்த நெஞ்சத் திடனுடையார்க்கு எஞ்ஞான்றும்
பெண்சேர்ந்தாம் பேதைமை இல்

பகுத்தறியும் ஆற்றலும் மன உறுதியும் கொண்டவர்களுக்கு வாழ்க்கைத் துணையின் ஏவலை ஆராயாமல் ஏற்கும் அவலம் இல்லை

One who is with a rational and strong mind does not have the folly of submitting to his/her spouse

## அதிகாரம் : 92
## வரைவின் மகளிர்

911. அன்பின் விழையார் பொருள்விழையும் ஆய்தொடியார்
இன்சொல் இழுக்குத் தரும்

அன்பை விடுத்து பொருளை மட்டுமே விரும்பும் பாலியல் தொழிலாளரின் இனிய சொற்கள் ஒருவருக்குத் துன்பத்தை மட்டுமே தரும்

Sweet words of sex worker who looks for material benefits instead of true love will only yield misery

912. பயன்தூக்கிப் பண்புரைக்கும் பண்பின் மகளிர்
நயன்தூக்கி நள்ளா விடல்

பயனை மனதில் கொண்டு அதற்கேற்ப இன்சொல் பேசும் பண்பற்ற பாலியல் தொழிலாளரின் உறவை நம்பி ஒருவர் ஒருபோதும் ஏமாறக்கூடாது

One should get away with wanton persons who fein love only for selfish gain

913. பொருட்பெண்டிர் பொய்ம்மை முயக்கம் இருட்டறையில்
ஏதில் பிணந்தழீஇ அற்று

பொருளை மட்டுமே விரும்பும் பாலியல் தொழிலாளரின் போலித் தழுவல், இருட்டறையில் தொடர்பில்லாத ஒரு பிணத்தை அணைத்துக் கிடப்பதற்கு ஒப்பானதாகும்

The pseudo-embrace of a wanton person is similar to hugging an unrelated corpse in a dark room

914. பொருட்பொருளார் புன்னலந் தோயார் அருட்பொருள்
ஆயும் அறிவி னவர்

சிறந்த பொருளாகிய அருளை ஆய்ந்தறியும் அறிவுடையோர் பொருளை மட்டுமே தேடும் பாலியல் தொழிலாளரின் உறவை இழிவானதாகவே கருதுவர்

The wise who seek the wealth of grace will never seek the relationship of sex workers

915. பொதுநலத்தார் புன்னலம் தோயார் மதிநலத்தின்
மாண்ட அறிவி னவர்

இயற்கையறிவும் கல்வியறிவும் நிறைந்த ஒருவர் பாலியல் தொழிலாளரின் உறவை ஒருபோதும் நாட மாட்டார்

A person with inherent and acquired knowledge will never seek the relationship of a sex worker

# Chapter : 92
# Wanton person

916. தந்நலம் பாரிப்பார் தோயார் தகைசெருக்கிப்
புன்னலம் பாரிப்பார் தோள்

அறிவினால் புகழ்பெற விரும்பும் சான்றோர் உடலைக் கொண்டு பொருள்பெற விரும்பும் பாலியல் தொழிலாளரின் தோளை ஒருபோதும் நாட மாட்டார்

Noble people who desire for eternal fame out of knowledge will never seek the relationship of a sex worker

917. நிறைநெஞ்சம் இல்லவர் தோய்வார் பிறநெஞ்சிற்
பேணிப் புணர்பவர் தோள்

அன்பால் நிறைந்த நெஞ்சமில்லாதவரே போலி அன்பை நெஞ்சில் நிறைத்த பாலியல் தொழிலாளரின் தோளை நாடுவர்

Only those who have heart devoid of true love seek the relationship of sex workers

918. ஆயும் அறிவினர் அல்லார்க்கு அணங்கென்ப
மாய மகளிர் முயக்கு

பாலியல் தொழிலாளியின் வஞ்சகத்திற்கு ஆட்பட்டதையோ, மோகத்தில் மூழ்கியதையோ உணரமுடியாத அறிவற்றவர்களுக்கு மோகினி மயக்கம் ஏற்பட்டதாக வழக்கில் கூறுவர்

Those who could not realize getting deceived or infatuated with sex workers are said to be lured by demon/demoness

919. வரைவிலா மாணிழையார் மென்தோள் புரையிலாப்
பூரியர்கள் ஆழும் அளறு

ஒழுக்க வரையரை அற்ற பாலியல் தொழிலாளரின் தோள்கள் அறிவற்ற கீழ்மக்கள் ஆழ்ந்து கிடக்கின்ற நரகமாகும்

The elegant shoulders of sex workers are similar to a hell for the degraded minds

920. இருமனப் பெண்டிரும் கள்ளும் கவறும்
திருநீக்கப் பட்டார் தொடர்பு

அதீத காமஉணர்வு, கள், சூது ஆகியவை ஒருவரிடமிருந்து வாழ்வின் அனைத்து வகையான செல்வங்களையும் நீக்கி விடும்

Wanton persons, liquor and gambling will get rid of wealths of all sorts from the life of anyone

## அதிகாரம் : 93
## கள்ளுண்ணாமை

921. உட்கப் படாஅர் ஒளியிழப்பர் எஞ்ஞான்றும்
கட்காதல் கொண்டொழுகு வார்

போதைப் பொருள் மீது விருப்பம் கொண்டவர் வாழ்வில் சேர்த்த புகழை விரைவில் இழப்பர்; மேலும், அவரைக் கண்டு பகைவர் சிறிதும் அஞ்ச மாட்டார்கள்

Those who addicted to drugs will never be feared by enemies and will lose their fame quickly

922. உண்ணற்க கள்ளை உணில்உண்க சான்றோரான்
எண்ணப் படவேண்டா தார்

சான்றோரால் மதிக்கப்பட விரும்பாதவர் தவிர மற்றவர் போதைப் பொருளை ஒருபோதும் உட்கொள்ளக் கொள்ளக் கூடாது

Except those who do not want to be respected by the wise, others should never consume drugs

923. ஈன்றாள் முகத்தேயும் இன்னாதால் என்மற்றுச்
சான்றோர் முகத்துக் களி

ஒருவர் போதையில் மயங்குவதை அவரது பெற்றோராலேயே சகித்துக் கொள்ள முடியாத நிலையில் சான்றோரால் எப்படி ஏற்க முடியும்

Even the parents could not tolerate their children being drunken; it is obvious that it will never be accepted by the wise

924. நாண்என்னும் நல்லாள் புறங்கொடுக்கும் கள்ளென்னும்
பேணாப் பெருங்குற்றத் தார்க்கு

போதைப் பழக்கம் என்னும் பெருங்குற்றம் செய்பவரை விட்டு நாணம் என்னும் நற்பண்பு விலகி ஓடிவிடும்

The virtue of modesty flees away from those who committed the great sin of drug addiction

925. கையறி யாமை உடைத்தே பொருள்கொடுத்து
மெய்யறி யாமை கொளல்

ஒருவர் உடல் மயக்கத்திற்காக விலை கொடுத்து போதைப் பொருளை வாங்குவது விவரிக்கவே முடியாத மூடத்தனமாகும்

The act of one paying for drugs to get insensibility is nothing but utter ignorance

# Chapter : 93
# Abstain from drugs

926. துஞ்சினார் செத்தாரின் வேறல்லர் எஞ்ஞான்றும்
    நஞ்சுண்பார் கள்ளுண் பவர்

உறங்குபவருக்கும் இறந்தவருக்கும் பெரிய வேறுபாடில்லை; அதுபோலவே, போதைப் பொருளைப் பயன்படுத்துபவருக்கும் நஞ்சு உண்பவருக்கும் அதிக வேறுபாடில்லை

There is no significant difference between the sleeping and the dead; similarly, there is no much difference between using drugs and taking poison

927. உள்ளொற்றி உள்ளூர் நகப்படுவர் எஞ்ஞான்றும்
    கள்ளொற்றிக் கண்சாய் பவர்

ஒருவர் போதைப் பொருளை மறைவாகவே பயன்படுத்தினாலும், அவர்நிலை எப்படியும் அறியப்பட்டு ஊராரால் எள்ளி நகையாடப் படும்

Even if a person uses drugs in secret, the fact will soon be revealed and ridiculed by the locals

928. களித்தறியேன் என்பது கைவிடுக நெஞ்சத்து
    ஒளித்ததூஉம் ஆங்கே மிகும்

கள்ளுண்பவர் அதனைப் பிறரிடம் இருந்து மறைக்க முடியாது, ஏனெனில் கள்ளுண்ட போது அனைத்து உண்மைகளும் வெளிப் பட்டு விடும்

The drunkards can not hide their habit from others, as the truth will be revealed once they get drunk

929. களித்தானைக் காரணம் காட்டுதல் கீழ்நீர்க்
    குளித்தானைத் தீத்துரீஇ அற்று

போதைப் பழக்கத்தில் மூழ்கியவரை அறிவுரை மூலம் திருத்த முற்படுவது, நீருக்குள் மூழ்கி இருப்பவரைத் தீப்பந்தம் கொளுத்திக் கொண்டு தேடுவதைப் போன்றது

The act of one trying to convince a drunkard over the evils of drinking is similar to the act of going under water with a torch in search of a drowned man

930. கள்ளுண்ணாப் போழ்திற் களித்தானைக் காணுங்கால்
    உள்ளான்கொல் உண்டதன் சோர்வு

ஒருவர் தான் போதைப் பொருளைப் பயன்படுத்தாத போது, போதையில் மூழ்கி இருப்பவரின் கீழ்மையான நிலையைக் கண்டு, அதன்பிறகாவது தன்னைத் திருத்திக் கொள்ள முயல வேண்டும்

During sobriety, a drunkard watching the plight of another drunkard should realize the evil effects of drugs and correct oneself

## அதிகாரம் : 94
### சூது

**931.** வேண்டற்க வென்றிடினும் சூதினை வென்றதூஉம்
தூண்டிற்பொன் மீன்விழுங்கி அற்று

கிடைத்த குறுகிய வெற்றியை நம்பி சூதாட்டத்தில் விருப்பம் கொள்ளும் ஒருவரது செயல், இரையை விரும்பி தூண்டில் முள்ளை விழுங்கும் மீனின் செயலுக்கு ஒப்பானது

The act of one getting interested in gambling based on initial gains is similar to the act of a fish swallowing the bait in search of prey

**932.** ஒன்றெய்தி நூறிழக்கும் சூதர்க்கும் உண்டாங்கொல்
நன்றெய்தி வாழ்வதோர் ஆறு

ஒரு பொருளை வென்று நூறு பொருளை இழக்கும் சூதாடிகளின் வாழ்வில் நன்மை ஏற்பட ஒருபோதும் வழியில்லை

The gamblers who gain one and lose a hundred will never have a prosperous life

**933.** உருளாயம் ஓவாது கூறின் பொருளாயம்
போஒய்ப் புறமே படும்

சூதாட்டத்தில் கிடைத்த பொருளை மேலும் விரும்பி ஒருவர் இடைவிடாமல் சூதாடினால் உழைப்பில் சேர்த்த பொருளையும் ஒருசேர பகைவரிடத்தில் இழக்க நேரிடும்

Those who incessantly involve in gambling in search of more wealth will have to lose even the hard earned wealth to their enemies

**934.** சிறுமை பலசெய்து சீரழிக்கும் சூதின்
வறுமை தருவதொன்று இல்

பலவகைத் துன்பங்களை ஏற்படுத்தி ஒருவரை அடியோடு சீரழிக்கும் சூதைவிட தீமையான கேடு வேறொன்றும் இல்லை

Nothing is worse than gambling in ruining one's life by causing suffering of all sorts

**935.** கவறும் கழகமும் கையும் தருக்கி
இவறியார் இல்லாகி யார்

சூதாட்டத்திற்கான கருவி, நட்பு, முனைப்பு ஆகியவற்றை இழக்க விரும்பாதவர் செல்வம் அனைத்தையும் இழக்க வேண்டி வரும்

Those who are reluctant to give up the tool, ambience and intention for gambling will have to lose their wealth of all sorts

## Chapter : 94
## Gambling

**936. அகடாரார் அல்லல் உழப்பர்சூ தென்னும்**
**முகடியான் மூடப்பட் டார்**

சூதாட்டம் என்னும் கேட்டினால் ஆட்கொள்ளப்பட்டவர் உணவு கொள்ள முடியாமல் துன்பத்தில் உழல்வர்

Those who got addicted to gambling will have to suffer the plight of hunger and misery

**937. பழகிய செல்வமும் பண்பும் கெடுக்கும்**
**கழகத்துக் காலை புகின்**

சூதாட்டத்தில் ஒருவர் கொண்ட ஈடுபாடு அவரின் செல்வத்தையும் குணத்தையும் அடியோடு அழித்து விடும்

Addiction to gambling will utterly destroy one's wealth and character

**938. பொருள் கெடுத்துப் பொய்மேற் கொளீஇ அருள்கெடுத்து**
**அல்லல் உழப்பிக்கும் சூது**

சூது ஒருவரின் செல்வத்தை அழித்து, பொய்யராக மாற்றி, அருள்நெஞ்சை கெடுத்து, பலவகை துன்பத்திலும் உழலச் செய்யும்

Gambling destroys wealth, pushes into falsehood, spoils grace and brings in all sorts of miseries

**939. உடைசெல்வம் ஊண்ஒளி கல்விஎன்று ஐந்தும்**
**அடையாவாம் ஆயங் கொளின்**

சூதாட்டத்திற்கு அடிமையாகிய ஒருவரை விட்டு கல்வி, புகழ், செல்வம், உணவு, உடை ஆகிய ஐந்தும் ஒதுங்கி விடும்

Education, fame, wealth, food and clothing depart from those who addicted to gambling

**940. இழத்தொறூஉம் காதலிக்கும் சூதேபோல் துன்பம்**
**உழத்தொறூஉம் காதற்று உயிர்**

துன்பப்படும் போது உடலின்மேல் உயிருக்கு காதல் பெருகுவது போல, சூதாடி பொருளை இழக்கும் போது சூதாட்டத்தின் மீது ஆசை பெருகும்

As the soul loves the body when it suffers, the gamblers love gambling when they lose through it

## அதிகாரம் : 95
## மருந்து

941. **மிகினும் குறையினும் நோய்செய்யும் நூலோர்**
**வளிமுதலா எண்ணிய மூன்று**

*மருத்துவ வள்ளுனரின் கருத்துப்படி வாதம், பித்தம், சிலேத்துமம் ஆகிய மூன்றில் ஒன்று மிகுந்தாலோ குறைந்தாலோ ஒருவருக்கு நோய் உண்டாகும்*

As per the knowledge of medical experts the variation in gas, bile or phlegm causes disease in human body

942. **மருந்தென வேண்டாவாம் யாக்கைக்கு அருந்தியது**
**அற்றது போற்றி உணின்**

*முன்வேளை உணவு செறித்த பிறகே அடுத்த வேளைக்கு உணவு எடுத்துக் கொள்ளும் பழக்கமுடையவருக்கு எந்தவிதமான மருந்தும் தேவைப்படாது*

For those who have the habit of taking food only after the digestion of prior meals will never require any medicine

943. **அற்றால் அறவறிந்து உண்க அஃதுடம்பு**
**பெற்றான் நெடிதுய்க்கும் ஆறு**

*ஒருவர் தான் உண்ட உணவு செரித்ததையும், உண்ணும் உணவின் அளவையும் அறிந்து உண்பது அவர் நீண்ட நாள் வாழ்வதற்கான வழியாகும்*

Knowing the digestion of already taken food and the quantity of food being taken are the ways for someone to live longer

944. **அற்றது அறிந்து கடைப்பிடித்து மாறல்ல**
**துய்க்க துவரப் பசித்து**

*உண்ட உணவு செரித்ததை அறிந்து, நன்கு பசித்ததை உணர்ந்து, உடலுக்கும் காலத்திற்கும் ஒவ்வாத உணவினை விலக்கி உண்ணுதல் வேண்டும்*

One should always have agreeable food after assuring complete digestion and proper appetite

945. **மாறுபாடு இல்லாத உண்டி மறுத்துண்ணின்**
**ஊறுபாடு இல்லை உயிர்க்கு**

*உடலுக்கு ஒவ்வாத உணவை முழுவதுமாகத் தவிர்த்து, ஒத்துவரக்கூடிய உணவைக்கூட அளவுடன் உண்ணும் ஒருவருக்கு உயிர் வாழ்வதற்கான இடையூறு எதுவுமில்லை*

There will not be any disease for those who avoid allergic food completely and even taking the agreeable food moderately

## Chapter : 95
## Medicine

946. **இழிவறிந்து உண்பான்கண் இன்பம்போல் நிற்கும்**
**கழிபேர் இரையான்கண் நோய்**

அளவோடு உண்பவரிடத்தில் இன்பம் நிலைப்பது போல அளவின்றி உண்பவரிடத்தில் நோய் நிலைத்து இருக்கும்

As pleasure stays with those who eat in moderation, disease stays with those who eat in excess

947. **தீயள வன்றித் தெரியான் பெரிதுண்ணின்**
**நோயள வின்றிப் படும்**

பசியின் தேவைப்படி இல்லாமல் அளவின்றி உண்பவருக்கு நோய்களும் அளவின்றி ஏற்படும்

Those who eat excessively beyond the hunger limits will get diseases as well excessively

948. **நோய்நாடி நோய்முதல் நாடி அதுதணிக்கும்**
**வாய்நாடி வாய்ப்பச் செயல்**

ஒரு மருத்துவர் நோயை சரியாகக் கண்டுணர்ந்து, அதன் காரணத்தை ஆய்ந்தறிந்து, அதனைத் தீர்க்கும் வழியையும் தேர்ந்து மருத்துவம் செய்ய வேண்டும்

It is the duty of the physician to first diagnose the disease correctly, identify its source and to choose the appropriate treatment

949. **உற்றான் அளவும் பிணியளவும் காலமும்**
**கற்றான் கருதிச் செயல்**

ஒரு மருத்துவர் நோயுற்றவரின் வயதையும், நோயின் தன்மையையும், நோயுற்ற காலத்தையும் ஆராய்ந்து செயல்பட வேண்டும்

A physician should consider the age of patient, intensity of the disease and its duration while giving treatment

950. **உற்றவன் தீர்ப்பான் மருந்துழைச் செல்வானென்று**
**அப்பால் நாற் கூற்றே மருந்து**

நோயுற்றவர், மருத்துவர், மருந்து, மருந்தை சரியான முறையில் கொடுக்கும் செவிலியர் என நான்கு கூறுகளை உடையது மருத்துவம்

Medical science is comprised of four components namely patient, physician, medicine and nurse

## அதிகாரம் : 96
### குடிமை

**951.** இற்பிறந்தார் கண்அல்லது இல்லை இயல்பாகச்
செப்பமும் நாணும் ஒருங்கு

நடுநிலை தவறாத நேர்மையும், தீய செயலுக்கு அஞ்சும் நாணமும்
கொண்டவர்களே உயர்ந்த குடும்பத்தில் பிறந்தவர்களாகக் கருதப்படுவர்

Only those who are firm in upholding honesty and possess sense of shame for evil deeds are considered as noble-born

**952.** ஒழுக்கமும் வாய்மையும் நாணும் இம் மூன்றும்
இழுக்கார் குடிப்பிறந் தார்

செயலில் ஒழுக்கமும், சொல்லில் வாய்மையும், தீயவை செய்ய நாணும்
மனமும் கொண்டவர்களே உயர்ந்த குடும்பத்தில் பிறந்தவர்களாகக்
கருதப்படுவர்

Only those who posses the traits of discipline in action, truthfulness in words and a mind ashamed to do evils are considered as noble-born

**953.** நகைஈகை இன்சொல் இகழாமை நான்கும்
வகையென்ப வாய்மைக் குடிக்கு

முகமலர்ச்சி, ஈகை குணம், இன்சொல் பேசும் இயல்பு, பிறரை இகழ்ந்து
பேசாமை ஆகிய நான்கும் உயர்ந்த குடும்பத்தில் பிறந்தவர்களின்
குணங்கள் என்பர்

Cheerfulness, doing charity, uttering pleasant words and behaving with courtesy are considered as the traits of noble-born

**954.** அடுக்கிய கோடி பெறினும் குடிப்பிறந்தார்
குன்றுவ செய்தல் இலர்

எண்ணிலடங்கா செல்வங்களைப் பெறுவதாக இருந்தாலும் சிறந்த
குடியில் பிறந்தவர்கள் தமது குடியின் சிறப்பு குன்றுவதற்குக் காரணமான
செயல்களை ஒருபோதும் செய்வதில்லை

People of noble birth will never commit evil deeds even if they are given immense wealth

**955.** வழங்குவ துள்வீழ்ந்தக் கண்ணும் பழங்குடி
பண்பில் தலைப்பிரிதல் இன்று

பழம் பெருமை வாய்ந்த குடியில் பிறந்தவர்கள் வறுமையுற்ற நிலையிலும்
பிறருக்குப் பொருளுதவி செய்யும் பண்பை இழப் பதில்லை

People of noble birth never give up charity even if their wealth got diminished

# Chapter : 96
# Noble birth

956. சலம்பற்றிச் சால்பில செய்யார்மா சற்ற
 குலம்பற்றி வாழ்தும் என்பார்

 மாசற்ற உயரிய பண்புகளோடு வாழ முடிவு செய்தவர், வஞ்சக எண்ணத்தோடு தகாத செயல்களில் ஒருபோதும் ஈடுபடமாட்டார்

 Those who decided to live as per the high values of their family tradition, will never indulge in inappropriate deeds with deceitful intentions

957. குடிப்பிறந்தார் கண்விளங்கும் குற்றம் விசும்பின்
 மதிக்கண் மறுப்போல் உயர்ந்து

 பெருமைமிக்க குடும்பத்தில் பிறந்தவரின் சிறிய குறைகூட, நிலவில் காணப்படும் களங்கம் போல வெளிப்படையாகத் தெரியக் கூடியதாகும்

 Even the slightest flaw of a noble born could prominently be seen as dark spots of the moon

958. நலத்தின்கண் நாரின்மை தோன்றின் அவனைக்
 குலத்தின்கண் ஐயப் படும்

 நலன்கள் பல நிறைந்திருந்தும் அன்பற்றவராக ஒருவர் இருந்தால் அவருடைய குடும்பத்தின் சிறப்பை சந்தேகிக்க வேண்டிய நிலை ஏற்படுவது இயல்பாகும்

 One's very noble birth will be doubted by this world, if there is a lack of love to others inspite of possessing wealth of all sorts

959. நிலத்தில் கிடந்தமை கால்காட்டும் காட்டும்
 குலத்தில் பிறந்தார்வாய்ச் சொல்

 நிலத்தின் இயல்பை அதில் விளைந்த பயிர் காட்டுவதைப் போல, பிறந்த குடும்பத்தின் சிறப்பை அவர் பேசும் சொல் காட்டி விடும்

 As crop indicates the nature of soil, speech indicates the nature of one's upbringing

960. நலம்வேண்டின் நாணுடைமை வேண்டும் குலம் வேண்டின்
 வேண்டுக யார்க்கும் பணிவு

 நலம் நாடுபவர் தீயவை செய்ய நாண வேண்டும்; பிறந்த குடும்பத்திற்கு பெருமைத் தேடித்தர விரும்புபவர் எல்லோரிடத்தும் பணிவுடன் நடந்து கொள்ள வேண்டும்

 Those who desire for goodness should fear of doing evil deeds; those who desire to bring honor for one's family should uphold humility

## அதிகாரம் : 97
## மானம்

**961. இன்றி அமையாச் சிறப்பின ஆயினும்**
**குன்ற வருப விடல்**

கட்டாயமாகச் செய்தே ஆக வேண்டிய செயல்களாய் இருப்பினும் அவற்றால் பெருமை குறையும் என்றால் ஒருவர் அச்செயல்களைத் தவிர்ப்பது நல்லது

even inevitable deeds should be avoided, if they are harmful to one's honor

**962. சீரினும் சீரல்ல செய்யாரே சீரொடு**
**பேராண்மை வேண்டு பவர்**

புகழோடு கூடிய பெருமையான வாழ்வை விரும்புபவர் தன்மானத்திற்குப் புறம்பான செயல்களைச் செய்ய ஒருபோதும் துணிய மாட்டார்கள்

Those who desire for glorious life will never dare to get involved in dishonorable deeds

**963. பெருக்கத்து வேண்டும் பணிதல் சிறிய**
**சுருக்கத்து வேண்டும் உயர்வு**

வாழ்வில் உயர்வு வரும்போது ஒருவருக்கு அடக்க உணர்வு வேண்டும்; தொய்வு நிலையின் போது சிறிதும் தாழாத தன்மான உணர்வு வேண்டும்

One should be humble during prosperity; should uphold honor during adversity

**964. தலையின் இழிந்த மயிரனையர் மாந்தர்**
**நிலையின் இழிந்தக் கடை**

ஒருவர் தனது உயர்ந்த நிலையிலிருந்து தரம் தாழ்ந்து நடக்கும் போது, தலையிலிருந்து உதிர்ந்த மயிருக்குச் சமமாக மதிக்கப்படுவர்

Those who misbehave from their eminence will be regarded as hair fallen from one's head

**965. குன்றின் அனையாரும் குன்றுவர் குன்றுவ**
**குன்றி அனைய செயின்**

உயர்ந்த குன்றைப்போல் புகழுடையவர்கள் கூட சிறிய குன்றிமனி அளவு இழிவான செயலில் ஈடுபட்டால், புகழ் குன்றிப் போக நேரிடும்

Even people of high fame will get debased themselves in case of committing even a smallest fault

## Chapter : 97
## Honor

966. **புகழ்இன்றால் புத்தேள்நாட்டு உய்யாதால் என்மற்று**
**இகழ்வார்பின் சென்று நிலை**

தன்னை இகழ்வாரின் பின் செல்வதால் ஒருவருக்கு இவ்வுலகத்தில் புகழும் கிடைக்கப் போவதில்லை, இருப்பதாக சிலரால் நம்பப்படும் பிற உலகத்தில் இடமும் கிடைக்கப் போவதில்லை

Following those who scorn will never yield one any fame in this world nor yield any space in other worlds believe to be exist

967. **ஒட்டார்பின் சென்றொருவன் வாழ்தலின் அந்நிலையே**
**கெட்டான் எனப்படுதல் நன்று**

தன்னை மதிக்காத ஒருவரின் தயவில் வளமாக வாழ்வதைவிட கெட்டழிவது ஒருவருக்கு மேலானதாகும்

It is always better for one to get ruined utterly than to get a prosperous life at the mercy of those who disrespect

968. **மருந்தோமற்று ஊன்ஓம்பும் வாழ்க்கை பெருந்தகைமை**
**பீடழிய வந்த இடத்து**

வாழ்வில் வளம்பெறுவதற்காக உயிரைவிட நிலையான மானத்தை ஒருவர் இழக்க முயல்வது இழிவான செயலாகும்

It is despicable that one intends to lose glory in life for the sake of getting prosperity

969. **மயிர்நீப்பின் வாழாக் கவரிமா அன்னார்**
**உயிர்நீப்பர் மானம் வரின்**

உடலின் உரோமம் நீக்கப்பட்டால் கவரிமான் உயிர் இழக்கும் என்பதைப் போல மானத்தைக் காக்கும் பொருட்டு உயிர் இழக்கவும் துணிவர் உயர்ந்த மக்கள்

Like a kind of deer that loses its life upon loss of hairs, noble people will give up their own lives in order to protect honor

970. **இளிவரின் வாழாத மானம் உடையார்**
**ஒளிதொழுது ஏத்தும் உலகு**

மானத்தை அழிக்கும் இகழ்ச்சியை ஏற்று உயிர்வாழாதவரின் புகழை இவ்வுலகத்தார் போற்றுவர்

The world will admire the glory of those who is ready to give up own life to uphold honor

## அதிகாரம் : 98
### பெருமை

**971.** ஒளிஒருவற்கு உள்ள வெறுக்கை இளிஒருவற்கு
அஃதிறந்து வாழ்தும் எனல்

ஊக்கமுடைமையே ஒருவரின் வாழ்க்கைக்கு ஒளிதருவதாகும்; ஊக்கமில்லாமல் வாழ முனைவது இழிவானதாகும்

Living with zeal brings one greatness; ignoring zeal is ignoble

**972.** பிறப்பொக்கும் எல்லா உயிர்க்கும் சிறப்பொவ்வா
செய்தொழில் வேற்றுமை யான்

பிறப்பினால் அனைவரும் சமமே; உயரிய செயல்பாடுகள் மட்டுமே ஒருவருக்கு சிறப்பான பெருமையைத் தருகின்றன

All are equal by birth; worth of someone depends upon quality of action only

**973.** மேலிருந்தும் மேலல்லார் மேலல்லர் கீழிருந்தும்
கீழல்லார் கீழல் லவர்

பெரிய பதவியில் இருந்தாலும் நற்பண்புகளைப் பேணாதவர் உயர்ந்தோரே அல்லர்; சிறிய பதவியில் இருந்தாலும் பண்பற்ற காரியங்களைச் செய்யாதவர் உயர்ந்தோரே ஆவர்

Those who disregard virtues though in a high position are not considered as superior; those who uphold virtues though in a small position are indeed considered as superior

**974.** ஒருமை மகளிரே போலப் பெருமையும்
தன்னைத்தான் கொண்டொழுகின் உண்டு

சிறந்த நெறிகளின்வழி தன்னைக் காத்துக் கொண்டு நடப்பவர், கற்பிற் சிறந்த ஒரு மனிதருக்கு இணையான புகழையும் பெருமை யையும் அடைவார்

Those who upkeep oneself as per the high values will get respected as equal as those who uphold chastity

**975.** பெருமை யுடையவர் ஆற்றுவார் ஆற்றின்
அருமை உடைய செயல்

செய்வதற்கு அரிய செயல்களை அவற்றுக்கு உரிய நெறியில் சிறப்பாகச் செய்து முடிக்க வல்லவரே பெருமைக்குரியவர் ஆவர்

Those who can able to perform rare deeds in a proper and perfect manner are considered as great people

## Chapter : 98
## Greatness

**976. சிறியார் உணர்ச்சியுள் இல்லை பெரியாரைப்
பேணிக்கொள் வேம்என்னும் நோக்கு**

*அறிவிற் சிறந்த பெரியோரை போற்றிப் பேணும் உயர்ந்த நோக்கம் அறிவின் சிறப்பை உணராத சிரியோர் உணர்ச்சியில் இருப்பதில்லை*

The petty minded will never realize the benefit of cherishing great minds

**977. இறப்பே புரிந்த தொழிற்றாம் சிறப்புந்தான்
சீரல் லவர்கண் படின்**

*சிறப்பான நிலை கூட சிறுமைக்குணம் உடையவரிடம் சேர்ந்தால் அது வரம்புமீறிய செயல்களாக வெளிப்படுவது இயற்கையாகும்*

If the mean minded attain great position, it is obvious that it will manifest itself as insolent deeds

**978. பணியுமாம் என்றும் பெருமை சிறுமை
அணியுமாம் தன்னை வியந்து**

*பண்புடைய பெரியவர் பணிவைப் போற்றுவர்; பண்பற்ற சிறியவரோ தம்மைத் தாமே புகழ்ந்து பெருமை அடைய விரும்புவர்*

Great minds cherish humility; whereas, petty minds take pride in vanity

**979. பெருமை பெருமிதம் இன்மை சிறுமை
பெருமிதம் ஊர்ந்து விடல்**

*ஆணவமின்றி வாழ்தலே பெருமை எனப்படும்; ஆணவம் அளவின்றி போவதே சிறுமை எனப்படும்*

Greatness is free from vanity; excessive vanity is considered as meanness

**980. அற்றம் மறைக்கும் பெருமை சிறுமைதான்
குற்றமே கூறி விடும்**

*பெருமை பிறருடைய குறைகளை மறைத்து நிறைகளை எடுத்துக் கூறும்; சிறுமையோ பிறர் நிறைகளை விடுத்து குறைகளை மட்டுமே பேசும்*

Greatest ignores the faults of others; whereas, meanness focuses only on flaws of others

## அதிகாரம் : 99
## சான்றாண்மை

**981. கடன்என்ப நல்லவை எல்லாம் கடன்அறிந்து**
**சான்றாண்மை மேற்கொள் பவர்க்கு**

*கடமைகளை இவையென உணர்ந்து அவற்றைப் பண்புடன் செய்ய முயல்பவருக்கு நற்குணங்கள் வாய்த்திருப்பது இயல்பாகும்*

Possession of good character is obvious for those who realize their duties and try to perform them in line with virtue

**982. குணநலம் சான்றோர் நலனே பிறநலம்**
**எந்நலத்து உள்ளதூஉம் அன்று**

*நற்குணங்களே சான்றோருக்கான அழகாகும்; வேறு எவ்வகையான புற அழகும் அழகல்ல*

Good character is the quality of the great; other qualities could never be equalent to that

**983. அன்புநாண் ஒப்புரவு கண்ணோட்டம் வாய்மையொடு**
**ஐந்துசால் ஊன்றிய தூண்**

*அன்பு செலுத்துதல், பழிக்கு நாணுதல், ஒழுக்கம் பேணுதல், இரக்கம் கொள்ளுதல், வாய்மை கடைப்பிடித்தல் ஆகிய ஐந்தும் சான்றண்மையைத் தாங்கும் தூண்களாகும்*

Love, repentance, discipline, compassion, and truthfulness are the five pillars of perfectness

**984. கொல்லா நலத்தது நோன்மை பிறர்தீமை**
**சொல்லா நலத்தது சால்பு**

*எவ்வுயிரையும் கொல்லாத அறத்தை அடிப்படையாக்க் கொண்டது நோன்பு; பிறர் செய்யும் தீமையை எடுத்துச் சொல்லாத நற்பண்பை அடிப்படையாகக் கொண்டது பேராண்மை*

Penance is a virtue based on non-killing and perfectness lies in the courage not to care about the evil done by others

**985. ஆற்றுவார் ஆற்றல் பணிதல் அதுசான்றோர்**
**மாற்றாரை மாற்றும் படை**

*சிறப்பாகக் கடமையாற்றுபவரின் ஆற்றல் பிறரிடம் பணிவுடன் நடத்தலே ஆகும்; பகைவரையும் நண்பராக மாற்றும் சான்றாண்மையும் அதுவே ஆகும்*

Humility is the strength of the mighty; it is the perfectness which turns foes into friends as well

# Chapter : 99
# Perfectness

986. சால்பிற்குக் கட்டளை யாதெனின் தோல்வி
துலையல்லார் கண்ணும் கொளல்

*தன்னைவிட வலிமை குன்றியவரிடமும் கூட தனது தோல்வியை ஒப்புக் கொள்ளுதலே ஒருவரின் சான்றாண்மைக்கான உரைகல் லாகும்*

The touch-stone of one's perfection is to admit failure even at the hands of someone who is less powerful

987. இன்னாசெய் தார்க்கும் இனியவே செய்யாக்கால்
என்ன பயத்ததோ சால்பு

*தனக்குத் துன்பம் இழைத்தவருக்கும் இனிய உதவிகளைச் செய்யா விட்டால் சான்றாண்மையினால் ஒரு பயனுமில்லை*

Perfectness is of no use if one does not do pleasing deeds even to those who have caused harm

988. இன்மை ஒருவற்கு இளிவன்று சால்பென்னும்
திண்மை உண் டாகப் பெறின்

*சான்றாண்மை எனும் செல்வத்தை உறுதியாகப் போற்றி பின்பற்றுபவருக்கு எவ்வகையிலும் வறுமையினால் இழிவு என்பது இல்லை*

There is no disgrace due to poverty for those who firmly uphold perfectness in character

989. ஊழி பெயரினும் தாம்பெயரார் சான்றாண்மைக்கு
ஆழி எனப்படு வார்

*சான்றாண்மையைப் போற்றிப் பின்பற்றி வாழ்பவர், இயற்கை தன்னியல்பில் பிழன்றாலும், தம்முடைய கொள்கையில் வேறுபடாமல் உறுதியாக இருப்பர்*

People of perfectness will never change in their principle even at the time of deluge

990. சான்றவர் சான்றாண்மை குன்றின் இருநிலந்தான்
தாங்காது மன்னோ பொறை

*சான்றோரின் சான்றாண்மைப் பண்பு குன்றி விட்டால் அதனை இவ்வுலகத் தினால் ஒருபோதும் தாங்கிக் கொள்ள முடியாது*

The world will never sustain if the great people fall from their perfectness

## அதிகாரம் : 100
## பண்புடைமை

**991. எண்பதத்தால் எய்தல் எளிதென்ப யார்மாட்டும்**
**பண்புடைமை என்னும் வழக்கு**

அணுகுவதற்கும் பழகுவதற்கும் எளியவராய் இருத்தல் பண்புடைமை என்னும் நல்வழியை அடையும் எளிய வழியாகும்

Being accessible to everyone is the easy way for one to gain the virtue called courtesy

**992. அன்புடைமை ஆன்ற குடிப்பிறத்தல் இவ்விரண்டும்**
**பண்புடைமை என்னும் வழக்கு**

அன்புடைமையும் அறம் சார்ந்த சூழலில் வளர்தலும் ஆகிய இரண்டும் பண்புடையராய் ஒருவர் வாழ்தலுக்கான நல்வழிகளாகும்

Being affectionate to all and growing up in a virtuous environment are the two ways of upholding courtesy in one's life

**993. உறுப்பொத்தல் மக்களொப்பு அன்றால் வெறுத்தக்க**
**பண்பொத்தல் ஒப்பதாம் ஒப்பு.**

தோற்றத்தை மட்டும் கொண்டு ஒருவரை மனிதரோடு ஒப்புமை செய்வதைவிட குணத்திலும் மனிதப் பண்பை ஒப்புமை செய்வதே உண்மையான ஒப்புமையாகும்

Not only the resemblance of physical features but possession of the quality of courtesy is the real semblance for one claimed to be a human being

**994. நயனொடு நன்றி புரிந்த பயனுடையார்**
**பண்புபா ராட்டும் உலகு**

நீதிநெறிகளின் வழியில் நன்மைகள் செய்து பிறருக்குப் பயன்பட வாழும் பண்பாளர்களை இவ்வுகத்தார் போற்றிக் கொண்டாடுவர்

The world will cherish the character of virtuous people who live for the benefit of others in the way of righteousness

**995. நகையுள்ளும் இன்னா திகழ்ச்சி பகையுள்ளும்**
**பண்புள பாடறிவார் மாட்டு**

விளையாட்டிற்காக இகழ்ந்து பேசுவது கூட பகைமையை விளைவிக்கக் கூடும் என்பதை நன்குணர்ந்த அறிஞர்கள், பகைவரிடமும்கூட ஏளனம் தவிர்த்து பண்புடன் நடந்து கொள்வர்

As mockery is prone to cause enmity, the courteous people will never dare to mock even their enemies

## Chapter : 100
## Courtesy

**996. பண்புடையார்ப் பட்டுண்டு உலகம் அதுஇன்றேல்
மண்புக்கு மாய்வது மன்**

பண்புடையவர்களால் மட்டுமே இவ்வுலகம் நிலைத்திருக்கிறது; இல்லையேல், மண்ணோடு மண்ணாக மறைந்து விடும்

The world is sustained only by the courteous people; otherwise, it will get perished itself as dust

**997. அரம்போலும் கூர்மைய ரேனும் மரம்போல்வர்
மக்கட்பண்பு இல்லா தவர்.**

அரத்தைப் போல கூர்மையான அறிவைப் பெற்றிருந்தாலும் பண்பில்லாத வர்கள் ஓரறிவுடைய மரத்திற்கு ஒப்பானவரே ஆவர்

Those who are without manners though possess knowledge as sharp as files, will be considered equivalent to mere plants

**998. நண்பாற்றார் ஆகி நயமில செய்வார்க்கும்
பண்பாற்றார் ஆதல் கடை**

தீயவை செய்யும் இயல்புடையோர் நட்புக்குத் தகுதியற்றவராய் இருப்பினும் அவருடனும்கூட ஒருவர் பண்புடன் நடத்தல் வேண்டும்; இல்லையேல் அது நற்பண்புக்கு இழுக்காகும்

It is disgraceful for one can't being courteous, even to those who are habitual evil doers and unworthy of friendship

**999. நகல்வல்லர் அல்லார்க்கு மாயிரு ஞாலம்
பகலும்பாற் பட்டன்று இருள்.**

பிறருடன் பண்புடன் பழகி மகிழும் இயல்பற்றவருக்கு இப்பரந்த உலகம் பகலிலும் இருளில் மூழ்கியதைப் போன்றதாகும்

For those who are unfriendly and unable to rejoice, the wide world will be dark even during daytime

**1000. பண்பிலான் பெற்ற பெருஞ்செல்வம் நன்பால்
கலந்தீமை யால்திரிந் தற்று**

பண்பற்றவர்கள் பெற்ற பெருஞ்செல்வம் பாத்திரத்தின் தன்மையால் கெட்டுப் போகும் பாலைப் போல உறுதியாகப் பயனற்றதாகி விடும்

The wealth amassed by the discourteous will surely get perished similar to the milk spoiled by unclean vessel

## அதிகாரம் : 101
## நன்றியில் செல்வம்

**1001. வைத்தான்வாய் சான்ற பெரும்பொருள் அஃதுண்ணான்**
**செத்தான் செயக்கிடந்தது இல்**

தனது வாழ்நாள் முழுதும் அளவற்ற செல்வத்தைச் சேர்த்து வைத்து அதனை அனுபவிக்காமல் இறந்துபோவதில் ஒருவருக்குப் பயனொன்றும் இல்லை

There is no use of hoarded wealth if it is kept unutilized during one's lifetime

**1002. பொருளானாம் எல்லாமென்று ஈயாது இவறும்**
**மருளானாம் மாணாப் பிறப்பு**

செல்வத்தால் அனைத்தும் சாத்தியம் என்று கருதி அதனை அளவுக்கு மீறி குவித்து வைத்து பிறருக்குச் கொடுக்காமல் வாழ்ந்து மறைவது இழிவானதாகும்

The ignorant act of a miser hoarding ample wealth in the presumption of gaining everything is an utter despicable way of living

**1003. ஈட்டம் இவறி இசைவேண்டா ஆடவர்**
**தோற்றம் நிலக்குப் பொறை**

புகழை விரும்பாமல் பொருள் சேர்ப்பதை மட்டுமே விரும்பி வாழ்பவர்களின் பிறப்பு இந்தப் பூமிக்குப் பெரும் சுமையாகும்

The birth of those who live only to accumulate wealth but not for the fame is a great burden to this earth

**1004. எச்சமென்று என்எண்ணுங் கொல்லோ ஒருவரால்**
**நச்சப் படாஅ தவன்**

இயன்ற உதவிகள் செய்து பிறரால் விரும்பப்படும் விதத்தில் வாழத் தவறியவருக்கு, இறந்த பிறகு எஞ்சி நிற்பது என்று எண்ணுவதற்கு எதுவும் இருக்காது

Those who failed to live in a way fruitful to others could not even think of leaving any legacy behind

**1005. கொடுப்பதூஉம் துய்ப்பதூஉம் இல்லார்க்கு அடுக்கிய**
**கோடியுண் டாயினும் இல்**

பிறருக்கும் கொடுக்காமல் தானும் அனுபவிக்காமல் மேன்மேலும் பொருள் சேர்க்க முயல்பவருக்கு, அளவில்லா செல்வம் கிடைத்தாலும் அதனால் சிறிதும் பயனில்லை

There is no use of accumulating immense wealth, if one neither share with the needy nor spend for the self

## Chapter : 101
## Futile wealth

1006. ஏதம் பெருஞ்செல்வம் தான்துவ்வான் தக்கார்க்கொன்று
ஈதல் இயல்பிலா தான்

தானும் அனுபவிக்காமல் பிறருக்கும் கொடுத்து உதவாமல் இருப்பவருடைய செல்வம் ஒரு நோயாகும்

The wealth of those who neither spend for themselves nor share with the needy, is a disease indeed

1007. அற்றார்க்கொன்று ஆற்றாதான் செல்வம் மிகநலம்
பெற்றாள் தமியள்மூத் தற்று

வறியவருக்குப் பொருள் கொடுத்து உதவாதவருடைய செல்வம் ஆரோக்கியமான மனிதர் ஒருவர் சந்ததியை உருவாக்காமல் தனியாகவே வாழ்ந்து முதுமை அடைவதற்கு ஒப்பானது ஆகும்

The ample wealth of someone who does not help the needy is similar to a healthy person completing life without producing offspring

1008. நச்சப் படாதவன் செல்வம் நடுவூருள்
நச்சு மரம்பழுத் தற்று

பிறரால் விரும்பப்படாதவரின் செல்வம் ஊரின் நடுவே பழுத்துக் குலுங்கும் நச்சு மரத்தைப் போன்றது

The wealth of people who are not liked by their kith and kin is similar to a poisonous tree which is bearing tree in the midst of the city

1009. அன்பொரீஇத் தற்செற்று அறநோக்காது ஈட்டிய
ஒண்பொருள் கொள்வார் பிறர்

ஒருவர் அன்பையும் அறத்தையும் தவிர்த்து தன்னையும் வருத்திச் சேர்க்கும் செல்வத்தைத் தானே அனுபவிக்க இயலாமல் பிறரிடம் பறிகொடுக்க வேண்டியிருக்கும்

The wealth accumulated by one by neglecting love, virtue and comfort will easily be taken away by others

1010. சீருடைச் செல்வர் சிறுதுனி மாரி
வறங்கூர்ந் தனையது உடைத்து

பிறருக்கு உதவுவதில் புகழ் பெற்ற செல்வர்களுக்கு ஏற்படும் சிறியளவு வறுமை கூட மழைமேகம் வற்றியதற்கு ஒப்பானதாகும்

Even the slightest poverty of the rich who are famous for helping others is similar to the drying up of a rain cloud

## அதிகாரம் : 102
### நாணுடைமை

**1011.** கருமத்தால் நாணுதல் நாணுந் திருநுதல்
நல்லவர் நாணுப் பிற

தகாத செயல் செய்ய ஒருவர் நாணுவதற்கும் இயற்கையாக மனிதருக்கு ஏற்படும் நாணத்திற்கும் மிகுந்த வேறுபாடு உண்டு

The sense of shame for committing evil deeds is quite different from the sense of modesty that occurs naturally

**1012.** ஊணுடை எச்சம் உயிர்க்கெல்லாம் வேரல்ல
நாணுடைமை மாந்தர் சிறப்பு

உணவு, உடை போன்றவை எல்லா மனிதர்க்கும் ஒன்றே ஆகையால், பழிப்புக்குரிய செயல்களைத் தவிர்க்கும் நாணுடைமையே மனிதருக்குச் சிறப்பாகும்

As food, clothing and other needs are same for people of all kind, modesty is the one which makes the good people distinct

**1013.** ஊனைக் குறித்த உயிரெல்லாம் நாண்என்னும்
நன்மை குறித்தது சால்பு

அனைத்து உயிர்களும் உடலை ஆதாரமாகக் கொண்டுள்ளதைப்போல சான்றாண்மை நாண உணர்வை மையமாகக் கொண்டுள்ளது

All lives dwell in the body; similarly, perfection dwells in modesty

**1014.** அணிஅன்றோ நாணுடைமை சான்றோர்க்கு அஃதின்றேல்
பிணிஅன்றோ பீடு நடை

சான்றோர்க்கு நாணுடைமை அணிகலம் போன்றது; அது இல்லாத அவர்களின் பெருமித நடை நோய்க்கு ஒப்பானதாகும்

Modesty is the ornament of noble; their pride without it is only a disease

**1015.** பிறர்பழியும் தம்பழியும் நாணுவார் நாணுக்கு
உறைபதி என்னும் உலகு

தமக்கு ஏற்படும் பழிக்கு மட்டுமன்றி பிறர்க்கு ஏற்படும் பழிக்காகவும் நாணுகின்றவர், நாணம் எனும் பண்பு வாழும் இடம் என்பர் சான்றோர்

Those who fear of not only own guilt but also others' guilt are considered as the abode of modesty

# Chapter : 102
## Sense of shame

1016. நாண்வேலி கொள்ளாது மன்னோ வியன்ஞாலம்
பேணலர் மேலா யவர்

சான்றோர், நாணமாகிய வேலியை தமக்குப் பாதுகாப்பாக கொள்ளாமல், பரந்த இவ்வுலகில் வாழ ஒருபோதும் விரும்ப மாட்டார்கள்

Great people will never dare to live in this vast world without having modesty as shield

1017. நாணால் உயிரைத் துறப்பர் உயிர்ப்பொருட்டால்
நாண்துறவார் நாணாள் பவர்

நாண உணர்வைப் போற்றி நடப்பவர், மானத்தைக் காக்க உயிரை விடவும் துணிவரே தவிர உயிரைக் காத்துக் கொள்ள மானத்தை ஒருபோதும் விட மாட்டார்

The modest would lose their life to uphold modesty but never ready to lose modesty for the sake of life

1018. பிறர்நாணத் தக்கது தான்நாணா னாயின்
அறம்நாணத் தக்கது உடைத்து

பிறர் நாணத்தக்க பழிக்கு ஒருவர் நாணாமல் இருப்பாரேயானால், அறம் நாணி அவரைக் கைவிடும் நிலை வரும்

Virtue abandons those who commit shameful deeds which others ashamed of doing

1019. குலஞ்சுடும் கொள்கை பிழைப்பின் நலஞ்சுடும்
நாணின்மை நின்றக் கடை

ஒருவர் கொள்கை தவறினால் அவருடைய குடும்பப் பெருமை கெடும்; அவர் நாணுடைமை தவறியவராக இருந்தால் அவரின் அனைத்து நலங்களும் கெடும்

Lack of principles will destroy one's family honor; lack of sense of shame will destroy one's goodness of all sorts

1020. நாண்அகத் தில்லார் இயக்கம் மரப்பாவை
நாணால் உயிர்மருட்டி அற்று

மனத்தில் நாணமில்லாதவர் இவ்வுலகில் வாழ்வது, மரத்தால் செய்த பொம்மை கயிறால் இயக்கப்படுவதற்கு ஒப்பானது

Actions of those who are without sense of shame is similar to the movement of puppets controlled by strings

## அதிகாரம் : 103
## குடிசெயல்வகை

**1021. கருமம் செயஒருவன் கைதூவேன் என்னும்**
**பெருமையின் பீடுடையது இல்**

கடமையைச் செய்வதற்குச் சோர்வடையாத தன்மையைவிட ஒருவருக்குப் பெருமை வாய்ந்தது வேறொன்றும் இல்லை

Nothing is greater than one's tireless efforts to fulfill one's own duties

**1022. ஆள்வினையும் ஆன்ற அறிவும் எனஇரண்டின்**
**நீள்வினையால் நீளும் குடி**

விடாமுயற்சியும் ஆழ்ந்த அறிவும் ஆகிய இரண்டும் ஒருவருடைய குடிப் பெருமையை உயர்த்தவல்லவை

Wisdom and tireless efforts are the two basic qualities which promote honor of one's family

**1023. குடிசெய்வல் என்னும் ஒருவற்குத் தெய்வம்**
**மடிதற்றுத் தான்முந் துறும்**

தன் குடியின் பெருமையை உயர்த்த முயலும் ஒருவருக்கு இயற்கையின் ஆற்றல் கூட இயைந்து துணை நிற்கும்

Even the nature will support voluntarily those who intends to exalt honor of own family

**1024. சூழாமல் தானே முடிவெய்தும் தம்குடியைத்**
**தாழாது உஞற்று பவர்க்கு**

தன் குடியின் பெருமையைக் காலம் தாழ்த்தாமல் விரைந்து உயர்த்த முயலும் ஒருவருக்கு அவர் எண்ணிய செயல்கள் தாமாகவே நிறைவேறும்

All the efforts will get succeeded spontaneously for those who intends to exalt honor of family

**1025. குற்றம் இலனாய்க் குடிசெய்து வாழ்வானைச்**
**சுற்றமாச் சுற்றும் உலகு**

குற்றமற்றவராகவும் சுற்றத்தின் மேன்மைக்கு உழைப்பவராகவும் இருப்பவரை உறவினராகக் கருதி சூழ்ந்து கொள்வர் இவ்வுலகத்தார்

People cherish the friendship of those who strives to exalt one's surroundings righteously

## Chapter : 103
## Promoting family welfare

**1026. நல்லாண்மை என்பது ஒருவற்குத் தான்பிறந்த**
**இல்லாண்மை ஆக்கிக் கொளல்**

*ஒருவருக்கு மிகச்சிறந்த பலம் என்பது தான் பிறந்த இடத்திற்குப் பெருமை சேர்ப்பதாகும்*

Bringing pride to one's place of birth is said to be the greatest of all strengths

**1027. அமரகத்து வன்கண்ணர் போலத் தமரகத்தும்**
**ஆற்றுவார் மேற்றே பொறை**

*போர்க்களத்தில் வீரர் ஒருவர் பலரிடையே அஞ்சாது பொறுப்பேற்பதைப் போல சுற்றத்திற்குப் பெருமை சேர்க்க விரும்புபவர் தாமாக விரும்பி சுமையைத் தாங்குவர்*

Those who wants to bring glory to one's surrounding will bear the burden willingly, similar to a valiant soldier who fearlessly takes responsibility in the battlefield

**1028. குடிசெய்வார்க் கில்லை பருவம் மடிசெய்து**
**மானங் கருதக் கெடும்**

*தன் சுற்றத்தின் பெருமையை உயர்த்த முயல்வோர் கால நேரம் கருதிக் காத்திருப்பதையும், சோம்பல் கொள்வதையும், தனிமனித பெருமை கருதுவதையும் தவிர்த்தல் வேண்டும்*

Those who intend to bring glory to their surroundings will never wait for a perfect timing, laziness and personal pride

**1029. இடும்பைக்கே கொள்கலம் கொல்லோ குடும்பத்தைக்**
**குற்ற மறைப்பான் உடம்பு**

*தனது சுற்றத்திற்குக் குற்றம் ஏற்படாமல் காக்க முயல்வோரின் உடல் துன்பத்தைத் தாங்கும் கொள்கலனுக்கு ஒப்பாகும்*

The body of those who intend to protect their surroundings from evil is capable of withstanding miseries of any sorts

**1030. இடுக்கண்கால் கொன்றிட வீழும் அடுத்தூன்றும்**
**நல்லாள் இலாத குடி**

*துன்பத்தின்போது தாங்கிக் காப்பாற்றும் ஆற்றலுடையவர் இல்லாத குடும்பம், அடியோடு வெட்டப்பட்டு வீழும் மரத்தைப் போன்று அழிவைச் சந்திக்க நேரிடும்*

A family lacking someone to prop it up at times of distress will get collapsed similar to tree falling at the stroke of an axe

## அதிகாரம் : 104
### உழவு

**1031.** சுழன்றும்ஏர்ப் பின்னது உலகம் அதனால்
உழந்தும் உழவே தலை

பல்வகைத் தொழில்களை உள்ளடக்கியதான இவ்வுலகம் தான் பிழைத் திருக்க உழவுத் தொழிலையே நம்பியுள்ளது; அதனால் எவ்வளவு தான் துன்பம் தருவதாயினும் உழவுத் தொழிலே சிறந்தது

Though laborious, farming is the best occupation, as this vast world with multitude of occupations solely depends on farming for its survival

**1032.** உழுவார் உலகத்தார்க்கு ஆணிஅஃது ஆற்றாது
எழுவாரை எல்லாம் பொறுத்து

உழவுத் தொழிலைச் செய்ய இயலாமல் பிற தொழில்கள் செய்வோர் அனைவரையும் சேர்த்துத் தாங்குவதால் உழவு செய்பவர் உலகத்தின் அச்சாணி போன்றவர்

Farmers are considered as the linchpin of this world as they support all the people including those who practice other occupations

**1033.** உழுதுண்டு வாழ்வாரே வாழ்வார்மற் றெல்லாம்
தொழுதுண்டு பின்செல் பவர்

உழவர்களே உயரிய வாழ்வை மேற்கொள்பவர் ஆவர்; மற்றவரெல் லாம் தமது உணவுக்கும் உயிருக்கும் உழவர்களை நம்பி வாழ்பவரேயாவர்

Farmers are considered to be leading a great life; others are destined to be dependent on farmers even for their sustenance

**1034.** பலகுடை நீழலும் தங்குடைக்கீழ்க் காண்பர்
அலகுடை நீழ லவர்

வலிமைமிக்க படைகளை உடைய பேரரசுகளின் வல்லமையைக்கூட மிஞ்சும் வலிமை உடையவர்கள் உழவர்கள்

Farmers are capable of bringing even the mightiest emperors under their influence

**1035.** இரவார் இரப்பார்க்கொன்று ஈவர் கரவாது
கைசெய்தூண் மாலை யவர்

கையால் உழுதுண்ணும் உழவர்கள் பிறரிடம் உணவுக்காக ஒருபோதும் இரந்து நிற்க மாட்டார், மாறாக தம்மிடம் இரந்து நிற்பவருக்கு மறுக்காமல் கொடுத்து உதவுவர்

Farmers never plead anyone for food, rather they help others who are in need

## Chapter : 104
## Farming

**1036. உழவினார் கைம்மடங்கின் இல்லை விழைவதூஉம்**
**விட்டேம்என் பார்க்கும் நிலை**

*உழவரின் உழைக்கும் கரங்கள் ஓய்ந்து விடின், அனைத்துப் பற்றுகளையும் துறந்ததாகக் கூறும் துறவிகளுக்கும் வாழ்வென்பது இல்லை*

There is no life for even the ascetics who claimed to be freed from desires of all sorts, if the laboring hands of farmers are at rest

**1037. தொடிப்புழுதி கஃசா உணக்கின் பிடித்தெருவும்**
**வேண்டாது சாலப் படும்**

*முறையாக உழுது காயவிடப்பட்ட விளைநிலம் சிறிதளவு எருவின் தேவையுமின்றி அமோகமான விளைச்சல் தரும்*

Proper ploughing and drying of paddy field will ensure abundant yield even without any manure

**1038. ஏரினும் நன்றால் எருவிடுதல் கட்டபின்**
**நீரினும் நன்றதன் காப்பு**

*நிலத்திற்கு ஏர் உழுதலை விட எரு இடுதல் நல்லது; களை நீக்கிய பயிருக்கு நீர் பாய்ச்சுவதை விட காவல் காப்பது நல்லது*

For land, manuring is important than ploughing; for weeded out crops, guarding is important than watering

**1039. செல்லான் கிழவன் இருப்பின் நிலம்புலந்து**
**இல்லாளின் ஊடி விடும்**

*நிலத்திற்கு உரியவர் அதனை முறையாகப் பராமரிக்காவிட்டால், அந்நிலம் அவருடைய வாழ்க்கைத் துணையைப் போல ஊடல் கொண்டு சரியான விளைச்சலின்றி போய் விடும்*

The land which is not properly maintained by the owner will sulk like a neglected life partner and produces no yield

**1040. இலமென்று அசைஇ இருப்பாரைக் காணின்**
**நிலமென்னும் நல்லாள் நகும்**

*வாழ்வதற்கு வழியில்லை என்று சோம்பி இருப்பவரைக் கண்டு பூமித்தாய் கேலி புரிவார்*

Earth will laugh at those who sit idle by claiming there is no scope for prosperity

## அதிகாரம் : 105
## நல்குரவு

**1041.** இன்மையின் இன்னாதது யாதெனின் இன்மையின்
இன்மையே இன்னா தது

வறுமையை விடத் துன்பமானது வறுமையே ஆகும்

Poverty is the most painful thing and no other suffering can be compared with poverty in terms of severity

**1042.** இன்மை எனவொரு பாவி மறுமையும்
இம்மையும் இன்றி வரும்

வறுமை எனப்படும் கொடிய கேடு ஒருவருக்கு நிகழ்காலத்தில் மட்டுமின்றி எதிர்காலத்திலும் தீமை ஏற்படுத்த வல்லது

Poverty is a cruel evil which will deprive one of well being not only in the present but also in the future

**1043.** தொல்வரவும் தோலும் கெடுக்கும் தொகையாக
நல்குரவு என்னும் நசை

வறுமை ஒருவருடைய பரம்பரைப் பெருமையையும், புகழையும் ஒரு சேரக் கெடுத்துவிடும்

Poverty is capable of utterly destroying the honor and glory of one's ancestry

**1044.** இற்பிறந்தார் கண்ணேயும் இன்மை இளிவந்த
சொற்பிறக்கும் சோர்வு தரும்

வறுமை, நல்ல குடியில் பிறந்தவரிடத்திலும் கூட இழிவான சொற்களை பேசும் சோர்வை ஏற்படுத்தி விடும்

Poverty is capable of pushing even the noble-born to a state of frustration of speaking mean words

**1045.** நல்குரவு என்னும் இடும்பையுள் பல்குரைத்
துன்பங்கள் சென்று படும்

வறுமை என்னும் பொருந்துன்பம் பலவேறு வகையான துன்பங்களை விளைவிக்கக் கூடியதாகும்

The misery of poverty is capable of bringing suffering of all sorts

## Chapter : 105
## Poverty

**1046. நற்பொருள் நன்குணர்ந்து சொல்லினும் நல்கூர்ந்தார்**
**சொற்பொருள் சோர்வு படும்**

ஒருவர் அரிய கருத்துகளை ஆய்ந்து கூறினாலும் அவர் வறியவராய் இருப்பின், அவை பிறரால் மதித்து ஏற்றுக்கொள்ளப் படாது

The words of a poor though deep in sense will be left ignored by others

**1047. அறஞ்சாரா நல்குரவு ஈன்றதா யானும்**
**பிறன்போல நோக்கப் படும்**

அறத்திலிருந்து பிழன்றதால் வறுமை அடையும் ஒருவர் ஈன்ற தாயாரால் கூட புறக்கணிக்கப் படுவார்

Those who attain poverty due to deeds devoid of virtue will get neglected even by own mother

**1048. இன்றும் வருவது கொல்லோ நெருநலும்**
**கொன்றது போலும் நிரப்பு**

நேற்றுவரை கொலை செய்வதுபோல வருத்திய வறுமை இன்றும் தொடரக் கூடுமோ என்று அஞ்சுவர் வறியவர்

Those who are at utter poverty fear whether there will be no escape from the cruel poverty in their life

**1049. நெருப்பினுள் துஞ்சலும் ஆகும் நிரப்பினுள்**
**யாதொன்றும் கண்பாடு அரிது**

நெருப்பினால் சூழப்பட்ட சூழ்நிலையிலும் கூட ஒருவரால் உறங்கிட முடியும்; ஆனால் வறுமையின் பிடியில் ஆட்பட்டவர் நிம்மதியாக உறங்குவது என்பது அரிதாகும்

Even it is possible for one to sleep in the midst of fire; but it is difficult for those who got drowned in poverty

**1050. துப்புர வில்லார் துவரத் துறவாமை**
**உப்பிற்கும் காடிக்கும் கூற்று**

தமது அறமற்ற செயல்களால் வறுமையுற்றோர் இவ்வுலக வாழ்வில் இன்னும் நீடித்திருப்பது அவர் கொள்ளும் உப்புக்கும் உணவுக்குமே கேடாகும்

The sustenance of those who attain poverty due to non virtuous deeds, is not worthy of the salt and food being consumed by them

## அதிகாரம் : 106
## இரவு

**1051.** இரக்க இரத்தக்கார்க் காணின் கரப்பின்
அவர்பழி தம்பழி அன்று

கொடுக்கும் மனம் படைத்தவரிடம் மட்டுமே ஒருவர் உதவி கேட்க வேண்டும்; அப்படியும் உதவி மறுக்கப்பட்டால் உதவி செய்ய மறுத்தவருக்கே பழி சேரும்; கேட்டவருக்கு அல்ல

One should seek help only from the worthy; if the help got refused, only those refused to render help will be blamed not the seeker

**1052.** இன்பம் ஒருவற்கு இரத்தல் இரந்தவை
துன்பம் உறாஅ வரின்

கேட்டவருக்கும் கொடுப்பவருக்கும் துன்பம் விளைவிக்காத நிலையில் இரப்பது கூட ஒருவருக்கு இன்பமான செயல்தான்

Even getting alms become a delightful act, if it is not bringing discomfort to both giver and receiver

**1053.** கரப்பிலா நெஞ்சின் கடனறிவார் முன்நின்று
இரப்புமோ ரேஎர் உடைத்து

ஒளிவு மறைவற்ற உள்ளமும், கருணையும் கொண்டவர் முன்னே இரந்து நிற்பது கூட ஒருவர்க்குப் பெருமையுடையதே யாகும்

It is graceful to even stand requesting for alms in front of those who are open-minded and generous

**1054.** இரத்தலும் ஈதலே போலும் கரத்தல்
கனவிலும் தேற்றாதார் மாட்டு

உதவி மறுப்பதைக் கனவில் கூட நினைக்காதவரிடத்தில் ஒருவர் இரந்து கேட்பது பிறர்க்கு ஈவதை ஒத்த சிறப்புடையது

Receiving alms is as good as giving alms, if it pertains to those who never deny help even in dreams

**1055.** கரப்பிலார் வையகத்து உண்மையால் கண்ணின்று
இரப்பவர் மேற்கொள் வது

உதவி மறுக்காதவர்கள் இவ்வுலகத்தில் இன்னும் வாழ்வதால்தான், பொருளற்ற ஒருவர் இரத்தலை மேற்கொள்ள முடிகிறது

As there are kind people who never deny charity still live around, it becomes viable for the needy to seek mercy

# Chapter : 106
# Begging

1056. கரப்பிடும்பை யில்லாரைக் காணின் நிரப்பிடும்பை
எல்லாம் ஒருங்கு கெடும்

மறுக்காமல் பிறருக்கு உதவி செய்யும் மனம் கொண்டவரைக் கண்டால் இல்லாமையாகிய துன்பம் விரைந்து அகன்று விடும்

The evil of poverty will disappear at once on seeing generous people who never deny helping others

1057. இகழ்ந்தெள்ளாது ஈவாரைக் காணின் மகிழ்ந்துள்ளம்
உள்ளுள் உவப்பது உடைத்து

இகழாமல் இன்முகத்தோடு உதவி செய்பவரைக் காணும்போது உதவி கேட்டவரின் உள்ளம் பெருமகிழ்ச்சியில் இன்புறும்

The heart of receiver will get rejoiced, if the help is extended without any disrespect

1058. இரப்பாரை இல்லாயின் ஈர்ங்கண்மா ஞாலம்
மரப்பாவை சென்றுவந் தற்று

இரப்பவர் இல்லாத இவ்வுலகத்தின் இயல்பு, உயிர்ப்பில்லாத மரப் பாவையின் இயந்திரமான இயக்கத்திற்கு ஒப்பாகும்

Nature of this vast world without those who seek help is similar to the mechanical motion of a puppet

1059. ஈவார்கண் என்னுண்டாம் தோற்றம் இரந்துகோள்
மேவார் இலாஅக் கடை

இரந்து பொருள் கேட்போர் இல்லாத நிலையில், ஒருவர் பொருள் ஈந்து புகழ் பெறுவதற்கு வாய்ப்பில்லை

In the absence of those who seek help, there is no glory for those who involve in charity

1060. இரப்பான் வெகுளாமை வேண்டும் நிரப்பிடும்பை
தானேயும் சாலும் கரி

இரந்தும் பொருள் கிடைக்காத நிலையில் ஒருவர் சினம் தவிர்த்தல் நலம்; தேவையின்போது பொருள் கிடைக்காது என்பதற்கு அவரது வறுமையே சான்றாகும்

One should avoid getting angry when refused help; one's own poverty itself is a testament for not getting timely help

## அதிகாரம் : 107
## இரவச்சம்

**1061.** கரவாது உவந்தீயும் கண்ணன்னார் கண்ணும்
இரவாமை கோடி உறும்

திறந்த மனதுடனும் இன்முகத்துடனும் உதவும் இயல்புடைய இரக்க முடையவரிடத்திலும்கூட இரக்காமல் இருப்பது ஒருவருக்குக் கோடி மடங்கு உயர்வைத் தரும்

Avoid seeking alms even from most generous persons who extend help without refusing is worth million times

**1062.** இரந்தும் உயிர்வாழ்தல் வேண்டின் பரந்து
கெடுக உலகியற்றி யான்

பிறரிடம் இரந்துதான் ஒருவர் இவ்வுலகில் உயிர்வாழ வேண்டும் என்றால், படைத்தவராகக் கூறப்படுபவரும் அவ்வாறே அலைந்து திரிந்து கெடுவாராக

If the world has been created in a way people have to rely upon alms for their own survival, then the so-called creator should also perish in the similar way

**1063.** இன்மை இடும்பை இரந்துதீர் வாமென்னும்
வன்மையின் வன்பாட்ட தில்

வறுமைத் துன்பத்தை பிறரிடம் இரப்பதன் மூலம் தீர்த்து விடலாம் என்று கருதுவதை விட கொடுமையானது வேறொன்றும் இல்லை

There is nothing worse than trying to get rid of the suffering of poverty by means of alms

**1064.** இடமெல்லாம் கொள்ளாத் தகைத்தே இடமில்லாக்
காலும் இரவொல்லாச் சால்பு

வாழ்வின் இக்கட்டான சூழ்நிலையிலும் இரந்து வாழ முற்படாத உறுதியான பண்பு, இப்பரந்த உலகின் இடமெல்லாமும்கூட கொள்ளாத அளவிற்குப் பெருமையுடையதாகும்

Even the vast world is too small before the steadfastness of those who never intended to seek alms even at times of utter poverty

**1065.** தெண்ணீர் அடுபுற்கை ஆயினும் தாள்தந்தது
உண்ணலின் ஊங்கினிய தில்

கூழ் போன்ற மிக எளிமையான உணவையே ஒருவர் உண்ண நேர்ந்தாலும், அது அவரது சொந்த உழைப்பினால் கிடைத்ததாக இருந்தால் அதனைவிட சிறந்தது வேறொன்றுமில்லை

Nothing is better than the food earned by one's own effort, even if it is as simple food as porridge

## Chapter : 107
## Fear of begging

**1066. ஆவிற்கு நீரென்று இரப்பினும் நாவிற்கு**
**இரவின் இளிவந்த தில்**

பசுவிற்காக நீரை இரந்து கேட்டாலும்கூட, இரப்பதைவிட நாவுக்கு இழிவானது வேறொன்றுமில்லை

Even if someone beg water for a thirsty cow, nothing is more disgraceful for one's tongue than begging

**1067. இரப்பன் இரப்பாரை எல்லாம் இரப்பின்**
**கரப்பார் இரவன்மின் என்று.**

கைப்பொருளை மறைத்து உதவி மறுப்பவரிடம் சென்று இரந்து நிற்க வேண்டாம் என்று இரப்பவர்களிடம் இரந்து கேட்டுக் கொள்கிறார் நூலாசிரியர்

The author pleads that, even if one has to beg should avoid misers who refuse to help others

**1068. இரவென்னும் ஏமாப்பில் தோணி கரவென்னும்**
**பார்தாக்கப் பக்கு விடும்**

இரத்தல் என்னும் வலுவற்ற தோணி கைப்பொருள் ஒளிக்கும் கடும்நெஞ்சம் போன்ற கல்லில் மோதினால் உடைந்து நொறுங்கிவிடும்

The unsafe boat of begging will break into pieces when it strikes a hard rock of denial

**1069. இரவுள்ள உள்ளம் உருகும் கரவுள்ள**
**உள்ளதூஉம் இன்றிக் கெடும்**

இரத்தல் என்னும் கொடுமையைக் கண்டால் உள்ளம் உருகுகிறது; கைப்பொருள் மறைத்து உதவி மறுத்தல் என்னும் அதனைவிடக் கொடிய செயலைக் கண்டால் உள்ளம் அழிந்தே போகிறது

Heart will get melted on seeing the evil of beggary; whereas, heart will get broken completly on seeing the greater evil of denial

**1070. கரப்பவர்க்கு யாங்கொளிக்கும் கொல்லோ இரப்பவர்**
**சொல்லாடப் போஒம் உயிர்**

இல்லை என்ற சொல்லில் இரப்பவரின் உயிர் சட்டென மறைந்து விடுகிறது; மறுத்தவரின் உயிர் மட்டும் எங்கு ஒளிந்து கொள்கிறது

The life of beggar hearing the word 'no' vanishes on a sudden; however, it is mystery that where does the life of miser who uttered the word is hidden

## அதிகாரம் : 108
### கயமை

**1071.** மக்களே போல்வர் கயவர் அவரன்ன
ஒப்பாரி யாங்கண்ட தில்

இத்தகைய ஒப்புமையை வேறெங்கும் கண்டதில்லை என்று கூறுமளவுக்கு, பண்பில்லாத கயவர்கள் வெளித்தோற்றத்தில் பண்புடைய பெருமக்கள் போலவே அச்சு அசலாக இருப்பர்

The base people resemble the noble people in external features to the extent that, there is no such resemblance anywhere else

**1072.** நன்றறி வாரிற் கயவர் திருவுடையர்
நெஞ்சத்து அவலம் இலர்

மானுட நன்மைக்காக பகுத்தறிந்து வாழும் நல்லவர்களைவிட எதைப் பற்றியும் கவலையின்றி சுயநலத்துடன் வாழும் கயவர்கள் பாக்கியசாலிகளே

Mean people who lead selfish life without any concern for the others are certainly blessed than those who live rationally for the good of mankind

**1073.** தேவர் அனையர் கயவர் அவருந்தாம்
மேவன செய்தொழுக லான்

கட்டுப்படுத்துபவர் யாருமின்றி தமது மனம் விரும்பியவற்றைச் செய்யக்கூடிய ஆற்றல் உடையவர் ஆதலால் கயவர்கள் பழங்கதைகளில் கூறப்படும் தேவர்களுக்கு சமமானவர் ஆவர்

The mean people are equivalent to gods referred in ancient stories, as they are unstoppable and are capable of acting as per their own will and desire

**1074.** அகப்பட்டி ஆவாரைக் காணின் அவரின்
மிகப்பட்டுச் செம்மாக்கும் கீழ்

கயவர்கள், தங்களைவிடத் தரம் தாழ்ந்து நடப்பவரைக் கண்டால் தம்மைத் தாமே சிறந்தவராகக் கருதி கர்வம் கொள்வார்கள்

On seeing people more meaner than them, mean-minded people feel proud of themselves

**1075.** அச்சமே கீழ்களது ஆசாரம் எச்சம்
அவாவுண்டேல் உண்டாம் சிறிது

கயவர்கள், பயத்தின் காரணமாகவும் தாம் வேண்டியது கிடைக்க வேண்டும் என்பதற்காகவும் மட்டுமே சிறிதேனும் ஒழுக்கமுடன் இருக்க முயல்வர்

Fear and desire are the only motives which keep the mean-minded to be disciplined at least to some extent

## Chapter : 108
## Meanness

**1076. அறைபறை அன்னர் கயவர்தாம் கேட்ட**
**மறைபிறர்க்கு உய்த்துரைக்க லான்**

மறைக்கப்பட வேண்டிய செய்திகளை தாம்கேட்டறிந்த உடனே பிறரிடம் வலிய தேடிச் சென்று சொல்லுவதால், கயவர்கள் தமுக்கு என்னும் தகவல் தெரிவிக்க உதவும் கருவிக்கு ஒப்பானவர்

The mean-minded are similar to a beaten drum as they make others' secrets public without considering the consequences

**1077. ஈர்ங்கை விதிரார் கயவர் கொடிறுடைக்கும்**
**கூன்கையர் அல்லா தவர்க்கு**

உடலுறுதி உடையவரிடமிருந்து தம்மைக் காத்துக் கொள்ள மட்டுமேயன்றி கயவர் தாம் உண்ட எச்சில் கையைக் கூட உதற மாட்டார்

The mean-minded will never help others except in order to protect themselves from physical offenders

**1078. சொல்லப் பயன்படுவர் சான்றோர் கரும்புபோல்**
**கொல்லப் பயன்படும் கீழ்**

வறியவரின் தேவையைக் கேட்ட அளவிலேயே உதவி செய்வர் சான்றோர்; ஆனால், கயவர்களிடம் கரும்பைப் பிழிவதைப் போல அழுத்தம் கொடுத்துதான் உதவியைப் பெற முடியும்

Great people extend help immediately on hearing the needs; but the mean-minded people will yield only after pressure similar to crushing of sugarcane

**1079. உடுப்பதூஉம் உண்பதூஉம் காணின் பிறர்மேல்**
**வடுக்காண வற்றாகும் கீழ்**

கயவர்கள், உடுப்பதையும் உண்பதையும் வைத்துக்கூட பிறர் மீது குற்றம் காண்பதில் வல்லவர்கள்

Mean-minded are adept at finding fault wantonly, even in what others wear and eat

**1080. எற்றிற் குரியர் கயவரொன்று உற்றக்கால்**
**விற்றற்கு உரியர் விரைந்து**

துன்பத்திலிருந்து காத்துக் கொள்ள சிறிதும் தயங்காமல் தம்மையே பிறரிடம் விற்றுவிடும் இயல்புதான் கயவரின் தகுதியாகும்

The mean-minded people are fit for nothing other than selling themselves without any hesitation at times of misfortune

## அதிகாரம் : 109
## தகையணங்குறுத்தல்

**1081. அணங்குகொல் ஆய்மயில் கொல்லோ கனங்குழை**
**மாதர்கொல் மாலும் என் நெஞ்சு**

வருத்தும் அழகுடைய தேவதையோ? எழில் மயிலோ? ஒருவேளை மனிதப் பெண்தானோ? இவள் யாரென்று தெளியாமல் என் மனம் தவிக்கிறது

Is she an angel? pretty peacock? a human being? I am perplexed

**1082. நோக்கினாள் நோக்கெதிர் நோக்குதல் தாக்கணங்கு**
**தானைக்கொண் டன்ன துடைத்து**

என் பார்வைக்கான அவளின் எதிர் பார்வை, தானே தாக்கி அழிக்கும் தேவதை படையையும் சேர்த்துக் கொண்டு தாக்க வருவதற்கு ஒப்பானது

Her counter-glance appears to me like the attack of a destructive angel joined by a band of army

**1083. பண்டறியேன் கூற்றென் பதனை இனியறிந்தேன்**
**பெண்டகையால் பேரமர்க் கட்டு**

இதுநாள்வரை கண்டறியாத கூற்றுவன் என்னும் உயிர் பறிக்கும் தேவதையை, பெரிய கண்களைக் கொண்டு போர் புரியும் இந்த பெண்ணுருவில் தெரிந்து கொண்டேன்

The warring eyes of this beautiful girl help recognize the destructive angel which I never seen in my life

**1084. கண்டார் உயிருண்ணும் தோற்றத்தால் பெண்டகைப்**
**பேதைக்கு அமர்த்தன கண்**

மெண்மை மிகுந்த அவளின் பெண்மைக்கு காண்பவரின் உயிரைப் பறிக்கும் கண்கள் விசித்திரமான மாறுபாடாகும்

The devouring eyes are indeed a strange contrast to her graceful femininity

**1085. கூற்றமோ கண்ணோ பிணையோ மடவரல்**
**நோக்கமிம் மூன்றும் உடைத்து**

உயிர் பறிக்கும் தேவதையின் அச்சுறுத்தும் கண்களா? காதல் மொழி பேசும் காந்த விழிகளா? மருட்சி கொண்ட பெண்மானின் பயந்த கண்களா? என்னவளின் பார்வை இம்மூன்றையும் ஒன்றாகக் கொண்டிருக்கிறதே!

Threatening eyes of a destructive angel? magnetic eyes expressing blissful gesture? frightened eyes of a deer? I’m perplexed by the mix of these three in the vision of my lover

# Chapter : 109
# Pre-marital love

**1086.** கொடும்புருவம் கோடா மறைப்பின் நடுங்கஞர்
செய்யல மன்இவள் கண்

என்னவளின் வில்லை ஒத்த கொடிய புருவங்கள் வளைந்து கொடுக்க மறுத்திருந்தால், என்னை நடுங்க வைக்கும்படியான துன்பத்தை அவளின் பார்வை அம்புகளால் தந்திருக்க முடியாது

Had the bow-like cruel eye brows of my lover refused to bend, I would have escaped from the trembling pain of her arrow-like glance

**1087.** கடாஅக் களிற்றின்மேற் கட்படாம் மாதர்
படாஅ முலைமேல் துகில்

இளம் தலைவியின் மேலாடை, தலைவனுக்கு மதங்கொண்ட ஆண் யானையின் மேல் போர்த்தப்பட்ட முகப்படாம் போன்று தோற்றமளிக்கிறது

For the lover, the dress that covers the chest of his young lady appears like the piece of cloth used to cover the forehead of a mad elephant

**1088.** ஒண்ணுதற் கோஒ உடைந்ததே ஞாட்பினுள்
நண்ணாரும் உட்குமென் பீடு

பகைவருக்கு போர்க்களம் சேரும் முன்பே பயத்தைத் தரக்கூடிய எனது வலிமை, என்னவளின் ஒளி பொருந்திய நெற்றியைக் கண்ட அளவிலேயே ஒடுங்கிவிட்டதே

My strength which frightens the enemies even before they reach the battlefield got shattered on just seeing the bright forehead of my lover

**1089.** பிணையேர் மடநோக்கும் நாணும் உடையாட்கு
அணியெவனோ ஏதில தந்து

புறத்தில் பெண்மானை ஒத்த இளமை துள்ளும் பார்வையையும், அகத்தில் நாணத்தையும் இயற்கை அணிகலன்களாகக் கொண்டிருக்கும் இந்த அழகிய மங்கைக்கு, செயற்கையான அணிகலன்களால் பயனேதுமில்லை

No artificial ornaments can make a difference as this beautiful girl is in natural possession of meek looks and modesty

**1090.** உண்டார்கண் அல்லது அடுநறாக் காமம்போல்
கண்டார் மகிழ்செய்தல் இன்று

கள், தன்னை உண்டவருக்கு மட்டுமே மயக்கத்தைத் தருவது; ஆனால் காதலோ, உரியவரைக் கண்ட பொழுதே மயக்கத்தை ஏற்படுத்த வல்லது

Liquor is delightful only on taste; but love is capable of giving delight even on mere sight

## அதிகாரம் : 110
## குறிப்பறிதல்

**1091. இருநோக்கு இவளுண்கண் உள்ளது ஒருநோக்கு**
**நோய்நோக்கொன் றந்நோய் மருந்து**

*என்னவளின் மைதீட்டிய கண்களில் இரண்டு வகையான பார்வைகளைக் காண்கிறேன்; ஒன்று நோயைத் தருவது, மற்றொன்று அந்நோய்க்கு மருந்தாவது*

I see two kinds of glances in my lover's eyes; while one gives the disease other one cures it as medicine

**1092. கண்களவு கொள்ளும் சிறுநோக்கம் காமத்தில்**
**செம்பாகம் அன்று பெரிது**

*சடுதியில் தோன்றி மறையும் காதலியின் கள்ளப்பார்வை, காமத்தில் பாதியளவு அன்று, அதைவிடப் மிகப் பெரிதாகும்*

Her momentary stealthy glance is indeed worth more than half of the sexual pleasure

**1093. நோக்கினாள் நோக்கி இறைஞ்சினாள் அஃதவள்**
**யாப்பினுள் அட்டிய நீர்.**

*என்னைக் கடைக்கண்ணால் பார்த்தவள், எனது பார்வையைக் கண்டு நாணத்துடன் தரை நோக்கினாள்; இப்படித்தான் எங்கள் காதல் பயிரை உயிர் நீரால் வளர்த்தோம்*

When I looked at her, she deflected her stealthy glance with a smile; it was similar to watering our love-crop

**1094. யான்நோக்கும் காலை நிலன்நோக்கும் நோக்காக்கால்**
**தான்நோக்கி மெல்ல நகும்**

*நான் பார்க்கும் போது அவள் நாணத்துடன் நிலத்தைப் பார்ப்பாள்; நான் பார்க்காத போதோ என்னைப் பார்த்து தனக்குள் மகிழ்ந்து புன்னகைப்பாள்*

When I look she looks at the land; when I do not look, she looks at me and smiles gently within herself

**1095. குறிக்கொண்டு நோக்காமை அல்லால் ஒருகண்**
**சிறக்கணித்தாள் போல நகும்**

*அவள் என்னை நேர்கொண்டு பார்க்கவில்லையே தவிர, ஒரு கண்ணைச் சுருக்கியதைப் போல் என்னைப் பார்த்து தனக்குள் சிரித்து மகிழ்வாள்*

Though it seems as if she avoids direct gaze, she makes side-glance with an eye half-closed and smiles gently within herself

## Chapter : 110
## Divining the heart

**1096. உறாஅ தவர்போல் சொலினும் செறாஅர்சொல்**
**ஒல்லை உணரப் படும்**

*புறத்தே அயலார் போல அன்பின்றிப் பேசினாலும், அவள் அகத்தில் மறைந்திருக்கும் அன்பு விரைவில் உணரப்படும்*

Though she seems to speak harshly like a stranger, the love she is hiding will be felt soon

**1097. செறாஅச் சிறுசொல்லும் செற்றார்போல் நோக்கும்**
**உறாஅர்போன்று உற்றார் குறிப்பு**

*பகையுணர்வு இல்லாத கடுஞ்சொல்லும், பகைவரைக் காண்பதைப் போன்ற கடும்பார்வையும் புறத்தே அயலார் போல தோன்றி அகத்தே அன்பு கொண்டவரை அடையாளம் காண உதவும் குறிப்புகளாகும்*

Seemingly bitter words and hate glance are the clues to recognize those who pretends to be a stranger while hiding their love

**1098. அசைஇயற்கு உண்டாண்டோர் ஏஎர்யான் நோக்கப்**
**பசையினள் பைய நகும்**

*கடுமொழிக் கேட்டு திகைத்த எனைக்கண்டு நெகிழ்ந்து மெலிதாக நகைத்த மெல்லிடையாளின் உடல்மொழியில் ஒரு காதல் குறிப்பைக் கண்டேன்*

I recognized the hint of love in her body language, when she looked at my stunning face with a mild smile

**1099. ஏதிலார் போலப் பொதுநோக்கு நோக்குதல்**
**காதலார் கண்ணே உள**

*புறத்தே அயலாரைப் போல பொதுவாகப் பார்த்துப் பேசிக் கொள்வது அகத்தே அன்பு நிறைந்த காதலர்களின் இயல்பாகும்*

It is the unique trait of lovers to look at each other with ordinary gazes in front of others as if they are perfect strangers

**1100. கண்ணொடு கண்இணை நோக்கொக்கின் வாய்ச்சொற்கள்**
**என்ன பயனும் இல**

*காதலரின் கண்கள் கலந்து ஒன்றுபடும் போது வாய்ச்சொற்கள் பயனற்றுப் போகின்றன*

Words become useless, once the eyes of lovers sink in coherence

## அதிகாரம் : 111
### புணர்ச்சி மகிழ்தல்

**1101.** கண்டுகேட்டு உண்டுயிர்த்து உற்றறியும் ஐம்புலனும்
ஒண்தொடி கண்ணே உள

காதல் கண்டு கேட்டு உண்டு முகர்ந்து உற்று அறியும் ஐம்புல இன்பங்களையும் ஒருங்கே தரவல்லது

Love is capable of giving the joy of all the five senses of sight, hearing, taste, smell and touch simultaneously

**1102.** பிணிக்கு மருந்து பிறமன் அணியிழை
தன்நோய்க்குத் தானே மருந்து

எல்லா வகையான நோய்களுக்கும் மருந்தே தீர்வாகும்; ஆனால் காதலில் மட்டுமே, நோயே நோய்க்குத் தீர்வாக அமைகிறது

In general, medicine is the cure for all sorts of diseases; however, only in love the disease itself stands as cure

**1103.** தாம்வீழ்வார் மென்றோள் துயிலின் இனிதுகொல்
தாமரைக் கண்ணான் உலகு

காதலியின் மென்மையான தோளில் சாய்ந்து உறங்கும் இனிமையை எத்தகைய கற்பனை உலகத்தாலும் தர முடியாது

Not even the so called heaven could match the joy of resting in the soft shoulders of the beloved

**1104.** நீங்கின் தெறூஉம் குறுகுங்கால் தண்ணென்னும்
தீயாண்டுப் பெற்றாள் இவள்?

என்னவளே! விலகிச் சென்றால் சுடுவதும் நெருங்கி வந்தால் குளிரக் கூடியதுமான புதுமையான நெருப்பை நீ எங்கிருந்து பெற்றாய்?

My beloved! It burns when I move away, it is cool when I approach you; from where you got this strange fire?

**1105.** வேட்ட பொழுதின் அவையவை போலுமே
தோட்டார் கதுப்பினாள் தோள்

மலர்சூடிய கூந்தலை உடைய இவளது தோள்கள் விரும்பியபொழுது விரும்பியவாறு இன்பம் தரவல்லவை

The shoulder of flower-tressed maiden is capable of rendering varied joys at once as his soul desires

# Chapter : 111
# Joy of making love

1106. உறுதோறு உயிர்தளிர்ப்பத் தீண்டலால் பேதைக்கு
அமிழ்தின் இயன்றன தோள்

உரியவளே! உனைத் தழுவும் போதெல்லாம் என்னுயிர் புத்துணர்வு பெறுகிறதே; உனது தோள்கள் அமிழ்தத்தினால் ஆனவை என்பதால்தானோ

Beloved! My soul gets rejuvenated every time I hug you; Is this because of your shoulders made of ambrosia?

1107. தம்மில் இருந்து தமதுபாத்து உண்டற்றால்
அம்மா அரிவை முயக்கு

ஒருவர் தனது வாழ்க்கைத் துணையைத் தழுவுதலில் கிடைக்கும் இன்பம், தன்னுடைய சொந்த வீட்டில் தனது உழைப்பில் உண்டான உணவைக் களிப்புடன் உண்ணும் இன்பத்திற்கு இணையானது

The joy of embracing one's own life partner is similar to the joy of eating one's own hard-earned food at own home

1108. வீழும் இருவர்க்கு இனிதே வளியிடை
போழப் படாஅ முயக்கு

காற்று கூட நுழைய முடியாதபடி ஒருவரை ஒருவர் இறுக அணைத்து மகிழ்வதே மனமொத்த காதலர்க்கு மிகவும் இனிமை அளிப்பதாகும்

When the joyful lovers make tight embrace even the air will hesitate to pass between them

1109. ஊடல் உணர்தல் புணர்தல் இவைகாமம்
கூடியார் பெற்ற பயன்

ஊடல் கொள்வதும், ஊடலின் எல்லை உணர்தலும், அதன்பின் கூடி இன்பம் பெறுதலும் காதல் வாழ்வினர் பெறும் பயன்களாகும்

Sulking, relenting and love-making are the gains enjoyed by the lovers

1110. அறிதோறு அறியாமை கண்டற்றால் காமம்
செறிதோறும் சேயிழை மாட்டு

அழகிய அணிகலன்களை அணிந்த இவளிடம் ஒவ்வொருமுறை கூடும்போதும் ஏற்படும் காதல் உணர்வு, ஒருவர் மேன்மேலும் அறிவைப் பெருக்கும் போது வெளிப்படும் அறியாமையைப் போன்றது

Similar to new learnings which reveal ignorance, more love-making brings new pleasure every time

## அதிகாரம் : 112
## நலம் புனைந்துரைத்தல்

**1111. நன்னீரை வாழி அனிச்சமே நின்னினும்**
**மென்னீரள் யாம்வீழ் பவள்**

*மென்மைத் தன்மைக்குப் பெயர் பெற்ற அனிச்சம் பூவே! நீ நீடூடி வாழ்க!! நான் உணர்ந்த வரை என்னவள் உன்னிலும் மென்மை உடையவள் ஆவாள்*

Anicham flower is known for its gentleness; but, my beloved is more gentle than it indeed

**1112. மலர்காணின் மையாத்தி நெஞ்சே இவள்கண்**
**பலர்காணும் பூவொக்கும் என்று**

*மலர்களைக் கண்டு மயங்காதே எனது நெஞ்சமே! நான் மட்டுமே காணும் என்னவளின் காதல் கண்கள், பலரும் காணும் மலர்களுக்கு ஒருபோதும் ஒப்புமை ஆகாது*

Oh my heart ! Never get deluded by the beauty of flowers; they could never be compared with the lovely eyes of my beloved

**1113. முறிமேனி முத்தம் முறுவல் வெறிநாற்றம்**
**வேலுண்கண் வேய்த்தோ எவட்கு**

*என்னவள், இளந்தளிர் மேனியையும், முத்துப்பற்களையும், இயற்கை நறுமணத்தையும், வேல் போன்ற கண்களையும், மூங்கில் ஒத்த தோளையும் உடைய சிறப்புடையவள் ஆவாள்*

The lover describes his beloved as, gifted with tender body, pearl teeth, natural fragrance, piercing eyes and bamboo like shoulders

**1114. காணின் குவளை கவிழ்ந்து நிலன்நோக்கும்**
**மாணிழை கண்ணொவ்வேம் என்று**

*ஒருவேளை குவளை மலர்கள் பார்க்கும் திறனைப் பெற்றிருந்தால், இவளது கண்களுக்குத் தாம் ஒருபோதும் ஒப்பாக மாட்டோம் என்று கருதி வெட்கத்தில் தலை கவிழ்ந்து நிலத்தை நோக்கும்*

If the lilies can able to see my beloved, they will bow down heads in shame, as they could never able to match the beauty of her eyes

**1115. அனிச்சப்பூக் கால்களையாள் பெய்தாள் நுகப்பிற்கு**
**நல்ல படாஅ பறை**

*மலரில் மென்மையான அனிச்சம்பூவின் காம்பை நீக்காமல் தலையில் சூடிக்கொண்டதால் மென்மையினும் மென்மையான என்னவள் தனது இடை ஒடிந்து வீழ்ந்துவிட்டாள்*

Upon wearing the soft anicham flower without removing the stalks, my beloved got her thin waist broken

# Chapter : 112
# Praising the beauty

1116. மதியும் மடந்தை முகனும் அறியா
பதியின் கலங்கிய மீன்

விண்மீன்கள், என்னவளின் முகத்தையும் நிலவையும் வேறுபடுத்திப் பார்க்க இயலாமல் கலங்கித் திரிகின்றனவோ!

It seems the stars got perplexed as unable to distinguish the moon and my beloved's face

1117. அறுவாய் நிறைந்த அவிர்மதிக்குப் போல
மறுவுண்டோ மாதர் முகத்து

என்னவளின் முகத்தையும் நிலவையும் வேறுபடுத்திப் பார்க்க ஓர் உபாயம் உண்டு; தேய்ந்தும் வளர்ந்தும் ஒளிதரும் நிலவில் இருப்பதைப் போன்ற களங்கம் மங்கா ஒளிபொருந்திய என்னவளின் முகத்தில் ஒருபோதும் இருப்பதில்லை

Unlike the waxing and waning moon, there are no dark spots on the ever-bright face of my beloved; this helps in distinguishing her face from the moon

1118. மாதர் முகம்போல் ஒளிவிட வல்லையேல்
காதலை வாழி மதி

முழுநிலவே! என் அன்புக்கு உரியவளாக நீ ஆக வேண்டுமெனில், நீயும் என்னவளைப் போல மங்காமல் ஒளிவீசுவாயாக

O Moon! If you want to be worthy of my love, you too may shine like my beloved's ever-bright face

1119. மலரன்ன கண்ணாள் முகமொத்தி யாயின்
பலர்காணத் தோன்றல் மதி

நிலவே! மலர் போன்ற கண்களை உடைய என்னவளின் முகத்திற்கு ஈடாக வேண்டுமெனில், பலரும் காணும்படியாக நீ தோன்றாமலிருப்பதே நலமாகும்

O Moon! If you aspire to resemble the face of my beloved whose eyes are similar to the flower, it's better not to appear as seen by others

1120. அனிச்சமும் அன்னத்தின் தூவியும் மாதர்
அடிக்கு நெருஞ்சிப் பழம்

மென்மைக்கு உதாரணமாகும் அனிச்சம்பூவும் அன்னப்பறவையின் இளஞ்சிறகும் கூட என்னவளின் மென்மையான பாதங்களுக்கு நெருஞ்சிமுள் போன்று வருத்தம் தருபவை

Even the soft anicham flower and the tender feathers of swan are as harmful as thorny nerunchi fruit to the delicate feet of my beloved

## அதிகாரம் : 113
### காதற் சிறப்புரைத்தல்

**1121.** பாலொடு தேன்கலந் தற்றே பணிமொழி
வாலெயிறு ஊறிய நீர்

இனிமையாகப் பேசும் இவளது வெண்பற்களிடையே ஊறிய உமிழ்நீர் பாலோடு கலந்த தேனை ஒத்ததாகும்

For the lover, the saliva of his soft-spoken beloved is similar to the sweet mixture of milk and honey

**1122.** உடம்பொடு உயிரிடை என்னமற் றன்ன
மடந்தையொடு எம்மிடை நட்பு

என்னவளுக்கும் எனக்குமிடையே உள்ள காதல், உடலுக்கும் உயிருக்குமிடையே உள்ள உறவை ஒத்தது

The nature of love between my beloved and me is similar to the union of body and soul

**1123.** கருமணியிற் பாவாய்நீ போதாயாம் வீழும்
திருநுதற்கு இல்லை இடம்

என்னவளுக்கு அளிக்க போதிய இடமில்லை ஆகையால், என் கண்ணின் கருமணியில் உள்ள பாவையே ! நீ போய் விடு !

As there is no enough space for my beloved, O pupil of my eye! You may leave!

**1124.** வாழ்தல் உயிர்க்கன்னள் ஆயிழை சாதல்
அதற்கன்னள் நீங்கும் இடத்து

ஆய்ந்த அணிகலன்களை அணிந்த என்னவள் கூடும் போது என்னுயிருக்கு வாழ்வையும் பிரியும் போது இறப்பையும் தருகிறாள்

For me, union with my beloved is similar to living and parting with her is similar to dying

**1125.** உள்ளுவன் மன்யான் மறப்பின் மறப்பறியேன்
ஒள்ளமர்க் கண்ணாள் குணம்

ஒளிபொருந்திய கண்களை உடைய என்னவளின் பண்புகளை நான் நினைப்பதேயில்லை; ஏனெனில் ஒருபோதும் அவற்றை மறப்பதேயில்லை அல்லவா

I never got the chance to recall the best qualities of my beloved; because, I have never forgotten them

## Chapter : 113
## Glorification of love

1126. **கண்ணுள்ளின் போகார் இமைப்பின் பருகுவரா**
**நுண்ணியர்எம் காத லவர்**

எனது காதலன் ஒருபோதும் என் கண்ணை விட்டு நீங்குவதில்லை; இமைகளை மூடித் திறக்கும் போதும் வருத்தம் கொள்ளாத நுட்பமான தன்மை உடையவன் அவன்

My lover ever remains in my eyes, as he is subtle enough not to get hurt even by my winking

1127. **கண்ணுள்ளார் காத லவராகக் கண்ணும்**
**எழுதேம் கரப்பாக்கு அறிந்து**

கண்ணுக்குள் குடியிருக்கும் காதலன் மறைய நேரிடுமே என்ற அச்சத்தில் தன் கண்ணுக்கு மை எழுதக் கூடத் தயங்குகிறாள் காதலி

The lover hesitates to even paint her own eyes, in the fear that her beloved who lives there would disappear

1128. **நெஞ்சத்தார் காத லவராக வெய்துண்டல்**
**அஞ்சுதும் வேபாக் கறிந்து**

நெஞ்சினுள் குடியிருக்கும் காதலருக்குக் காயம் ஏற்படும் என்று கருதி சூடான உணவை உண்ண அஞ்சுகிறாள் காதலி

The lover is afraid to take hot food, in the fear that it would hurt her beloved residing in her heart

1129. **இமைப்பின் கரப்பாக்கு அறிவல் அனைத்திற்கே**
**ஏதிலர் என்னும் இவ் வூர்**

கண் இமைத்தால் காதலர் மறைந்து விடுவார் என்று அஞ்சியே நான் உறங்காமலிருக்கிறேன்; அதை அறியாத இவ்வூறார் என் காதலரை அன்பற்றவர் எனப் பழிக்கின்றார்

I can not sleep in the fear that my lover would disappear if I blink eyes; however, the neighbors blame my lover as heartless

1130. **உவந்துறைவர் உள்ளத்துள் என்றும் இகந்துறைவர்**
**ஏதிலர் என்னும்இவ் வூர்**

என் காதலன் எப்போதும் எனது உள்ளத்தில் மகிழ்வுடன் வாழ்கின்றான்; அதனை உணராத இவ்வூரார் அன்பில்லாதவன் என்று அவனைப் பழித்து பேசுகின்றனர்

My lover dwells happily in my heart; however without realizing this, the neighbors blame him for deserting me

## அதிகாரம் : 114
## நாணுத்துறவுரைத்தல்

**1131. காமம் உழந்து வருந்தினார்க்கு ஏமம்**
**மடலல்லது இல்லை வலி**

*தீவிரக் காதலால் துன்புறும் காதலனுக்கு மடல் ஏறுதலைத் தவிர வலிமையான துணை வேறொன்றும் இல்லை*

There is no better relief for the lover who suffers from love-sickness other than persecuting himself by riding the palm-horse

**1132. நோனா உடம்பும் உயிரும் மடலேறும்**
**நாணினை நீக்கி நிறுத்து**

*தீவிர காதலால் துன்புறும் காதலனின் உடலும் உயிரும், நாணத்தை விலக்கி மடலேறத் துணிந்தன*

The body and mind of lover who suffers from love-sickness dared to ride palm-horse by keeping aside the dishonor

**1133. நாணொடு நல்லாண்மை பண்டுடையேன் இன்றுடையேன்**
**காமுற்றார் ஏறும் மடல்**

*ஆண்மையும் நாணமும் கொண்டு வாழ்ந்த காதலன் தற்போது தீவிரக் காதல் வலியினால் மடலேறுதலை மேற்கொள்வதாகக் கூறுகிறான்*

The lover, once had manliness and modesty, is now dare to ride palm-horse due to severe love-sickness

**1134. காமக் கடும்புனல் உய்க்கும் நாணொடு**
**நல்லாண்மை என்னும் புணை**

*காதல் என்னும் கடும் வெள்ளம் நல்லாண்மை, நாணம் ஆகிய தோணிகளை அடித்து வீழ்த்திடும் வலிமை வாய்ந்தது*

The mighty flood of love is capable of collapsing the rafts of manliness and modesty at once

**1135. தொடலைக் குறுந்தொடி தந்தாள் மடலொடு**
**மாலை உழக்கும் துயர்**

*மாலைபோல் மெல்லிய வளையல் அணிந்த என் காதலி, மாலை காலத்தில் வருத்தும் காதல் துயரத்தையும் அதற்கு மருந்தாகிய மடல் ஏறுதலையும் எனக்குப் பரிசளித்து விட்டாள்*

My beloved who wears garland-like thin bangles has gifted me the sorrow of love-sickness, and palm-horse riding

## Chapter : 114
## Decorum defied

1136. மடலூர்தல் யாமத்தும் உள்ளுவேன் மன்ற
படல்ஒல்லா பேதைக்கென் கண்

காதலியின் பிரிவினால் கண்ணுறங்கா காதலன் நல்லிரவிலும் கூட மடலேறுதலைப் பற்றியே எண்ணுகிறான்

The lover who is sleepless thinking of his beloved, even at midnight, thinks of riding palm-horse

1137. கடலன்ன காமம் உழந்தும் மடலேறாப்
பெண்ணின் பெருந்தக்க தில்

கடல் போன்று காதல் நோய் வருத்தினாலும், அதனைப் பொறுத்துக்கொண்டு மடலேற ஒருபோதும் துணியாத பெண் பிறவியின் பெருமைக்கு நிகரானது வேறெதுவுமில்லை

There is nothing so noble as womanly nature that does not resort to palm-horse riding even tormented by sea-like love

1138. நிறையரியர் மன்அளியர் என்னாது காமம்
மறையிறந்து மன்று படும்

இவர் தனது மனதில் உள்ளதை பிறரிடமிருந்து மறைக்கத் தெரியாதவர்; அதனால் மிகவும் இரங்கத்தக்கவர் என்றெல்லாம் கருதாமல், ஊர் அறியத் தன்னை வெளிப்படுத்திக் கொண்டு விடும் காதல்

Passionate love will never consider the modesty and gentleness of the person; it will certainly break secrecy and reveal itself to the public

1139. அறிகிலார் எல்லாரும் என்றேஎன் காமம்
மறுகின் மறுகும் மருண்டு

எனது மன அடக்கத்தால் பிறர் அறியவில்லை என்று கருதி ஊராரிடம் தன்னைத் தானே வெளிப்படுத்திக் கொள்ள முனைகிறது எனது காதல்

Realizing that others are not aware of the secret due to my self constraint, my love tends to exhibit itself among the neighbors

1140. யாம்கண்ணின் காண நகுப அறிவில்லார்
யாம்பட்ட தாம்படா ஆறு

காதல் நோயினால் நான் படும் துன்பங்களை அனுபவித்து அறியாதவர்கள் என் கண்முன்னே எனை நகைக்கிறார்கள்

The ignorants who have never experienced the pain of love-sickness laugh at my plight, in front of the face

## அதிகாரம் : 115
## அலர் அறிவுறுத்தல்

**1141. அலரெழ ஆருயிர் நிற்கும் அதனைப்**
**பலரறியார் பாக்கியத் தால்**

*ஊரார் எங்கள் காதலைத் தூற்றிப் பேசுவதால்தான் என்னுயிர் நிலைத்து நிற்கிறது; இதை அவர்கள் அறியாமலிருப்பது எனது நல்வினைப் பயனாகும்*

Rumors of my neighbors keep me alive; it is my good fortune that they are not aware of this

**1142. மலரன்ன கண்ணாள் அருமை அறியாது**
**அலரெமக்கு ஈந்ததிவ் வூர்**

*மலர் போன்ற கண்களை உடைய என்னவளின் அருமை அறியாமல் இவ்வூரார் பழித்துப் பேசியது எங்கள் காதல் கைகூடுவதற்கு உதவியாகவே அமைந்தது*

The rumors spread out by the villagers without realizing the value of my beloved, in fact, helped our love to get succeeded

**1143. உறாஅதோ ஊரறிந்த கௌவை அதனைப்**
**பெறாஅது பெற்றன்ன நீர்த்து**

*எங்கள் காதலைப்பற்றி இவ்வூர் பேசும் அவப்பேச்சு எமக்கு நன்மையையே விளைவிப்பதாகும்; அப்பேச்சு, கைகூடாமலிருந்த எங்கள் காதல் கைகூடிவிட்டதைப் போன்ற இன்பத்தைத் தரக்கூடியது*

In fact, the rumors of villagers benefit our love as they give pleasure as if our love got succeeded

**1144. கவ்வையால் கவ்விது காமம் அதுவின்றேல்**
**தவ்வென்னும் தன்மை இழந்து**

*எங்களது காதல் பயிர் ஊராரின் அவதூறு பேச்சினால் செழித்து வளர்கிறது; இல்லையேல், வளமிழந்து வாடிப் போயிருக்கும்*

It is all the rumors of villagers which kept our love energized; otherwise, our love would have got weakened

**1145. களித்தொறும் கள்ளுண்டல் வேட்டற்றால் காமம்**
**வெளிப்படுந் தோறும் இனிது**

*கள்ளுண்டு மேன்மேலும் மயங்கும் போது கள் இனியதாவதைப்போல, எங்கள் காதல் மேன்மேலும் பலரால் பேசப்படும் போது மனத்திற்கு இனியதாய் இருக்கிறது*

Similar to more liquor bringing more joy, rumor makes love more delightful by making it known to more people

## Chapter : 115
## Announcement of rumor

**1146. கண்டது மன்னும் ஒருநாள் அலர்மன்னும்**
**திங்களைப் பாம்புகொண் டற்று**

*காதலர்கள் சந்தித்துக் கொண்டது ஒரு முறைதான் என்றாலும், அதைப்பற்றிய செய்தியோ சந்திர கிரகணத்தைப் பற்றிய ஊராரின் ஆர்வமான பேச்சைப் போல எங்கும் விரைந்து பரவி விட்டது*

It was but a single time the lovers met each other; however, the rumor of the villagers spread like the news of lunar eclipse

**1147. ஊரவர் கௌவை எருவாக அன்னைசொல்**
**நீராக நீளும்இந் நோய்**

*எனது காதல் நோய் என்னும் பயிரானது ஊராரின் பழிச்சொற்களை எருவாகவும் தாயின் கடுஞ்சொற்களை நீராகவும் கொண்டு செழித்து வளர்கின்றது*

The plant of love-sickness thrives having villagers' rumors as manure and mother's scoldings as water

**1148. நெய்யால் எரிநுதுப்பேம் என்றற்றால் கௌவையால்**
**காமம் நுதுப்பேம் எனல்**

*அவதூறு பேச்சினால் எங்கள் காதலை அழிக்க முயலும் இவ்வூராரின் செயல், நெய்யைக் கொண்டு நெருப்பை அணைக்க முயல்வதற்கு ஒப்பானதாகும்*

The act of villagers trying to destroy our love by rumors is similar to the act of try quenching the fire by pouring ghee over it

**1149. அலர்நாண ஒல்வதோ அஞ்சலோம்பு என்றார்**
**பலர்நாண நீத்தக் கடை**

*அஞ்ச வேண்டாம் என்று எனக்கு உறுதியளித்த காதலன், ஊரார் நகைக்கும் படி என்னைப் பிரிந்து சென்று விட்டான்; அப்படி இருக்க, ஊராரின் அவச்சொல்லுக்கா நான் நாணப் போகிறேன்?ஒருபோதும் மாட்டேன்!*

Why should I get ashamed of the rumors, when my lover who assured not to get feared has deserted me to the blame of villagers

**1150. தாம்வேண்டின் நல்குவர் காதலர் யாம்வேண்டும்**
**கௌவை எடுக்கும்இவ் வூர்**

*நான் விரும்புகின்றவாறு இவ்வூர் எங்கள் காதலைப் பற்றி அவதூறு பேசுகிறது; இனி என் காதலனும் என் விருப்பத்திற்கேற்ப விரைவில் என்னைத் திருமணம் செய்வான்*

As I desired, the villagers spread rumors over our love; now my lover will consider marrying me soon as per my wish

## அதிகாரம் : 116
### பிரிவாற்றாமை

**1151.** செல்லாமை உண்டேல் எனக்குரை மற்றுநின்
வல்வரவு வாழ்வார்க் குரை

பிரிந்து செல்ல மாட்டாய் என்ற மகிழ்ச்சியான செய்தி இருந்தால் மட்டும் என்னிடம் சொல்; மாறாக, என்னைப் பிரிந்து சென்று விரைவில் வீடு திரும்புவாய் என்ற செய்தியை எல்லாம் அதுவரை உயிர்வாழும் வல்லமை உள்ளவர்களிடம் சொல்லிக் கொள்வாயாக

Tell me only the good news of not leaving; otherwise, if you want to share the news of your speedy return, tell to those who could survive till then

**1152.** இன்கண் உடைத்தவர் பார்வல் பிரிவஞ்சும்
புன்கண் உடைத்தால் புணர்வு

முன்பு என்னவனின் வெறும் பார்வையே இன்பம் தருவதாய் இருந்தது; ஆனால், இப்பொழுது அவர் பிரியும் செய்தி தெரிந்தவுடன் கட்டித் தழுவுதல்கூட துன்பம் தருவதாகவே இருக்கிறது

My lover's mere glance itself was delightful earlier; however after knowing that he is parting, even the lovely hug became sorrowful

**1153.** அரிதரோ தேற்றம் அறிவுடையார் கண்ணும்
பிரிவோ ரிடத்துண்மை யான்

பிரிவுத் துன்பத்தை நன்கு உணர்ந்த என் காதலனே ஒரு நேரத்தில் என்னைப் பிரிய நேரிடுகையில், பிரிய மாட்டேன் என்ற அவனது உறுதி மொழியை நம்பித் தெளிவது அரிதாகும்

When my lover, who is well aware of the pain of separation, happens to part with me at times, I realized that it is difficult to believe his word of assurance that he would never part

**1154.** அளித்தஞ்சல் என்றவர் நீப்பின் தெளித்தசொல்
தேறியார்க்கு உண்டோ தவறு

ஒருபோதும் பிரிய மாட்டேன் அஞ்சாதே என்று முன்பு கூறியவர் தற்பொழுது பிரிந்து செல்வாரானால், அவரது உறுதிமொழியை நம்பிய என்மேல் குற்றம் உண்டோ

If my lover who has assured never part earlier, decided to part now, how could I be blamed for my faith on his words

**1155.** ஓம்பின் அமைந்தார் பிரிவோம்பல் மற்றவர்
நீங்கின் அரிதால் புணர்வு

தோழியே! நீ என்னுயிரைக் காக்க விரும்பினால், என் காதலன் என்னைப் பிரியாமல் தடுத்து விடு; மீறிப் பிரிந்தாரானால் மீண்டும் இணைவதற்கு நான் உயிரோடு இருப்பது மிகவும் அரிதாகும்

My friend! if you like to save my life, stop my lover parting from me, as it is impossible to hold my life till his return

# Chapter : 116
## Pain of separation

1156. பிரிவுரைக்கும் வன்கண்ணர் ஆயின் அரிதவர்
நல்குவர் என்னும் நசை

என்னைப் பிரியப் போகும் செய்தியை என்னிடமே தெரிவிக்கும் அளவிற்குக் கல் மனம் கொண்டவர், திரும்பி வந்து அன்பு செய்வார் என்று எதிர்பார்ப்பது பயனற்ற ஆசையாகும்

If my lover is dare enough to convey to me that he is about to part, it is hopeless to await for him to come back and revive the love

1157. துறைவன் துறந்தமை தூற்றாகொல் முன்கை
இறைஇறவா நின்ற வளை

என் காதலனின் பிரிவை நானே மறைக்க முயன்றாலும், எனது முன்கையில் கழலும் வளையல்கள் ஊர் முழுமையும் அறியும் வகையில் தூற்றி விடும்

Even if I keep it secret, my loosening bangles will indeed reveal the parting of my lover to the whole village

1158. இன்னாது இனன்இல்ஊர் வாழ்தல் அதனினும்
இன்னாது இனியார்ப் பிரிவு

அன்பு பாராட்டுபவர் இல்லாத ஊரில் வாழ்வது மிகவும் துன்பமானது; இனிய காதலரைப் பிரிந்து வாழ்வது அதைவிடத் துன்பமானது

It is painful to live in a friendless place; it is even more painful to live parting one's lover

1159. தொடிற்சுடின் அல்லது காமநோய் போல
விடிற்சுடல் ஆற்றுமோ தீ

நெருப்பு தன்னைத் தொட்டவரைத்தான் சுடும்; காதல் நோயோ மனமொத்தவர் தம்மை விட்டு நீங்கிய பொழுதில் சுடும்

Fire burns only when someone move closer to it; whereas, the love sickness burns the lovers when they move away

1160. அரிதாற்றி அல்லல்நோய் நீக்கிப் பிரிவாற்றிப்
பின்இருந்து வாழ்வார் பலர்

காதலரைப் பிரியத் துணிந்து, பிரிவுத் துன்பத்தையும் ஏற்று, அதன் பிறகும் பொறுத்திருந்து உயிர்வாழ்பவர் இவ்வுலகில் பலருண்டு; ஆனால், தான் அவ்வாறு இல்லை என்று தனது தோழியிடம் கூறுகிறாள் காதலி

The girl tells her friend that she will never lead a life like few other women who dare to part with their lover and survive by sustaining the pain of separation

## அதிகாரம் : 117
## படர்மெலிந்திரங்கல்

**1161.** மறைப்பேன்மன் யானிஃதோ நோயை இறைப்பவர்க்கு
ஊற்றுநீர் போல மிகும்

எனது காதல் துன்பத்தைப் பிறரிடம் நான் மறைக்க முயன்றாலும், இறைக்கும் தோறும் மிகும் ஊற்றுநீர் போல அது அதிகரிக்கவே செய்கிறது

Though I try to conceal my pain of love suffering, it keeps on increasing similar to water overflowing from a spring

**1162.** கரத்தலும் ஆற்றேன்இந் நோயைநோய் செய்தார்க்கு
உரைத்தலும் நாணுத் தரும்

எனது காதல் துன்பத்தை மறைக்கவும் முடியவில்லை; இந்தத் துன்பத்தைத் தந்த எனது காதலரிடம் நாணத்தின் காரணமாக இதனைப் பற்றிச் சொல்லவும் முடியவில்லை

While I am unable to conceal my love suffering from others, I am also unable even to complain to my lover who caused this suffering due to shyness

**1163.** காமமும் நாணும் உயிர்காவாத் தூங்கும்என்
நோனா உடம்பின் அகத்து

துன்பத்தைப் பொறுக்காத என்னுடலில் காதல் நோயும் நாணமும் உயிரின் இருபுறமும் சரிசமமாய் இருந்து வருத்துகின்றன

My frail body struggles to sustain as love-suffering and shyness burden the soul equally from both ends

**1164.** காமக் கடல்மன்னும் உண்டே அதுநீந்தும்
ஏமப் புணைமன்னும் இல்

கடல் போல் சூழ்ந்து வருத்தும் காதல் நோய் இருக்கிறது; ஆனால், அதை பாதுகாப்பாக நீந்திக் கடக்க தோணிதான் இல்லை

Indeed there is love-suffering that surrounds like a vast sea; however, there is no raft to cross it safely

**1165.** துப்பின் எவனாவர் மன்கொல் துயர்வரவு
நட்பினுள் ஆற்று பவர்

எனது காதலர் நட்பாக இருக்கும் போதே துயரத்தைத் தருபவராக இருக்கிறார்; பகை ஏற்பட்டால் எப்படி நடந்து கொள்வாரோ

My lover inflicts suffering even in friendship; certainly he will cause greater suffering in case of enmity

Chapter : 117
Pining

1166. **இன்பம் கடல்மற்றுக் காமம் அஃதடுங்கால்**
**துன்பம் அதனிற் பெரிது**

*காதல் தரும் இன்பம் கடலைப் போன்று பெரியது; பிரிவின் போது அது ஏற்படுத்தும் துன்பமோ அதைவிட மிகப் பெரியது*

The joy of love is as vast as ocean; the suffering it inflicts during separation is much more bigger than that

1167. **காமக் கடும்புனல் நீந்திக் கரைகாணேன்**
**யாமத்தும் யானே உளேன்**

*என் காதலரைப் பிரிந்து நள்ளிரவிலும் நான் தனித்திருக்கிறேன்; அதனால், காதல் இன்பம் என்னும் கடும் வெள்ளத்தில் நீந்தி அதன் கரையைக் காண இயலாமல் தவிக்கிறேன்*

Even at midnight I am alone without my lover; hence, I am unable to swim in the heavy flood of love and see it's shore

1168. **மன்னுயிர் எல்லாம் துயிற்றி அளித்திரா**
**என்னல்லது இல்லை துணை**

*இவ்வுலகின் அனைத்து உயிர்களையும் தூங்க வைத்து விட்டு தனியாக விழித்திருக்கும் இந்த இரவின் நிலை மிகவும் இரங்கத்தக்கது; அதற்கு என்னைத் தவிர வேறு துணை இல்லை இப்போது*

The situation of night which makes all living beings sleep is very pitiable; it is still awake without any companion other than me now

1169. **கொடியார் கொடுமையின் தாம்கொடிய இந்நாள்**
**நெடிய கழியும் இரா**

*பிரிவினால் வருத்தும் காதலரின் கொடுமையைவிட நீண்டு கொண்டே போகும் இந்த இரவு மிகவும் கொடுமையானது*

The long nights of these days are more cruel than the pain caused by my parting lover

1170. **உள்ளம்போன்று உள்வழிச் செல்கிற்பின் வெள்ளநீர்**
**நீந்தல மன்னோஎன் கண்**

*தூரத்தில் உள்ள காதலனிடம் என் மனத்தைப் போல என்னால் போய் சேர முடியுமென்றால், வெள்ளம் போன்ற கண்ணீரில் நீந்த வேண்டிய தேவை என் கண்களுக்கு ஒருபோதும் இருக்காது*

If I could able to travel to my lover similar to my mind, my eyes would not have to swim in the flood of tears

## அதிகாரம் : 118
## கண்விதிப்பழிதல்

1171. **கண்தாம் கலுழ்வ தெவன்கொலோ தண்டாநோய்**
**தாம்காட்ட யாம்கண் டது**

*இந்தக் கண்கள்தான் என் காதலரை எனக்குக் காட்டி தீராத காதல் நோயை விளைவித்தன; ஆனால், இப்போதோ அவரைக் காட்டுமாறு என்னிடம் வருந்தி அழுகின்றன*

It was only these eyes which showed my lover and brought this incurable love-sickness; however, it is strange that they cry at me now in search of him

1172. **தெரிந்துணரா நோக்கிய உண்கண் பரிந்துணராப்**
**பைதல் உழப்பது எவன்?**

*அன்று விளைவுகளை எண்ணாமல் மயங்கி காதல் ஏற்பட காரணமான கண்கள் இன்று பிரிவுத் துயருக்குத் தாம்தான் காரணம் என்பதை உணராமல் ஏன் வருந்துகின்றன*

It is strange that the eyes which fell in love with out foresight, now regret for their sufferings without realizing their fault

1173. **கதுமெனத் தாநோக்கித் தாமே கலுழும்**
**இதுநகத் தக்க துடைத்து**

*அன்று காதலரை தாமே விரைந்து நோக்கி காதலில் விழுந்த கண்கள் இன்று தாமே பிரிவினால் வருந்தி அழுகின்றன; இது நகைப்புக்குரியதாக இருக்கிறது*

It is funny that the eyes which fell in love then hurriedly, regret now after parting my lover

1174. **பெயலாற்றா நீருலந்த உண்கண் உயலாற்றா**
**உய்வில்நோய் என்கண் நிறுத்து**

*எளிதில் தப்பிக்க முடியாத தீராத காதல் நோய் ஏற்பட காரணமான என் கண்கள், இப்பொழுது தாமும் அழக்கூட முடியாமல் வறண்டு விட்டன*

My eyes, which brought me incurable love-sickness then became dried up now even without tears

1175. **படலாற்றா பைதல் உழக்கும் கடலாற்றாக்**
**காமநோய் செய்தஎன் கண்**

*அன்று கடலினும் பெரிதான காதல் நோயைத் தந்து என்னை துன்பத்தில் ஆழ்த்திய எனது கண்கள் இன்று உறங்க முடியாமல் தாமே துன்பத்தில் வாடுகின்றன*

My eyes which inflicted love-sickness as vast as ocean then are suffering themselves from the pain of sleeplessness now

## Chapter : 118
## Grieving Eyes

**1176. ஓஒ இனிதே எமக்கிந்நோய் செய்தகண்
தாஅம் இதற்பட் டது**

எனக்குக் காதல் நோயைத் தந்த எனது கண்கள் தாமும் தூங்காமல் துன்பத்தில் வருந்துவது எனக்கு மகிழ்ச்சியையே தருகிறது

I am glad that my eyes which caused love-sickening to me are suffering themselves from the pain of sleeplessness

**1177. உழந்துழந் துள்நீர் அறுக விழைந்திழைந்து
வேண்டி அவர்க்கண்ட கண்**

அன்று வேண்டி விரும்பி காதலரைக் கண்ட எனது கண்கள் இன்று பிரிவுத் துன்பத்தால் தூக்கமிழந்து கண்ணீர் வற்றிப் போகட்டும்

My eyes once longing to see my lover may suffer from love-sickeness and get dried up now

**1178. பேணாது பெட்டார் உளர்மன்னோ மற்றவர்க்
காணாது அமைவில கண்**

எனது காதலரின் பிரிவு, அவர் உள்ளத்தாலன்றி சொல்லளவில் மட்டுமே விரும்பிப் பழகியவர் போன்ற எண்ணத்தை எனக்குத் தருகிறது; இருப்பினும், அவரைக் காணாமல் கண்கள் அமைதியிழந்து தவிக்கின்றன

Love-sickness made me to doubt whether my lover was influenced only by infatuation; however, my eyes are still desperately longing to see him

**1179. வாராக்கால் துஞ்சா வரின்துஞ்சா ஆயிடை
ஆரஞர் உற்றன கண்**

காதலர் வரவை எதிர்நோக்கி துக்கத்தினால் தூங்குவதில்லை; காதலர் வந்த பின்னோ மகிழ்ச்சியினால் தூங்குவதில்லை; எவ்வகையில் நோக்கினும் என் கண்களுக்கு உறக்கமும் நிம்மதியும் ஒருபோதும் இல்லை

My eyes can not sleep in sorrow while I am awaiting for his arrival; they can not sleep in joy after his arrival; in any case, my eyes are in deep suffering

**1180. மறைபெறல் ஊரார்க்கு அரிதன்றால் எம்போல்
அறைபறை கண்ணார் அகத்து**

அறையப்பட்ட பறை வாத்தியம் போன்று மனதின் வலியை மறைக்காமல் வெளிப்படுத்தும் கண்களை உடைய என் போன்ற பெண்களிடம் இருந்து மறைபொருளை அறிவது இவ்வூராருக்கு அரிதான செயல் அன்று

As my eyes express my mind similar to a beaten drum, it is not difficult for the villagers to know my love-secrets

## அதிகாரம் : 119
### பசப்புறு பருவரல்

**1181.** நயந்தவர்க்கு நல்காமை நேர்ந்தேன் பசந்தவென்
பண்பியார்க்கு உரைக்கோ பிற

அன்று என் காதலர் என்னைப் பிரிந்து செல்ல ஒப்புதல் அளித்தேன்; இன்று, பிரிவைத் தாங்காமல் என்மேனி படும் துயரத்தை யாரிடம் போய் சொல்வேன்

It is only me who consented my lover to part then; now to whom should I complain about my pity of pallor

**1182.** அவர்தந்தார் என்னும் தகையால் இவர்தந்தென்
மேனிமேல் ஊரும் பசப்பு

காதலர் பிரிவின் காரணமாக உண்டானது என்ற பெருமிதத்தோடு இந்தப் பசலை நிறம் என்னுடலில் ஊர்ந்து பரவுகிறது

As this sickly pallor is the gift of my lover, it spreads all over my body with atmost pride

**1183.** சாயலும் நாணும் அவர்கொண்டார் கைம்மாறா
நோயும் பசலையும் தந்து

என் காதலர் என்னைப் பிரியும் போது என்னுடைய அழகையும் நாணத்தையும் எடுத்துக் கொண்டு கைம்மாறாகத் தீவிர காதல் நோயையும் இந்தப் பசலை நிறத்தையும் பரிசளித்து விட்டார்

While parting, my lover took away my beauty and modesty and gifted instead this suffering of love-sickness and sickly pallor

**1184.** உள்ளுவன் மன்யான் உரைப்பது அவர்திறமால்
கள்ளம் பிறவோ பசப்பு

உடலால் பிரிந்தாலும், என் காதலரின் நல்லியல்புகளை நினைத்தும் அவரது நற்குணங்களைப் பற்றிப் பேசியும் நான் உணர்வால் ஒன்றியிருக்கிறேன்; அவ்வாறிருந்தும், இந்தப் பசலை வந்தது புதிராகத்தான் இருக்கிறது

Though parted, I am united in spirit with my lover as I never missed even a moment to think and speak about his virtues; Even so, it is strange that still I got this sickly pallor

**1185.** உவக்காண்எம் காதலர் செல்வார் இவக்காண்என்
மேனி பசப்பூர் வது

என் காதலர் என்னைப் பிரிந்து சென்று சிறிது நேரம் கூட ஆகவில்லை; அதற்குள், சட்டென பசலை என் மேனியில் படர்ந்து விடுகிறது

The moment my lover departs, this sickly pallor spreads all over my body promptly

## Chapter : 119
## Pity of pallor

**1186. விளக்கற்றம் பார்க்கும் இருளேபோல் கொண்கன்**
**முயக்கற்றம் பார்க்கும் பசப்பு**

*விளக்கொளியின் மறைவுக்குக் காத்திருக்கும் இருளைப்போல, காதலனின் தழுவல் தளரும் தருணத்திற்குத் காத்திருந்து சட்டெனப் படர்கிறது இந்தப் பசலை*

Similar to the darkness waiting for the fading of light, this sickly pallor is awaiting for an interval in the lover's embrace

**1187. புல்லிக் கிடந்தேன் புடைபெயர்ந்தேன் அவ்வளவில்**
**அள்ளிக்கொள் வற்றே பசப்பு**

*தழுவிக் கிடந்த காதலனை விட்டு சிறிதே விலகிய தருணத்தில் சட்டென வந்து அனணத்துக் கொள்கிறது இந்தப் பொல்லாத பசலை*

The moment I moved away from my lover's embrace, this sickly pallor seized me at once

**1188. பசந்தாள் இவள்என்பது அல்லால் இவளைத்**
**துறந்தார் அவர்என்பார் இல்**

*இவள் பசலை உற்றாள் என்று என்னைத்தான் பழிக்கிறார்களே தவிர, அதற்குக் காரணமான பிரிந்து சென்ற எனது காதலரைப் பழிப்பவர் ஒருவருமில்லை*

People blame only me for my pallor but not my lover for parting and causing the love-sickness

**1189. பசக்கமன் பட்டாங்கென் மேனி நயப்பித்தார்**
**நன்னிலையர் ஆவர் எனின்**

*இந்தப் பிரிவுக்கு என்னையே உடன்படச் செய்த என் காதலருக்கு நன்மை விளைவதாக இருந்தால், எனது மேனியில் மேன்மேலும் பசலை படர்ந்துவிட்டு போகட்டும்*

Let my body get suffered even more from this pallor, if it is beneficial for my parted lover to get prospered

**1190. பசப்பெனப் பேர்பெறுதல் நன்றே நயப்பித்தார்**
**நல்காமை தூற்றார் எனின்**

*பிரிவுக்கு என்னை உடன்படச் செய்த காதலரை இந்த ஊரார் தூற்ற மாட்டார்கள் எனில் நான் பசலை உற்றவள் என்று பெயர் எடுத்தல் நல்லதே ஆகும்*

If my parted lover is not blamed as unkind by the villagers, I am ready to bear with people calling me as pallid

## அதிகாரம் : 120
## தனிப்படர் மிகுதி

**1191.** தாம்வீழ்வார் தம்வீழப் பெற்றவர் பெற்றாரே
காமத்துக் காழில் கனி

*தாம் விரும்பும் காதலரால் விரும்பப்படும் பேறு பெற்றவர் விதையற்ற பழத்தைப் போன்று தடையற்ற காதல் இன்பத்தைப் பெற்றவராவர்*

Those who are loved by their lovers are considered to be blessed with unhindered love-life similar to seedless fruit

**1192.** வாழ்வார்க்கு வானம் பயந்தற்றால் வீழ்வார்க்கு
வீழ்வார் அளிக்கும் அளி

*காதலர்கள் தமக்குள் செலுத்திக் கொள்ளும் அன்பு, உலக உயிர்களுக்கு வானம் தேவையான நேரத்தில் மழையைத் தந்து காப்பதற்கு ஒத்தது*

The exchange of love among the lovers is similar to the timely rain that sustains the living beings of this world

**1193.** வீழுநர் வீழப் படுவார்க்கு அமையுமே
வாழுநம் என்னும் செருக்கு

*தாம் விரும்பும் காதலரால் விரும்பப்படும் பேறு பெற்றவருக்கே பிரிவுத் துன்பத்தையும் கடந்து மீண்டும் இணைந்து மகிழ்வோம் என்ற செருக்கு இருக்கும்*

Only those who are blessed to be loved by their beloved can proudly hope for the best life in spite of pain of separation

**1194.** வீழப் படுவார் கெழீஇயிலர் தாம்வீழ்வார்
வீழப் படாஅர் எனின்

*இப்பரந்த உலகத்தினால் விரும்பப்படுபவராக இருந்தாலும் தனது காதலரால் விரும்பப்படாத ஒருவர் நல்வினை பொருந்தியவர் அல்ல எனலாம்*

Those who are loved even by this vast world are considered as wretched ones if not loved by their beloved

**1195.** நாம்காதல் கொண்டார் நமக்கெவன் செய்பவோ
தாம்காதல் கொள்ளாக் கடை

*நாம் காதல் கொண்ட ஒருவர் அவ்வாறே தானும் நம்மிடம் காதல் கொள்ளாத போது, வேறு எந்த விதமான மேலான இன்பத்தையும் அவர் நமக்குத் தந்து விட முடியாது*

If my lover is unable to reciprocate my love, what kind of better pleasure he can extend to me

## Chapter : 120
## Pining alone

**1196. ஒருதலையான் இன்னாது காமம்காப் போல**
**இருதலை யானும் இனிது**

காவடியின் இருபக்கமும் ஒத்திருக்கும் பாரத்தைப் போல காதலர் இருவருக்குள்ளும் தோன்றும் போதுதான் காதல் இனிமையாகிறது

Loves becomes pleasant only if it is mutual between the lovers, similar to the balanced weights on the shoulder-poles

**1197. பருவரலும் பைதலும் காணான்கொல் காமன்**
**ஒருவர்கண் நின்றொழுகு வான்**

காதலர் இருவரையும் ஒரேபோல் கருதாமல், என்னை மட்டும் வதைக்கும் காமன், என்னவரின் பிரிவினால் என்னுடல் படும் துன்பத்தைச் சற்றும் அறிந்தவன் போல் தெரியவில்லை

It seems Cupid who assails only me is not aware of my grief and pallor due to love-sickness

**1198. வீழ்வாரின் இன்சொல் பெறாஅது உலகத்து**
**வாழ்வாரின் வன்கணார் இல்**

தனது காதலரின் இனிய சொல்லைப் பெறாமல் பிரிவுத் துன்பத்தைப் பொறுத்து இவ்வுலகில் உயிர் வாழ்பவரைப் போன்று கல் நெஞ்சம் உடையவர் எவறுமில்லை

There is no one as hard-hearted as those who survive in this world without receiving a kind word from his/her beloved

**1199. நசைஇயார் நல்கார் எனினும் அவர்மாட்டு**
**இசையும் இனிய செவிக்கு**

பிரிந்து சென்றுள்ள என்னவரிடமிருந்து இனிய சொற்களைப் பெற இயலாதவளாய் இருப்பினும், அவரைப் பற்றிய புகழுரை எனது செவிக்கு இனியதாய் இருக்கிறது

Though my parted lover is unable to share a sweet word with me, even a mear word about him will indeed please my ears

**1200. உறாஅர்க்கு உறுநோய் உரைப்பாய் கடலைச்**
**செறாஅஅய் வாழிய நெஞ்சு**

நெஞ்சே! நீ வாழ்க! அன்பில்லாமல் நம்மைப் பிரிந்து சென்றவரிடம் போய்த் துன்பத்திற்கு ஆறுதல் தேடுகிறாயே; அது கடலைத் தூர்ப் பதைவிட கடினமானதாகும்

Oh my heart! long live! it is indeed easier to fill up the ocean than to search solace from the heartless lover who parted from us

## அதிகாரம் : 121
## நினைந்தவர் புலம்பல்

**1201. உள்ளினும் தீராப் பெருமகிழ் செய்தலால்**
**கள்ளினும் காமம் இனிது**

*அருந்தினால் மட்டுமே மகிழ்ச்சி தரும் கள்ளை விட நினைத்தாலே பெருமகிழ்ச்சி தரும் காதலின்பம் மிகவும் இனிதானது*

Love that gives pleasure by mere thinking is much sweeter than liquor that gives pleasure only by drinking

**1202. எனைத்தொன்று ஏனிதேகாண் காமம்தாம் வீழ்வார்**
**நினைப்ப வருவதொன்று ஏல்**

*காதலரை நினைத்த பொழுதில் பிரிவுத் துன்பத்தைப் போக்கும் வல்லமை கொண்ட காதல் இன்பம் எவ்வகையில் பார்த்தாலும் இனிமையானதே ஆகும்*

Love is sweeter in all aspects, as it is capable of removing pain of separation at the mere thought of the beloved

**1203. நினைப்பவர் போன்று நினையார்கொல் தும்மல்**
**சினைப்பது போன்று கெடும்**

*தும்மல் வருவது போல் வந்து நின்று விடுகிறதே! ஒருவேளை, எனது காதலர் என்னை நினைக்க முயன்று நினைக்காமல் விடுகிறாரோ?*

Seems, I got sneezing but it stopped! May be it is because of my beloved who tried to think of me and forgot to do so

**1204. யாமும் உளேங்கொல் அவர்நெஞ்சத்து எந்நெஞ்சத்து**
**ஓஒ உளரே அவர்**

*என்னுடைய நெஞ்சத்தில் நீங்காமல் என் காதலர் குடியிருப்பதைப் போல் நானும் அவரது நெஞ்சத்தில் நீங்காமல் குடியிருக்கின்றேனா?*

Do I abide in the heart of my beloved, as he abides in my heart permanently?

**1205. தம்நெஞ்சத்து எம்மைக் கடிகொண்டார் நாணார்கொல்**
**எம்நெஞ்சத்து ஓவா வரல்**

*தன்னுடைய நெஞ்சத்தில் என்னை வரவிடாமல் உறுதி காக்கும் எனது காதலர் என்னுடைய நெஞ்சத்தில் மட்டும் அவர் இடைவிடாமல் வந்து தங்குவதற்கு சிறிதும் நாணமாட்டார் போலும்!*

It seems, my lover is not ashamed of entering my heart incessantly though he keeps me out of his heart

# Chapter : 121
## Sad memories of love

**1206.** மற்றியான் என்னுளேன் மன்னோ அவரொடி யான்
உற்றநாள் உள்ள உளேன்

காதலரோடு சேர்ந்திருந்த பொழுதுகளை நினைவில் கொண்டுதான் நான் உயிருடன் இருக்கிறேன்; வேறு எவ்வாறு இப்பிரிவுத் துன்பத்தைத் தாங்கி நான் உயிர் வாழ முடியும்

I live only by remembering those pleasant moments of our union; otherwise, how could I survive in this love-suffering given by my parted lover

**1207.** மறப்பின் எவனாவன் மற்கொல் மறப்பறியேன்
உள்ளினும் உள்ளம் சுடும்

சற்றும் மறவாமல் காதலரையே நினைத்த போதும் என்னுயிர் பிரிவுத் துன்பத்தில் வாடுகிறதே! ஒருவேளை முற்றும் மறந்து போனால் எவ்வாறு பிழைத்திருக்குமோ!

My heart burns even living by remembering the pleasant memories of my lover ever; forgetting those memories could never help my soul to survive

**1208.** எனைத்து நினைப்பினும் காயார் அனைத்தன்றோ
காதலர் செய்யும் சிறப்பு

காதலரை எவ்வளவு மிகுதியாக நான் நினைத்தாலும் அதற்காக என்மேல் சிறிதும் சினம் கொள்ள மாட்டார்; அதுவே அவர் எனக்களிக்கும் சிறப்பாகும்

My lover never resents however much I think of him; it is the great honor he confers on me

**1209.** விளியுமென் இன்னுயிர் வேறல்லம் என்பார்
அளியின்மை ஆற்ற நினைந்து.

நாம் ஈருடல் ஒருயிர் என்று கூறிய என் காதலர் இரக்கமின்றி என்னைப் பிரிந்து சென்றுள்ளதை நினைத்து எனதுயிர் அழிந்து கொண்டுள்ளது

My life is getting withered thinking the indifference of my lover who promised me that we would be one forever and parted from me mercilessly

**1210.** விடாஅது சென்றாரைக் கண்ணினால் காணப்
படாஅதி வாழி மதி

நிலவே! ஈருடல் ஒருயிராய் இருந்து எனைப் பிரிந்து சென்ற காதலரை நான் தேடிக் காணும்படி நீ மறைந்து விடாமல் துணையாக இருப்பாயாக!

O moon! do not set until I myself find my beloved lover again who deserted me mercilessly

## அதிகாரம் : 122
## கனவுநிலை உரைத்தல்

**1211. காதலர் தூதொடு வந்த கனவினுக்கு**
**யாதுசெய் வேன்கொல் விருந்து**

*என் பிரிவுத் துயரைப் போக்க காதலரின் தூதோடு வந்த கனவுக்குக் கைம்மாறாக என்ன விருந்து படைப்பேன்?*

How shall I feast the dream that comforts me with the message from my lover?

**1212. கயலுண்கண் யானிரப்பத் துஞ்சிற் கலந்தார்க்கு**
**உயலுண்மை சாற்றுவேன் மன்**

*மீனைப் போல் துடித்துக் கொண்டிருக்கும் கண்கள் எனது விருப்பத்திற்கு இணங்கி சற்றே உறங்கிடுமானால், கனாவில் வரும் காதலரிடம் பிரிவுத் துயரையும் தாங்கி நான் பிழைத்துக் கிடப்பதைச் சொல்லுவேன்*

If the fish-like eyes sleep a bit as per my wish, I could share the plight of love-sufferings to my lover, at least in dream

**1213. நனவினால் நல்கா தவரைக் கனவினால்**
**காண்டலின் உண்டென் உயிர்**

*நனவில் வந்து அன்பு காட்டாத என் காதலரைக் கனவிலாவது காண முடிவதால்தான் எனதுயிர் இன்னும் நிலைத்திருக்கிறது*

Though my parted lover is not showing love in person, I am still alive as I can see him at least in dreams

**1214. கனவினான் உண்டாகும் காமம் நனவினான்**
**நல்காரை நாடித் தரற்கு**

*நேரில் வந்து அன்பு காட்டாத காதலரைத் தேடி அழைத்து வரும் கனவு எனக்குக் காதல் இன்பத்தைத் தருகிறது*

I love dreams, since they give me love pleasure by bringing my parted lover who fails to come in person

**1215. நனவினால் கண்டதூஉம் ஆங்கே கனவுந்தான்**
**கண்ட பொழுதே இனிது**

*காதலரை நேரில் சந்தித்தது இன்பமானது; அதுபோலவே, கனவில் சந்திப்பதும் இன்பமானதாகவே இருக்கிறது*

It is blissful to meet my lover in person; likewise, meeting him in dream is equally pleasant

## Chapter : 122
## Relating the dreams

1216. **நனவென ஒன்றில்லை ஆயின் கனவினால்**
**காதலர் நீங்கலர் மன்**

இந்த நனவு என்று ஒன்று இல்லாமல் இருந்திருந்தால், கனவில் வந்த காதலர் என்னை விட்டு ஒருபோதும் பிரியாமல் இருந்திருப்பார்

If there was no such thing as waking hours, my lover who appeared in my dreams would have never parted from me

1217. **நனவினால் நல்காக் கொடியார் கனவனால்**
**என்எம்மைப் பீழிப் பது**

நேரில் வந்து அன்பு காட்டாத இந்தக் கொடிய நெஞ்சமுடையவர், கனவில் மட்டும் வந்து என்னை வருத்துவது ஏனோ?

It is strange that my parted lover who is cruel enough to avoid coming in person, troubles me only in dreams by worsening the love sickness

1218. **துஞ்சுங்கால் தோள்மேலர் ஆகி விழிக்குங்கால்**
**நெஞ்சத்தர் ஆவர் விரைந்து**

உறங்கும் போது கனவில் வந்து என் தோள் அணைக்கும் என் காதலர், விழித்துக் கொள்ளும் போது சட்டென என் நெஞ்சிற்குள் ஒளிந்து கொள்கிறார்

My lover who embraces my shoulders in dreams, hides in to my heart swiftly when I wake up

1219. **நனவினால் நல்காரை நோவர் கனவினால்**
**காதலர்க் காணா தவர்**

கனவில் தனது காதலரைக் காண இயலாதவரே நனவில் காதலர் வந்து தன்னிடம் அன்பு செலுத்தவில்லையே என்று வருந்துவர்

Only those who unable to meet their lovers in dreams will complain for not meeting them in person

1220. **நனவினால் நம்நீத்தார் என்பர் கனவினால்**
**காணார்கொல் இவ்வூ ரவர்**

எனது காதலர் என்னைப் பிரிந்து சென்றுள்ளதற்காக இவ்வூரார் அவரைப் பழித்துப் பேசுகின்றனர்; அவர்கள் தமது காதலரைக் கனவில் காண்பதில்லை போலும்

These villagers blame my lover for parting from me; it seems they do not meet their lovers in their dreams

## அதிகாரம் : 123
### பொழுது கண்டிரங்கல்

1221. மாலையோ அல்லை மணந்தார் உயிருண்ணும்
வேலைநீ வாழி பொழுது

மாலையே! காதலரைப் பிரிந்த மகளிர்க்கு நீ மனதிற்கு இதமான பொழுதாக இருப்பதே அல்ல; மாறாக, உயிர் குடிக்கும் வேதனைக் காலமாக இருக்கிறாய்

O Evening! You are not at all pleasant for the women awaiting for their lovers; rather, seems to be the worst period of agonies

1222. புன்கண்ணை வாழி மருள்மாலை எம்கேள்போல்
வன்கண்ண தோநின் துணை

மாலைப் பொழுது துன்பத்தில் மங்கியும் மயங்கியதும் போல் தெரிகிறதே! ஒருவேளை, அதனுடைய துணையும் எனது காதலரைப் போல இரக்கம் அற்றது போலும்

The evening looks like pale and dull in sorrow! Perhaps, its mate is as hard-hearted as my lover

1223. பனிஅரும்பிப் பைதல்கொள் மாலை துனிஅரும்பித்
துன்பம் வளர வரும்

காதலர் அருகில் இருந்த போது பனி அரும்பி பசலை நிறத்துடன் வந்த மாலைப் பொழுது, இப்போது எனது உயிரைப் போக்குமளவு துன்பம் தருவதாக இருக்கிறது

The evening which came trembling with dimness when my lover was around, is now bringing sorrows fair-enough to take my life away

1224. காதலர் இல்வழி மாலை கொலைக்களத்து
ஏதிலர் போல வரும்

முன்பு உயிரைச் செழிக்க வைத்த மாலைக் காலம் காதலர் இல்லாத இந்தப் பொழுதில் கொலைக்களத்தில் உயிரை அழிக்கும் பகைவரைப் போல வருகிறது

The evening once helped flourishing life now comes in as slayers on the slaughter field in the absence of my lover

1225. காலைக்குச் செய்தநன்று என்கொல் எவன்கொல்யான்
மாலைக்குச் செய்த பகை?

காதலரைப் பிரிந்து துன்பத்தில் வாடும் என் போன்றவர்கள், காலைப் பொழுதிற்குச் செய்த நன்மை என்ன? வருத்தும் இந்த மாலைப் பொழுதிற்குச் செய்த தீமைதான் என்ன?

It is strange that, for people like me who suffer pain due to love-separation, while the mornings bring relief the evenings bring misery always

# Chapter : 123
# Miseries of evening

1226. மாலைநோய் செய்தல் மணந்தார் அகலாத
காலை அறிந்த திலேன்

மகிழ்ச்சி தரும் மாலைப் பொழுது இவ்வாறு துன்பம் தரவல்லது என்பதை என் காதலர் அருகில் இருந்த போது நான் ஒருபோதும் அறிந்ததில்லை

When my lover was nearby, I never got the chance to know that the pleasant evening could be so miserable

1227. காலை அரும்பிப் பகலெல்லாம் போதாகி
மாலை மலரும்இந் நோய்

இந்த காதல் நோய் காலையில் அரும்பி, பகற்பொழுதெல்லாம் முதிர்ந்து மாலையில் மலரும் இயல்புடையது

Budding in the dawn, growing all the day and blooming in the evening are the features of this love disease

1228. அழல்போலும் மாலைக்குத் தூதாகி ஆயன்
குழல்போலும் கொல்லும் படை

முன்பு காதலர் அருகில் இருந்த போது செவிக்கு இனிதாய் ஒலித்த ஆயரின் குழலோசை இப்போது தணலாகச் சுடும் மாலைப் பொழுதிற்குத் தூதாக வந்து என்னைக் கொல்லும் ஆயுதமுமாகிவிட்டது

The shepherds' flute which was pleasant when my lover was nearby, has now become the harbinger and deadly weapon of this miserable evening

1229. பதிமருண்டு பைதல் உழக்கும் மதிமருண்டு
மாலை படர்தரும் போழ்து

என் அறிவை மயக்கிய மாலைப் பொழுதின் வருகையில், இந்த ஊரே என்னைப் போல் மதி மயங்கி துன்பத்தில் வருந்தும்

At the arrival of this miserable evening which deludes my mind, the whole village will get mesmerized and grieves for my love-sickness

1230. பொருள்மாலை யாளரை உள்ளி மருள்மாலை
மாயும்என் மாயா உயிர்

காதலரின் பிரிவைக்கூட பொறுத்துக் கொண்ட என்னுயிர், பொருள் காரணமாகப் பிரிந்து சென்ற அவரை நினைத்து மயக்கும் இந்த மாலைப் பொழுதில் மாய்ந்து போகின்றது

My soul which survived even at the parting off my lover, gets withered away in thinking of him at this miserable evening

## அதிகாரம் : 124
## உறுப்புநலன் அழிதல்

**1231. சிறுமை நமக்கொழியச் சேண்சென்றார் உள்ளி
நறுமலர் நாணின கண்**

*பிரிவுத் துன்பத்தைப் பரிசளித்து விட்டு நெடும்பயணம் சென்றிருக்கும் காதலனை நினைத்து வருந்தியதால் காதலியின் கண்கள் ஒளியிழந்து நறுமலர்களிடம் நாணி நிற்கின்றன*

Since the girl cried thinking of her parted lover who has gifted the love-suffering, her eyes lost eminence and felt shy in front of beautiful flowers

**1232. நயந்தவர் நல்காமை சொல்லுவ போலும்
பசந்து பனிவாரும் கண்**

*பசலை படர்ந்து கண்ணீர் சிந்தும் காதலியின் விழிகள், அவள் மனதைக் கவர்ந்த காதலர் அவளிடம் அன்பு செலுத்தாமையை இவ்வுலகத்திற்கு வெளிக்காட்டுகின்றன*

The pale tearful of the girl seems to proclaim the unkindness of her lover, to this world

**1233. தணந்தமை சால அறிவிப்ப போலும்
மணந்தநாள் வீங்கிய தோள்**

*காதலனுடன் கூடியிருந்த காலத்தில் மகிழ்ச்சியில் பூரித்திருந்த தோள்கள், தற்போது மெலிந்து துவண்டு போய் எனது பிரிவுத்துயரை இவ்வுலகிற்கு அறிவிக்கின்றன*

The shoulders that swelled with joy when we were together have now shrunk and seem proclaiming my love suffering

**1235. கொடியார் கொடுமை உரைக்கும் தொடியொடு
தொல்கவின் வாடிய தோள்**

*அழகிழந்த என் தோள்களும் கழன்று விழும் வளையல்களும், என்னைப் பிரிந்திருக்கும் காதலனின் கொடுமையை இவ்வூரார்க்கு எடுத்துச் சொல்கின்றன*

The shoulders loosing beauty and the loosening bangles, proclaim the cruelty of my estranged lover to this world

## Chapter : 124
## Losing physical beauty

1236. **தொடியொடு தோள்நெகிழ நோவல் அவரைக்**
**கொடியர் எனக்கூறல் நொந்து**

*பிரிவுத் துயரினால் என் கைவளையல்கள் கழன்று விழுவதையும் தோள்கள் மெலிவதையும் கண்டு இவ்வூரார் என் காதலரைக் கொடியவர் என்று கூறுகின்றனர்; அதைக் கேட்டு என் இதயம் நொந்து போகிறது*

I am greatly pained to hear my lover being called as cruel by this villagers on seeing my bangles slipping down and my shoulders becoming thin

1237. **பாடுபெறுதியோ நெஞ்சே கொடியார்க்கென்**
**வாடுதோட் பூசல் உரைத்து**

*நெஞ்சே! கொடுமையான பிரிவுத் துன்பத்தை அளித்த காதலரிடம் எனது மெலிந்த தோள்களின் வேதனைகளைச் சொல்லிப் பெருமை அடைவாயாக*

Oh my heart! May convey the sufferings of my withering shoulders to my unkind lover who gave me the cruel pain of separation and get his praising

1238. **முயங்கிய கைகளை ஊக்கப் பசந்தது**
**பைந்தொடிப் பேதை நுதல்**

*தழுவிய என் கரங்களை நான் தளர்த்திய சிறு இடைவெளியைக் கூட பொறுக்காத என்னவளின் நெற்றி சட்டென பசலை நிறம் கொண்டது*

As she could not bear with even the brief parting, her forehead became pale, when the moment I loosened my embracing arms

1239. **முயக்கிடைத் தண்வளி போழப் பசப்புற்ற**
**பேதை பெருமழைக் கண்**

*தழுவுதலுக்கு இடையே நுழைந்த குளிர்ந்த காற்றினால் ஏற்பட்ட சிறிய பிரிவினைக் கூட பொறுக்காத என்னவளின் அழகிய கண்கள் சட்டென பசலை நிறம் கொண்டன*

As she could not bear with even the slightest separation, her beautiful eyes became pale, at the entry of cool breeze between us in tight embrace

1240. **கண்ணின் பசப்போ பருவரல் எய்தின்றே**
**ஒண்ணுதல் செய்தது கண்டு**

*பிரிவுத் துயரால் என்னவளின் ஒளி பொருந்திய நெற்றி பசலை நிறம் கொண்டதைக் கண்டு, அவளுடைய கண்களின் பசலையும் பெருந்துன்பம் அடைந்துவிட்டது*

On seeing my lover's bright forehead turning pale due to love-suffering her eyes also got distressed and turned pale

## அதிகாரம் : 125
## நெஞ்சொடு கிளத்தல்

**1241.** நினைத்தொன்று சொல்லாயோ நெஞ்சே எனைத்தொன்றும்
எவ்வநோய் தீர்க்கும் மருந்து

நெஞ்சே! எதனாலும் தீராத என் காதல் நோயை தீர்க்கும் ஏதாவது மருந்தொன்றை எனக்கு நீ நினைத்துப் பார்த்து சொல்ல மாட்டாயோ?

O my heart! Won't you suggest me some medicine to cure my incurable love sickness?

**1242.** காதல் அவரிலர் ஆகநீ நோவது
பேதைமை வாழியென் நெஞ்சு

எனது நெஞ்சே! நீ வாழ்கவே! அவர் நம்மீது காதலற்றவராக இருக்க, நீ மட்டும் அவரை எண்ணி வருந்துவது உன்னுடைய அறியாமையே ஆகும்

O my heart! Long you live! Indeed it is only your ignorance to long for him, when he has no love for us

**1243.** இருந்துள்ளி என்பரிதல் நெஞ்சே பரிந்துள்ளல்
பைதல்நோய் செய்தார்கண் இல்

எனது நெஞ்சே! பிரிவுத் துன்பத்தை நமக்குப் பரிசளித்த காதலருக்கு நம்மை நினைத்துப் பார்க்கும் எண்ணம் சிறிதும் இல்லை; ஆகையால், நீ என்னுடன் இருந்துக் கொண்டு அந்த இரக்கமற்றவரை எண்ணி வருந்துவது சிறிதும் பயனற்ற செயலாகும்

O my heart! As the parted lover does hardly have any love for us, it would be of no use, if you still remain here and continue longing for him

**1244.** கண்ணும் கொளச்சேறி நெஞ்சே இவையென்னைத்
தின்னும் அவர்க்காணல் உற்று

நெஞ்சே! நீ காதலரைக் காணச் செல்லும்போது எனது கண்களையும் கூட்டிச் செல்; அவரைக் காண விரும்பி அவை என்னையே தின்று விடுவது போல் வருத்துகின்றன

O my heart! when you go to meet my parted lover, take my eyes with you along; else, the eyes longing to see him would kill me for sure

**1245.** செற்றார் எனக்கை விடல்உண்டோ நெஞ்சேயாம்
உற்றால் உறாஅ தவர்

நெஞ்சே! நாம் விரும்பி அன்பு செலுத்தியும் நம்மீது அன்பு செலுத்தாத காரணத்தால், காதலர் நம்மை வெறுத்து விட்டார் என்று எண்ணி ஒருபோதும் கைவிட முடியாது

O my heart! I can never forsake my love eventhough my parted lover does not show love to me

## Chapter : 125
## Speaking to the heart

**1246. கலந்துணர்த்தும் காதலர்க் கண்டாற் புலந்துணராய்**
**பொய்க்காய்வு காய்திஎன் நெஞ்சு**

*என் நெஞ்சே! ஊடலின் போது கூட காதலரிடம் நீ பிணங்கியதில்லை; ஆனால், தற்போது ஏன் அவரை வெறுப்பது போல் பொய்க் கோபத்தில் காய்கிறாய்*

O my heart! you have never shown even false anger at your lover; then why do you suffer yourself now by pretending as if you are anger at him

**1247. காமம் விடுஒன்றோ நாண்விடு நன்னெஞ்சே**
**யானோ பொறேன்இவ் விரண்டு**

*என் இனிய நெஞ்சே! ஒன்று காதல் விருப்பத்தை கைவிடு அல்லது நாணத்தையாவது விட்டு விடு; இந்த இரண்டையும் சேர்த்து ஒன்றாகத் தாங்கும் ஆற்றல் எனக்குக் கண்டிப்பாக இல்லை*

O my heart! It is better if you forsake either love desire or shyness; indeed I could not bear with both at the same time

**1248. பரிந்தவர் நல்காரென்று ஏங்கிப் பிரிந்தவர்**
**பின்செல்வாய் பேதைஎன் நெஞ்சு**

*என் நெஞ்சே! பிரிவுத் துன்பத்தால் வருந்தி நம்மிடம் திரும்பி வந்து அன்பு செயவார் என்று ஏங்கி பிரிந்து சென்ற காதலரின் பின் செல்கின்றாயே! பேதையோ நீ?*

O my heart! Why are you still going after the parted lover with the expectation that he would come back realizing the pain of separation? Are you fooling yourself?

**1249. உள்ளத்தார் காத லவரால் உள்ளிநீ**
**யாருழைச் சேறியென் நெஞ்சு**

*என் நெஞ்சே! காதலர் என்னுள் குடிகொண்டிருக்கும்போது நீ எவரிடம் அவரைத் தேடி அலைகிறாய்?*

O my heart! While the lover dwells in me, where do you wander in search of him?

**1250. துன்னாத் துறந்தாரை நெஞ்சத்து உடையேமா**
**இன்னும் இழத்தும் கவின்**

*என் நெஞ்சே! நம்மைத் துறந்து சென்ற காதலரை இன்னும் மனதில் தாங்கியிருப்பதால் ஏற்கெனவே களையிழந்த மேனியோடு மனதும் பொலிவிழக்கிறது*

O my heart! As I still retain the parted lover in my heart, I start losing the inward beauty, in addition to the already ruined physical beauty

அதிகாரம் : 126
நிறை அழிதல்

1251. காமக் கணிச்சி உடைக்கும் நிறையென்னும்
நாணுத்தாழ் வீழ்த்த கதவு

*காதல் விருப்பம் என்னும் கோடரி நாணம் என்னும் தாழ்ப்பாள் பொருந்திய மன அடக்கம் என்னும் கதவை எளிதில் உடைத்து வீழ்த்தி விடுகிறது*

The axe of love smashes the door of chastity bolted with modesty easily

1252. காமம் எனவொன்றோ கண்ணின்றென் நெஞ்சத்தை
யாமத்தும் ஆளும் தொழில்

*இந்தக் காதல் விருப்பம் சிறிதும் இரக்கமற்றது; ஊரே உறங்கும் நடு இரவிலும் கூட எனது நெஞ்சத்தை அலைக்கழிக்கிறது*

This love desire is utterly merciless; it sways my heart even at the midnight, while the whole village is at deep-sleep

1253. மறைப்பேன்மன் காமத்தை யானோ குறிப்பின்றித்
தும்மல்போல் தோன்றி விடும்

*நான் எவ்வளவுதான் என் காதல் விருப்பத்தை மறைக்க முயன்றாலும், தும்மலைப் போல் அது தானே வெளிப்பட்டு விடுகிறது*

Though I try hard to conceal my love desire to the best, it breaks out like a sneeze on its own

1254. நிறையுடையேன் என்பேன்மன் யானோஎன் காமம்
மறையிறந்து மன்று படும்

*நான் இதுவரை என்னை மன உறுதி கொண்டவளாகத்தான் எண்ணியிருந்தேன்; ஆனால், இந்தக் காதல் விருப்பம் என்னையும் மீறி இன்று ஊரறிய வெளிப்பட்டு விட்டது*

I had been claiming pride in my modesty; however, now this love desire breaks out in public in spite of that

1255. செற்றார்பின் செல்லாப் பெருந்தகைமை காமநோய்
உற்றார் அறிவதொன்று அன்று

*தன்னைப் பிரிந்து சென்ற காதலரின் பின் செல்லாமல் நிற்கும் மன உறுதி காதல் நோய் உற்றவரிடம் இருப்பதில்லை*

Those who are under the love disease do not possess the dignity to control oneself going after the parted lover

## Chapter : 126
## Losing self-restraint

**1256. செற்றவர் பின்சேறல் வேண்டி அளித்தரோ**
**எற்றென்னை உற்ற துயர்**

*காதலர் பிரிந்து சென்ற பின்னும், அவரின் பின்னே செல்ல விரும்பும் நிலைக்கு என் மனதைத் தள்ளும் இந்தக் காதல் நோய் எவ்வளவு கொடுமையானது*

How cruel is this love desire which pushes my heart to go after the lover even after he/she has parted off

**1257 நாணென ஒன்றோ அறியலம் காமத்தால்**
**பேணியார் பெட்ப செயின்**

*எனது காதலர் காதல் ஆசையினால் நான் விரும்பும் வகையில் நடக்கும் வரையில் நாணம் என்ற ஒன்று இருப்பதையே நான் அறியாமலேயே இருந்தேன்*

I did not have the sense of shame until my lover rendered his love as per my desire

**1258. பன்மாயக் கள்வன் பணிமொழி அன்றோநம்**
**பெண்மை உடைக்கும் படை**

*என்னுடைய மன உறுதி என்னும் கோட்டையை அழிக்கும் ஆயுதமாக இருப்பது, பல மாயங்களில் வல்லவரான எனது காதலரின் பணிவான சொற்கள் அன்றோ!*

The enticing words of my deluding lover are the weapons that breaks my firm heart

**1259. புலப்பல் எனச்சென்றேன் புல்லினேன் நெஞ்சம்**
**கலத்தல் உறுவது கண்டு**

*காதலரோடு ஊடல் கொள்ளும் முடிவோடு சென்ற நான் எனது நெஞ்சம் அவரோடு கூடுவதைக் கண்டு, பிடிவாதம் தவிர்த்து அவரைத் தழுவிக் கொண்டேன்*

Met my lover with a decision to feign dislike; however, ended up embracing him after seeing my heart joins him

**1260. நிணந்தீயில் இட்டன்ன நெஞ்சினார்க்கு உண்டோ**
**புணர்ந்தூடி நிற்பேம் எனல்**

*தீயிலிட்ட கொழுப்பைப் போல் இளகிய மனதுடைய காதலி தனது துணையுடன் ஊடல் கொள்வது என்பது கூட இயலாத காரியம் அல்லவா*

It is not possible for the maiden who melt like fat in fire, to even feign dislike to her partner

## அதிகாரம் : 124
## அவர்வயின் விதும்பல்

**1261.** வாளற்றுப் புற்கென்ற கண்ணும் அவர்சென்ற
நாளொற்றித் தேய்ந்த விரல்

*காதலர் திரும்பி வரும் வழியைப் பார்த்திருந்ததில் கண்கள் ஒளியிழந்தன; பிரிந்து சென்ற நாட்களை சுவரில் குறித்து வைத்து எண்ணியதில் கைகளும் தேய்ந்து விட்டன*

My eyes lost shining in looking for my lover's return; fingers got worn out by counting the days of parting marked on the wall

**1262.** இலங்கிழாய் இன்று மறப்பின்என் தோள்மேல்
கலங்கழியும் காரிகை நீத்து

*தோழியே! பிரிவுத் துன்பத்திலிருந்து தப்பும் நோக்கில் நான் ஒருவேளை காதலரை மறக்க முனைந்தால், என் அழகிய தோள்கள் வளையல்கள் கழன்று விழும் அளவிற்கு மெலிந்து பொலிவிழக்கும்*

Oh my friend! If I tend to forget the lover in order to escape the pain of parting, my beautiful shoulders will lose their beauty and get emaciated

**1263.** உரன்நசைஇ உள்ளம் துணையாகச் சென்றார்
வரல்நசைஇ இன்னும் உளேன்

*தோழியே! ஊக்கத்தின் துணையுடன் வெற்றியை நாடி போர்க்களம் புகுந்துள்ள காதலன் திரும்பி வருவதைக் காண விரும்பியே நான் இன்னும் உயிரோடு இருக்கிறேன்*

Oh my friend! I sustain my life hoping to see return of my lover who has entered the battle-field for victory with valor as his ally

**1264.** கூடிய காமம் பிரிந்தார் வரவுள்ளிக்
கோடுகொ டேறுமென் நெஞ்சு

*தோழியே! பிரிந்து சென்ற காதலர் மிகுந்த காதலுடன் திரும்பி வருவதை எதிர்பார்த்து எனது நெஞ்சம் மிகுந்த மகிழ்ச்சியில் திளைக்கிறது*

Oh my friend! My heart swells in great exhilaration to see the return of my lover with renewed love

**1265.** காண்கமன் கொண்கனைக் கண்ணாரக் கண்டபின்
நீங்கும்என் மென்தோள் பசப்பு

*தோழியே! எனது நிலையைக் கண்டு கலங்காதே; காதலர் திரும்பி வந்தவுடன் அவரை எனது கண்ணாரக் கண்டபின் எனது மெலிந்த தேகத்தின் பசலை நிறம் தானே நீங்கி விடும்*

Oh my friend! do not worry about my plight; the paleness of my slender body will vanish instantly at the moment I have a passionate gaze at my lover after his return

## Chapter : 127
## Longing for the lover

**1266. வருகமன் கொண்கன் ஒருநாள் பருகுவன்**
**பைதல்நோய் எல்லாம் கெட**

*தோழியே! பிரிந்து சென்றுள்ள காதலன் ஒருநாள் திரும்பி வருவான்; அப்பொழுது, என்னுடைய துன்ப நோய் முற்றிலும் தீருமாறு நாங்கள் இன்பத்தில் திளைப்போம்*

Oh my friend! My parted lover will return one day; then, I will have a great time which may drive away all my love sufferings

**1267. புலப்பேன்கொல் புல்லுவேன் கொல்லோ கலப்பேன்கொல்**
**கண்அன்ன கேளிர் விரன்**

*தோழியே! என்னுடைய கண்போன்ற காதலன் திரும்பி வந்தவுடன், மிதமிஞ்சிய மகிழ்ச்சியில் நான் என்ன செய்வேன்? அவரோடு ஊடுவேனோ, கூடுவேனோ அல்லது இரண்டையும் கலந்து செய்வேனோ?*

Oh my friend! What shall I do when my parted lover returns? Will I sulk or embrace or do both?

**1268. வினைகலந்து வென்றீக வேந்தன் மனைகலந்து**
**மாலை அயர்கம் விருந்து**

*தான் மேற்கொண்ட போரில் எனது அரசு வெற்றி பெறட்டும்; அதன்பிறகு வரும் மாலைப் பொழுதுகள் எனக்கும் எனது காதலிக்கும் இன்பமானவையாகவே அமையும்*

Let my king win the war; the evenings that followed would be blissful for me and my beloved

**1269. ஒருநாள் எழுநாள்போல் செல்லும்சேண் சென்றார்**
**வருநாள்வைத்து ஏங்கு பவர்க்கு**

*காதலர் வரவை எதிர்நோக்கிக் காத்திருக்கும் காதலிக்கு ஒருநாள் ஏழுநாள் போல நெடிதாக கழியும்*

Even a day passes like seven days for those who are waiting for the return of their lover

**1270. பெறின்என்னாம் பெற்றக்கால் என்னாம் உறினென்னாம்**
**உள்ளம் உடைந்துக்கக் கால்**

*பிரிவுத் துன்பத்தைத் தாங்க முடியாமல் மனம் உடைந்து விட்டால், பிறகு காதலர்கள் சந்தித்தால்தான் என்ன அல்லது சேர்ந்தால்தான் என்ன; பயனொன்றும் இல்லை*

If the heart got broken due to pain of separation, there is no use for lovers in meeting or even embracing themselves

## அதிகாரம் : 128
## குறிப்பு அறிவுறுத்தல்

**1271. கரப்பினுங் கையிகந் தொல்லாநின் உண்கண்
உரைக்கல் உறுவதொன் றுண்டு**

*காதலியே! நீ உன் காதலை என்னிடம் சொல்லாமல் மறைக்க முயல்கிறாய்; ஆனால், அதனையும் மீறி உனது அழகிய கண்கள் காதலை இயல்பாக வெளிப்படுத்தி விடுகின்றன*

O my beloved! Though you try to hide your love, your beautiful eyes reveal your mind naturally

**1272. கண்ணிறைந்த காரிகைக் காம்பேர்தோட் பேதைக்குப்
பெண்நிறைந்த நீர்மை பெரிது**

*கண் நிறைந்த அழகும் மென்மையான தோளும் உடைய என் காதலிக்கு நிறைந்து விளங்கும் பெண்மைத்தன்மையே சிறப்பியல்பாகும்*

My beloved with eyeful beauty and tender shoulders is blessed with feminine charms as well

**1273. மணியில் திகழ்தரு நூல்போல் மடந்தை
அணியில் திகழ்வதொன்று உண்டு**

*கோக்கப்பட்ட மணிகளின் ஊடே இருக்கும் நூலைப் போல என் காதலியன் அழகிற்குள் எனக்கான குறிப்பொன்று ஒளிந்துள்ளது*

There is something implied in the beauty of my beloved similar to the thread passing through the crystal beads

**1274. முகைமொக்குள் உள்ளது நாற்றம்போல் பேதை
நகைமொக்குள் உள்ளதொன் றுண்டு**

*மலரும் அரும்பில் ஒளிந்திருக்கும் நறுமணத்தைப் போல காதலியின் புன்முறுவலில் அடங்கியிருக்கிறது காதலனைப் பற்றிய நினைவுகள்*

Similar to the fragrance hidden in a blossoming bud, there are sweet love memories contained in a lover's smile

**1275. செறிதொடி செய்திறந்த கள்ளம் உறுதுயர்
தீர்க்கும் மருந்தொன்று உடைத்து**

*அழகிய வளையல்களை அணிந்த என் காதலியின் கள்ளமான குறிப்பில் எனது கொடுந்துயர் தீர்க்கும் மருந்து மறைந்து இருக்கிறது*

In the secret sign of my beautifully bangled lover lies the antidote for my suffering of love sickness

## Chapter : 128
## Revealing the mind

**1276. பெரிதாற்றிப் பெட்பக் கலத்தல் அரிதாற்றி
அன்பின்மை சூழ்வ துடைத்து**

காதலன் என்னுடன் பெரிதாக அன்பு செய்து கூடுவது, மீண்டும் என்னைவிட்டுப் பிரிந்து கொடுந் துன்பத்தில் ஆழ்த்தப் போவதை குறிப்பால் உணர்த்துவது போல் உள்ளது

Though my lover's passionate love making comforts my pain of separation, it also signals his parting soon

**1277. தண்ணந் துறைவன் தணந்தமை நம்மினும்
முன்னம் உணர்ந்த வளை**

குளிர்ந்த நீர்த் துறையை ஆளும் காதலன் உடலால் கூடினாலும் உள்ளத்தில் பிரிவு எண்ணம் கொண்டதை, என்னை விட முன்னமே உணர்ந்த எனது வளையல்கள் தானே கழன்று விட்டன போலும்

Seems my bangles have realized much earlier than me the departure of my lover who is ruling the cool seashore

**1278. நெருநற்றுச் சென்றார்எம் காதலர் யாமும்
எழுநாளேம் மேனி பசந்து**

காதலர் நேற்றுதான் என்னைப் பிரிந்து சென்றிருந்தாலும், எனது மேனியோ வெகு நாட்கள் கழிந்ததைப் போல் பசலை நிறம் கொண்டு விட்டது

It was just yesterday my lover departed; however, my skin turned pale as if it has been a long time of separation

**1279. தொடிநோக்கி மென்தோளும் நோக்கி அடிநோக்கி
அஃதாண் டவள்செய் தது**

தனது கழலும் வளையல்களையும் மெலிந்த தோல்களையும் நோக்கிய அவள் பிரிந்து செல்லும் காதலனுடன் தானும் நடக்கத் தயார் என்னும் குறிப்பில் தனது பாதங்களைப் பார்த்தாள்

Upon glancing at her loosening bangles and thinning shoulders, she looked at her feet as a sign of readiness to walk along with her parting lover

**1280. பெண்ணினால் பெண்மை உடைத்தென்ப கண்ணினால்
காமநோய் சொல்லி இரவு**

காதலி கண்களினால் தனது காதல் நோயை வெளிப்படுத்தி காதலனைப் பிரியாமல் தடுக்க முயல்வது பெண்மைக்குப் மேலும் பெண்மை சேர்த்தாற் போன்றது என்பர்

The act of my lover trying to prevent me from departing by expressing her love sickness through eyes, is adding more charm to her femininity

## அதிகாரம் : 129
### புணர்ச்சி விதும்பல்

1281. உள்ளக் களித்தலும் காண மகிழ்தலும்
கள்ளுக்கில் காமத்திற் குண்டு

நினைத்த அளவிலோ அல்லது பார்த்த அளவிலோ மகிழ்தல் என்ற இரண்டு தன்மைகளும் கள்ளுக்குக் கூட இல்லை; காதலுக்கு மட்டுமே உண்டு

Getting delighted at the mere thought or at a sight are the features pertain to not even the liquor but only to the love

1282. தினைத்துணையும் ஊடாமை வேண்டும் பனைத் துணையும்
காமம் நிறைய வரின்

காதல் பனையளவாகப் பெருகிடும் போது காதலர் தினையளவு கூட ஊடல் கொள்ளாமல் இருத்தல் வேண்டும்

When the love intensifies at the size of palmyra tree, sulking at the size of even a millet should be avoided

1283. பேணாது பெட்பவே செய்யினும் கொண்கனக்
காணா தமையல கண்

காதலர் என்னை அரவணைக்காமல் தனக்கு விருப்பமானவற்றையே செய்பவராயினும், எனது கண்கள் அவரைக் காணாமல் அமைதி அடைவதில்லை

Though my lover does things things pleasing to him without caring for me, still my poor eyes are restless to see him

1284. ஊடற்கண் சென்றேன்மன் தோழி அதுமறந்து
கூடற்கண் சென்றது என் நெஞ்சு

என் தோழியே! காதலருடன் நான் ஊடல் கொள்வதற்காகவே சென்றேன்; ஆனால், எனது நெஞ்சமோ அந்த நோக்கத்தைக் கைவிட்டு அவருடன் கூடுவதற்கு முடிவெடுத்து விட்டது

O my friend! I intended to feign dislike at my lover; however, my poor heart forgetting all decided to embrace him with love

1285. எழுதுங்கால் கோல்காணாக் கண்ணேபோல் கொண்கன்
பழிகாணேன் கண்ட இடத்து

மை தீட்டும் பொழுது கண்ணுக்குத் தீட்டு கோல் தெரிவதில்லை; அதுபோலவே, காதலனைச் சந்திக்கும் பொழுது அவன் என்னைப் பிரிந்து சென்ற குற்றம் என் மனதிற்குத் தெரிவதில்லை

Similar to the eye which can not see the pen while painting it, I can not able to see any fault at my parted lover while meeting him

## Chapter : 129
## Longing for the lover

1286. **காணுங்கால் காணேன் தவறாய காணாக்கால்**
**காணேன் தவறல் லவை**

*தோழியே! காதலனைக் காணும்போது அவன் என்னைப் பிரிந்த குற்றம் என் கண்களுக்குத் தெரிவதில்லை; காணாதபோதோ, அவனது குற்றத்தைத் தவிர வேறெதுவும் தெரிவதில்லை*

When I meet my lover, I do not see his fault of parting me; but, when he is away, I do not see anything else other than his fault

1287. **உய்த்தல் அறிந்து புனல்பாய் பவரேபோல்**
**பொய்த்தல் அறிந்தென் புலந்து**

*ஆற்று வெள்ளம் அடித்துச் செல்லும் என அறிந்திருந்தும் அதனை நீந்திக் கடக்க முயல்பவரைப் போல, பலன் கிடைக்காது என உணர்ந்திருந்தும் காதலருடன் ஊடல் கொள்வதால் ஒரு பயனுமில்லை*

The act of feigning dislike at lover is as useless as a diver who tries to swim across a flooding river

1288. **இளித்தக்க இன்னா செயினும் களித்தார்க்குக்**
**கள்ளற்றே கள்வநின் மார்பு**

*மனதைக் கவர்ந்த கள்வனே! இழிவு தரக்கூடிய துன்பத்தைத் தருவதாயினும் உண்டு களித்தவரால் விரும்பப்படும் கள்ளைப் போல, பிரிவுத் துன்பத்தைக் கொடுப்பவனாய் இருந்தாலும் உன் மார்பில் சாயவே விரும்புகிறது எனது மனம்*

Similar to the liquor being loved by those who tasted it in spite of bringing disgrace, the girl is longing to embrace the bosom of her lover in spite of inflicting the pain of separation

1289. **மலரினும் மெல்லிது காமம் சிலர்அதன்**
**செவ்வி தலைப்படு வார்.**

*மலரை விட மென்மையானது காதல் இன்பம்; அதன் தன்மையை உணர்ந்து அதன் பயனைப் பெறுபவர் வெகுசிலரே ஆவர்*

Love pleasure is more delicate than a flower; only few get benefited by realizing its nature

1290. **கண்ணின் துனித்தே கலங்கினாள் புல்லுதல்**
**என்னினும் தான்விதுப் புற்று**

*கண்களினால் ஊடலைத் தெரிவித்தவளை நெருங்கித் தழுவ முயல, என்னை விட விரைந்து காதலுடன் என்னைத் தழுவிக் கொண்டாள்*

Though feigned dislike in her eyes, she rushed to embrace me much faster than I did

## அதிகாரம் : 130
## நெஞ்சோடு புலத்தல்

**1291. அவர்நெஞ்சு அவர்க்காதல் கண்டும் எவன்நெஞ்சே**
**நீஎமக்கு ஆகா தது**

*நெஞ்சே! காதலர் நம்மை நினைக்காமல் இருப்பதற்கு அவருடைய நெஞ்சம் அவருக்குத் துணை நிற்பதைக் கண்டும் நீ எனக்குத் துணை நிற்காமல் அவரையே நினைத்து ஏங்குவது ஏனோ?*

O my heart! It is strange that, in spite of seeing lover's heart stands with him without thinking of us, you do not stand by me but still longing for him

**1292. உறாஅ தவர்க்கண்ட கண்ணும் அவரைச்**
**செறாஅரெனச் சேறியென் நெஞ்சு**

*நெஞ்சே! காதலர் நம்மீது அன்பற்று பிரிவுத் துன்பத்தைத் தந்ததை உணர்ந்தும், அவர் நம்மை வெறுக்க மாட்டார் என்று நம்பி அவரிடமே செல்கின்றாயே*

O my heart! Even after knowing the true nature of parted lover, it is strange you still go after him hoping that he does not averse us

**1293. கெட்டார்க்கு நட்டார்இல் என்பதோ நெஞ்சேநீ**
**பெட்டாங்கு அவர்பின் செலல்**

*நெஞ்சே! நீயும் என்னைக் கைவிட்டு பிரிவுத்துன்பத்தை எமக்களித்த காதலனிடம் செல்கிறாயே; அது, இவ்வுலகத்தில் துன்பத்தால் அழிந்தவர்க்கு நண்பர்கள் இல்லை என்ற சொல்வழக்கின் படியா என்ன?*

O my heart! At last you are also going after the parted lover by giving me up; is this as per the saying that the ruined have no friends ever?

**1294. இனிஅன்ன நின்னொடு சூழ்வார்யார் நெஞ்சே**
**துனிசெய்து துவ்வாய்காண் மற்று**

*நெஞ்சே! காதலனுடன் முதலில் ஊடல் கொண்டு அதன் பிறகு அதன் பயனைக் கூடலில் அடையலாம் என்று உனக்குத் தெரியவில்லை; இனிமேல் அத்தகையவற்றைப் பற்றி உன்னோடு நான் கலந்துரையாடப் போவதுமில்லை*

O my heart! As you are very much eager to embrace him without even sulking first, I am not inclined to discuss such things with you anymore

**1295. பெறாஅமை அஞ்சும் பெறின்பிரிவு அஞ்சும்**
**அறாஅ இடும்பைத்தென் நெஞ்சு**

*காதலரைப் பிரிந்து இருக்கும்போது அவர் இல்லையே என்று ஏங்கும் மனது அவர் திரும்பி வந்ததும் பிரிந்து விடுவாரோ என்று அஞ்சி எப்பொழுதும் தீராத துன்பத்தை உடையதாகின்றது*

My heart suffers ceaseless pain always by grieving for lover's separation when he is away and fearing separation when he is nearby

## Chapter : 130
## Rebuking the heart

**1296. தனியே இருந்து நினைத்தக்கால் என்னைத்
தினிய இருந்ததென் நெஞ்சு**

*தனிமையில் இருந்து காதலரின் பிரிவை நினைக்கும் போது என்து நெஞ்சம் என்னைத் தின்று விடுவது போல கொடுமையானதாக இருக்கிறது*

When I ponder over my lover's separation in solitude, my heart behaves so cruelly as if it devours my flesh and bones

**1297. நாணும் மறந்தேன் அவர்மறக் கல்லாஎன்
மாணா மடநெஞ்சிற் பட்டு**

*காதலனை மறக்க இயலாத எனது மடநெஞ்சோடு சேர்ந்து, மறக்கக் கூடாததாகிய நாணத்தையும் நான் மறந்து விட்டேன்*

I have even forgotten my modesty, because of my foolish heart which is unable to forget my parted lover

**1298. எள்ளின் இளிவாம்என்று எண்ணி அவர்திறம்
உள்ளும் உயிர்க்காதல் நெஞ்சு**

*பிரிந்த காதலரை இகழ்வது தனக்கே இழுக்கு என்பதால் அவரின் உயர் பண்புகளை மட்டுமே எண்ணுகிறது எனது காதல் நெஞ்சம்*

My loving heart always thinks only over his high qualities, as despising the parted lover would be disgraceful to itself

**1299. துன்பத்திற்கு யாரே துணையாவார் தாமுடைய
நெஞ்சந் துணையல் வழி**

*காதலர் பிரிவினால் ஒருவர் சந்திக்கும் துன்பத்தின் போது, அவரது நெஞ்சம்கூட துணை நிற்காவிட்டால் வேறு எவராலும் ஆறுதல் தர இயலாது*

No one else could help those who are in love sufferings, if their own heart refuses to support

**1300. தஞ்சம் தமரல்லர் ஏதிலார் தாமுடைய
நெஞ்சம் தமரல் வழி**

*காதல் துன்பத்தில் வாடும் ஒருவர்க்கு அவருடைய நெஞ்சமே துணை நிற்காவிடில், மற்றவர்கள் துணையாக இல்லாதது எளிதேயாகும்*

It is not strange that others do not stand with, if own heart is not supporting those undergoing love sufferings

## அதிகாரம் : 131
## புலவி

1301. **புல்லா திராஅப் புலத்தை அவர் உறும்**
**அல்லல்நோய் காண்கம் சிறிது**

*தோழியே! ஊடலினால் உனது காதலன் அடையும் துன்பத்தை நாம் சிறிது நேரம் காணலாம்; ஆகையால், அவரைத் தழுவாமல் ஊடல் செய்வாயாக*

O my friend! Let us witness the love suffering of your lover, for a while; hence, do not embrace him but feign dislike

1302. **உப்பமைந் தற்றால் புலவி அதுசிறிது**
**மிக்கற்றால் நீள விடல்**

*உணவில் அளவோடு சேர்ந்த உப்பைப் போன்றது ஊடல்; அதனை அளவு கடந்து நீட்டித்தல், உணவில் உப்பு மிகுந்து அதன் சுவை கெட்டுப் போவதற்கு ஒப்பாகும்*

Sulking in love is similar to moderate salt added to the food; extending the period of sulking is similar to spoiling of food by extra salt

1303. **அலந்தாரை அல்லல்நோய் செய்தற்றால் தம்மைப்**
**புலந்தாரைப் புல்லா விடல்**

*காதலரின் ஊடலை நீக்கி அவரைத் தழுவாமல் விடுவது, துன்பத்தில் வருந்துபவர்க்கு மேலும் துன்பத்தைச் சேர்ப்பதற்கு ஒப்பாகும்*

Leaving the sulking lover without embrace is similar to adding more misery to one already in agony

1304. **ஊடி யவரை உணராமை வாடிய**
**வள்ளி முதலரிந் தற்று**

*காதல் துணையின் ஊடலை நீக்கி அவரிடம் அன்பு செய்யாமல் விடுவது, ஏற்கெனவே வாடிய செடியை அதன் வேரோடு அறுப்பதைப் போன்றது*

Not comforting a sulking lover is similar to uprooting an already withered creeper

1305. **நலத்தகை நல்லவர்க்கு ஏஎர் புலத்தகை**
**பூஅன்ன கண்ணார் அகத்து**

*மலர் போன்ற கண்களை உடைய தலைவியின் நெஞ்சத்தில் மலரும் ஊடலே பண்பிற் சிறந்த தலைவனுக்கு மேலும் அழகு சேர்ப்பதாகும்*

It is the sulking of flower eyed better half which adds beauty to the qualities of virtuous lover

## Chapter : 131
## Sulking

**1306. துனியும் புலவியும் இல்லாயின் காமம்**
**கனியும் கருக்காயும் அற்று**

பெரும் பிணக்கோ சிறு பிணக்கோ இல்லாத காதல் மிகப் பழுத்த பழத்தைப் போலவோ முற்றாத இளம் பிஞ்சைப் போலவோ உண்பதற்கு ஏற்புடையதற்றதாகி விடும்

Love devoid of prolonged and brief sulking may become useless similar to an overripe or an unripe fruit

**1307. ஊடலின் உண்டாங்கோர் துன்பம் புணர்வது**
**நீடுவ தன்று கொல் என்று**

கூடிக் களித்திருக்கும் காலம் குறைந்து விடுமோ என்ற அச்சத்தினால், காதலுக்கு இன்பம் சேர்க்கும் ஊடலிலும் ஒரு துன்பமுண்டு

There is some sort of sorrow even in the sulking, as the lovers may concern about the shortage of time meant for their love making

**1308. நோதல் எவன்மற்று நொந்தாரென்று அஃதறியும்**
**காதலர் இல்லா வழி**

(தன் பிரிவிற்காக வருந்தும் காதல் துணையின் வலியை உணரக் கூடிய காதலரைப் பெறாத நிலையில், அவ்வாறு வருந்துவதனால் ஒருவர்க்குப் பயனொன்றும் இல்லை

There is no use of even grieving for separation, if the lover is not able to understand such pain

**1309. நீரும் நிழலது இனிதே புலவியும்**
**வீழுநர் கண்ணே இனிது**

நிழலில் இருக்கும் நீர் குளிர்ந்து இனிமையாக இருப்பதைப் போல, அன்புடையவர்களிடம் கொள்ளும் ஊடல்தான் இனிமையானதாகும்

Water located in the shade is cool and pleasant; similarly, the sulking at the beloved is pleasant always

**1310. ஊடல் உணங்க விடுவாரோடு என்நெஞ்சம்**
**கூடுவேம் என்பது அவா**

ஊடலைத் தணிக்காமல் துன்பத்தில் வாடவிடும் காதலனுடன் கூட வேண்டும் என்று என் மனம் தவிப்பதற்குக் காரணம் அதன் அளவற்ற ஆசையே ஆகும்

It is nothing but strong desire of my heart which is longing to embrace my lover who left me languished in sulking

## அதிகாரம் : 132
## புலவி நுணுக்கம்

**1311. பெண்ணியலார் எல்லாரும் கண்ணின் பொதுஉண்பர்**
**நண்ணேன் பரத்தநின் மார்பு**

*என் காதலனே! பெண்கள் எல்லோரும் உன் பரந்த மார்பைத் தம் கண்களால் நுகர்கிறார்கள்; ஆகையால், கற்பு நெறி கெட்ட உனது மார்பை இனி நான் தழுவ மாட்டேன்*

O my man! As all women feast on your wider chest with their eyes, I will never embrace it hereafter

**1312. ஊடி இருந்தேமாத் தும்மினார் யாம்தம்மை**
**நீடுவாழ் கென்பாக் கறிந்து**

*தும்மினால் நீடு வாழ்க என்று நான் வாழ்த்தும் வழக்கத்தை அறிந்து, ஊடலின்போது என்னைப் பேச வைப்பதற்காக எனது காதலன் பொய்யாகத் தும்மினார்*

When I was sulking with my lover, he attempted a fake sneeze expecting me to wish him as long live

**1313. கோட்டுப் பூச் சூடினும் காயும் ஒருத்தியைக்**
**காட்டிய சூடினீர் என்று**

*மரக் கிளைகளில் பூக்கும் மலர்களை மாலையாக்கி நான் சூடிக் கொண்டால், வேறு யாரோ ஒருத்திக்கு உமது எழிலைக் காட்டுவதற்காகச் சூடினீர் என்று ஊடல் கொள்வாள் என்னவள்*

Even if I adorn myself with garland of flowers, my sulking beloved would blame me that I have done so to impress some other lady

**1314. யாரினும் காதலம் என்றேனா ஊடினாள்**
**யாரினும் யாரினும் என்று**

*யாரையும் விட உன் மேல் அதிக காதல் கொண்டுள்ளேன் என்று கூறிய காதலனிடம், யாரை விட? யாரை விட? என்று கேட்டு ஊடல் கொண்டாள் காதலி*

When he said that he loved her more than anyone else, she sulked by asking…more than whom? more than whom?

**1315. இம்மைப் பிறப்பில் பிரியலம் என்றேனாக்**
**கண்நிறை நீர்கொண் டனள்**

*இந்தப் பிறப்பில் உன்னைப் பிரிய மாட்டேன் என்று சொன்னவுடன், ஒருவேளை மறு பிறப்பு என்ற ஒன்று இருந்தால் அதில் என்னைப் பிரிந்து விடுவாயா என்று கேட்டுக் கண்கலங்கினாள்*

Upon saying that I would not part with her in this birth, with tears she asked me whether I meant parting with her in case of rebirth

## Chapter : 132
## Nuances of Sulking

**1316. உள்ளினேன் என்றேன்மற் றென்மறந்தீர் என்றென்னைப்**
**புல்லாள் புலத்தக் கனள்**

என்னவளிடம், "நான் உன்னை நினைத்தேன்" என்று கூறினேன்; "அப்படியானால் அதற்கு முன் என்னை மறந்தீரோ?" என்று கேட்டு தழுவலைக் கைவிட்டு ஊடலைக் கைக்கொண்டாள்

I said to my beloved, "I thought of you"; she started sulking by responding, "so have you forgotten me before that?"

**1317. வழுத்தினாள் தும்மினேன் ஆக அழித்தழுதாள்**
**யாருள்ளித் தும்மினீர் என்று**

நான் தும்மியவுடன் வாழ்த்தியவள், "யார் நினைத்ததால் தும்மினீர்?" என்று கேட்டு அழத்தொடங்கினாள்

When I sneezed, my beloved blessed me as "long live!"; however, at once, she asked, "Who thought of you, so you got this sneeze?" and started crying

**1318. தும்முச் செறுப்ப அழுதாள் நுமர்உள்ளல்**
**எம்மை மறைத்திரோ என்று**

என்னவளின் ஊடலுக்கு அஞ்சி நான் தும்மலை அடக்கினேன்; அவளோ, "உமது மனதுக்கு இனியவர் உம்மை நினைப்பதை எனக்குத் தெரியாமல் மறைக்கிறீரோ?" என்று கேட்டு ஊடல் கொண்டாள்

When I suppressed my sneeze, my beloved said, "seems your sweetheart thought of you, so you tried to hide it from me" and started sulking

**1319. தன்னை உணர்த்தினும் காயும் பிறர்க்கும்நீர்**
**இந்நீரர் ஆகுதிர் என்று**

என்னவளின் ஊடலைத் தணித்து அவளை மகிழ்விக்க முயல்வேன்; அவளோ, "நீர் இவ்வாறுதானே மற்ற பெண்களிடமும் நடந்து கொள்வீர்" என்று கேட்டு மறுபடியும் ஊடல் கொள்வாள்

When I intend to cajole my beloved from sulking, she would ask "is this the way you behave at other women too" and start sulking again

**1320. நினைத்திருந்து நோக்கினும் காயும் அனைத்துநீர்**
**யாருள்ளி நோக்கினீர் என்று**

அவளுடைய அழகில் லயித்து அவளையே நான் பார்த்துக் கொண்டிருந்தாலும், வேறு எந்தப் பெண்ணுடன் என்னை ஒப்பிட்டு இப்படி உற்றுப் பார்க்கிறீர் என்று கேட்டு ஊடல் கொள்வாள்

Even if I look at her admiring her beauty, she would ask, "do you compare me with any other woman, so you stare at me like this?" and start sulking

## அதிகாரம் : 133
### ஊடல் உவகை

**1321.** இல்லை தவறவர்க்கு ஆயினும் ஊடுதல்
வல்லது அவர்அளிக்கு மாறு

தோழியே! காதலன் தவறிழைக்காத நிலையிலும் அவரோடு நான் ஊடல் கொள்வது, அவர் என்மேல் மிகுதியாக அன்பு செலுத்துவதற்காக நான் கைகொள்ளும் உத்தியாகும்

O my friend! Though he is not at fault, I sulk with him, so that he will love me forever

**1322.** ஊடலின் தோன்றும் சிறுதுனி நல்லளி
வாடினும் பாடு பெறும்

ஊடலினால் தோன்றும் சிறிய துன்பம் காதலரிடையே மலர்ந்துள்ள பேரன்பு சற்றே வாடிவிடக் காரணமாக இருந்தாலும் அது பெருமையுடையதேயாகும்

Though the little pain caused by sulking seemingly fading the love, it strengthens it actually

**1323.** புலத்தலின் புத்தேள்நாடு உண்டோ நிலத்தொடு
நீரியைந் தன்னார் அகத்து

நிலத்தொடு நீர் கலப்பதைப் போன்று பேரன்பு கொள்ளும் காதலர்களுக்கு இடையில் ஏற்படும் ஊடலை விட இன்பம் தரும் உலகம் வேறு எங்கும் இல்லை

There is no place better than sulking that occurs between the lovers who united by love similar to water mixed in land

**1324.** புல்லி விடாஅப் புலவியுள் தோன்றுமென்
உள்ளம் உடைக்கும் படை

காதலரை இறுகத் தழுவி பிரிய விடாமல் செய்யும் ஊடல்தான் எனது மன உறுதியை உடைக்கும் ஆயுதமாகவும் இருக்கிறது

In long sulking which leads to a sweet embrace, lies the weapon which breaks my willpower

**1325.** தவறிலர் ஆயினும் தாம்வீழ்வார் மென்றோள்
அகரலின் ஆங்கொன் றுடைத்து

தான் தவறு செய்யாத நிலையிலும் காதலியின் ஊடலுக்கு ஆளாகி அவளது மென்மையான தோள்களைத் தழுவ இயலாத சிறிய பிரிவில் ஒரு பெரிய இன்பம் அமைந்துள்ளது

Though free from faults, he is unable to embrace her tender shoulders for a short while due to her sulking, but still there lies a great joy in it

# Chapter : 133
# Joy of sulking

**1326.** உணலினும் உண்டது அறல்இனிது காமம்
புணர்தலின் ஊடல் இனிது

உண்பதை விட முன்பு உண்ட உணவு செரிப்பது இன்பமானது; அதுபோல, கூடுவதைவிட ஊடுதல் காதலர்க்கு இன்பமானதாகும்

As digestion is better than having food again, sulking is sweeter than union for the lovers

**1327.** ஊடலில் தோற்றவர் வென்றார் அதுமன்னும்
கூடலிற் காணப் படும்

காதலர்களிடையே ஏற்படும் ஊடலில் விட்டுக் கொடுத்துத் தோற்பவரே உண்மையில் வெற்றி பெற்றவராவர்; அந்த உண்மை, ஊடல் முடிந்து வரும் கூடலில் உணரப்படும்

In the game of sulking between the lovers, loser is the actual winner; this fact will be realized during their union which follows the sulking

**1328.** ஊடிப் பெறுகுவம் கொல்லோ நுதல்வெயர்ப்பக்
கூடலில் தோன்றிய உப்பு

நெற்றி வியர்க்கும் அளவுக்குக் கூடியதால் கிட்டிய காதல் இன்பத்தை மற்றுமொரு முறை ஊடல் கொள்வதன் மூலமாகப் பெறலாம் அல்லவா?

Will I get more such delight of love making causing forehead sweat, by way of sulking with her again?

**1329.** ஊடுக மன்னோ ஒளியிழை யாமிரப்ப
நீடுக மன்னோ இரா

ஒளி மிகுந்த முகத்தை உடைய எனது காதலி மேன்மேலும் ஊடுவாளாக! அந்த ஊடலைத் தீர்க்கும் பொருட்டு நான் அவளிடம் இரந்து நிற்பதற்கு ஏதுவாக இந்த இரவுப் பொழுதும் மேன்மேலும் நீடிப்பதாக

Let my bright-faced beloved sulk! Let the night be prolonged as well, as I need to appease her

**1330.** ஊடுதல் காமத்திற்கு இன்பம் அதற்கின்பம்
கூடி முயங்கப் பெறின்

காதல் இன்பத்திற்கு மேலும் இன்பம் சேர்ப்பது ஊடலாகும்; அளவான ஊடலுக்குப் பின் கூடித் தழுவுதல் அந்த ஊடலுக்கே இன்பம் சேர்ப்பதாகும்

Sulking adds delight to the love pleasure; whereas, a hearty embrace after brief sulking adds more delight to even that sulking